ஆர்.எஸ்.எஸ ஒரு திரை விலக்கம்

ராவ்சாஹேப் கஸ்பே

ஆங்கிலத்தில் : தீபக் பர்கவே

தமிழில் : சுந்தர சோழன்

பாரதி புத்தகாலயம்

RSS - Oru Thirai Vilakkam (in Tamil)
Raosaheb Kasbe
In Tamil : **Sundara Cholan**

First Published: December, 2021 | Second Print: November, 2022
Published by
BHARATHI PUTHAKALAYAM
7, Elango Salai, Teynampet, Chennai - 600 018
Email: bharathiputhakalayam@gmail.com / www.thamizhbooks.com

First Published in Marathi as 'Zot' by Janboth Prakashan, Pune (1978) and in English as 'Decoding RSS' by LeftWord (2019)

ஆர்.எஸ்.எஸ் – ஒரு திரை விலக்கம்
ராவ்சாஹேப் கஸ்பே
தமிழில் : சுந்தர சோழன்

முதல் பதிப்பு: டிசம்பர், 2021 | இரண்டாம் பதிப்பு: நவம்பர், 2022
வெளியீடு:

பாரதி புத்தகாலயம்

7, இளங்கோ சாலை, தேனாம்பேட்டை, சென்னை - 600 018
தொலைபேசி : 044-24332424, 24330024 | விற்பனை: 24332924

அச்சு : பிரிண்டெக், சென்னை - 600 005.

பதிப்புரை

டாக்டர் ராவ்சாஹேப் கஸ்பே 50 ஆண்டுகளுக்கும் மேலாக ஆர்.எஸ்.எஸ்.ஸின் ஆதிக்க சித்தாந்தத்தை எதிர்த்துப் போராடி வருபவர். மராத்தி மொழியில் அவர் ஆர்.எஸ்.எஸ்.ஸின் கோட்பாட்டு அடிப்படைகளை, அவை எவ்வாறு 'உயர் சாதி' எனப்படும் ஒரு சில சாதிகளின் ஆதிக்கத்திற்கானவை என்பதை நிறுவுகின்றார். அந்த மராத்திய நூலுக்கு ஜோட் ((zot) தேடுதல் விளக்கு (Search Light) என்றே பெயர். மராத்தியில் 7 பதிப்புகள் வந்தள்ளன. அது தவிர இந்தி, கன்னட, ஆங்கில மொழிபெயர்ப்புகளும் வந்துள்ளன. 2019ஆம் வந்த ஆங்கில மொழி பெயர்ப்பிற்காக டாக்டர் ராவ்சாஹேப் கஸ்பே புதிதாக எழுதிச் சேர்த்ததையும் இணைத்து, இந்தத் தமிழ் பதிப்பு வருகின்றது.

ஆர்.எஸ்.எஸ்.ஸின் பல்வேறு அம்சங்கள் குறித்து பல நூல்கள் தமிழில் வந்துள்ளது என்றாலும், இந்த நூல் ஆர்.எஸ்.எஸ்.ஸின் சித்தாந்தம் குறித்து ஆழமான ஆய்வை நடத்தக் கூடியது; ஒரு நீண்டகால அம்பேத்கர் ஆய்வாளருடைய பார்வை கொண்டது.

ஆர்.எஸ்.எஸ். உருவான அதே பூமியில் உருவான தலித் எழுச்சியும், அதன் சித்தாந்தத்தின் வலுவான பிராமணிய எதிர்ப்பு அம்சமும் ஆர்.எஸ்.எஸ்.ஸின் அடித்தளம் பிராமணியம் என்பதை அடையாளங் கண்டு அதனை அம்பலப்படுத்துகின்றது என்ற காரணங்களால் தனித்துவம் பெற்றது. இதனைத் தமிழில் கொண்டுவருவதில் பாரதி புத்தகாலயம் மிகுந்த மகிழ்ச்சி கொள்கின்றது.

டாக்டர். ராவ்சாஹேப் கஸ்பே, நூல் தமிழில் வருவது குறித்து மிகுந்த மகிழ்ச்சியும் பெருமிதமும் கொண்டு அனுமதி அளித்தார். அவருக்கும், எங்கள் சகோதர நிறுவனம்தான் என்றாலும் லெஃப்ட்வேர்ட் புக்ஸுக்கும், குறுகிய காலத்தில் திறம்பட மொழி பெயர்த்துத் தந்த தோழர் சுந்தர சோழன் அவர்களுக்கும் எங்களது நன்றிகள்.

பாரதி புத்தகாலயம்

அடிப்படை வாதத்திற்கு எதிராகப் போராடி தங்கள் இன்னுயிர் ஈந்த தோழர்.கோவிந் பன்சாரே, டாக்டர்.நரேந்திர தபோல்கர், டாக்டர்.எம்.எம்.கல்புர்கி மற்றும் கவுரி லங்கேஷ் ஆகியோர் நினைவிற்கு...

உள்ளடக்கம்

அறிமுகம் 7

முன்னுரை 23

1. ஆர்.எஸ்.எஸ்-ஸின் அடித்தளம் 49

2. வரலாற்றுச் சட்டகம் 62

3. இந்துயிசமே தேசியம் ஆக 74

4. புரோகித வர்க்கத்தின் மேலாதிக்கம் 112

5. எதிரிகள் 149

6. அழுத்தக் குழு அரசியல் 176

அறிமுகம்

ஒரு இந்து ராஷ்டிரக் கனவு

ஷம்சுல் இஸ்லாம்

"Decoding the RSS" என்பது ராஷ்ட்ரிய சுயம்சேவக் சங் (ஆர்.எஸ்.எஸ்) குறித்து ராவ்சாஹேப் கஸ்பே அவர்கள் மராத்தி மொழியில் எழுதிய "Zot" ("Searchlight") என்ற நன்கறியப்பட்ட நூலின் ஆங்கில மொழிபெயர்ப்பு ஆகும். ராவ்சாஹேப் கஸ்பே அவர்கள் புகழ்பெற்ற அரசியல் அறிஞரும், இந்தியாவில் தலித் இயக்கங்கள் மற்றும் இந்துத்துவ அரசியல் ஆகியவை குறித்த ஒரு முன்னணி அறிஞரும் ஆவார். பல பத்தாண்டுகளாக, ஆர்.எஸ்.எஸ் அமைப்பு மகாராஷ்டிராவிலும் இந்தியாவின் இதர பகுதிகளிலும் தனது கரங்களை விரித்துப் பரவி வருவதை அவர் உன்னிப்பாகக் கவனித்து இருக்கிறார். இது ஆர்.எஸ்.எஸ்-ஸின் மிக முக்கியமான சித்தாந்த ஆய்வு நூலாகிய சிந்தனைக் கொத்து (Bunch of Thoughts) பற்றிய நுணுக்கமான ஆய்வு ஆகும். 1966ஆம் ஆண்டு விசார்தன் என்ற பெயரில் இது மராத்தி மொழியில் வெளியானது. அது மாதவ் சதாசிவ் கோல்வால்கரின் எழுத்துகள், உரைகள் மற்றும் நேர்காணல்கள் ஆகியவற்றின் தொகுப்பு ஆகும். கோல்வால்கர் ஆர்.எஸ்.எஸ்-ஸின் மிக முக்கியமான சித்தாந்தவாதியும், அதன் இரண்டாவது மற்றும் மிக நீண்டகாலம் (1940 முதல் 1973 வரையில்) பணியாற்றிய (சர்சங்சாலக்) உச்சபட்சத் தலைவரும் ஆவார். ஆர்.எஸ்.எஸ் தொண்டர்களுக்கு பைபிள் ஆக விளங்கும் அந்த நூல், ஜனநாயக-மதச்சார்பற்ற இந்திய ஆட்சி முறையை (polity), மனுஸ்மிருதியைச் சட்டமாகக் கொண்டு, வர்ணசிரம முறையைக் கண்டிப்பாகக் கடைப்பிடிக்கும் ஒரு இந்து ராஷ்டிரமாக மாற்றுவதற்கான சித்தாந்த வாதத்தை முன்வைக்கிறது. ஆர்.எஸ்.எஸ்-ஸின் உலகக் கண்ணோட்டத்தை விளக்குவதற்காக, கஸ்பே அவர்கள் அந்தப் புத்தகத்தில் இருந்து விரிவான மேற்கோள்களை முன்வைக்கிறார். எனவே அவர் தவறாகச் சித்தரிப்பதாக யாரும் கூற முடியாது. ஆர்.எஸ்.எஸ் ஒரு சமத்துவ இந்தியாவை ஆதரிக்கவில்லை. மாறாக, பேஷ்வாக்கள் காலத்திற்கு மீண்டும் திரும்பிச் செல்வதைப் போன்று பிராமண மேலாதிக்கத்தின் கீழ் வரும் இந்துஸ்தானத்தை (இந்து தேசத்தை) ஆதரிக்கிறது.

இந்துத்துவ அரசியலின் கொடிதாங்கியாகத் திகழும் ஆர்.எஸ்.எஸ் குறித்த பேராசிரியர் கஸ்பேவின் கவலை இயற்கையானதே, ஏனெனில் அது மகாராஷ்டிராவில் தலித் அரசியலின் புத்தெழுச்சிக்கு எதிரான எதிர்ப்பில் இருந்து தோன்றியது. இந்துத்துவ அரசியல் இன்றைய மகாராஷ்டிராவின் அங்கமாக உள்ள பகுதிகளில் – சூத்திரர்களின் அடையாளச் சின்னமாக விளங்கிய துகாராம், நாம்தேவ், ஷாகுஜி மகராஜ், ஜோதிபா பூலே, சாவித்ரிபாய் பூலே மற்றும் டாக்டர் பி.ஆர். அம்பேத்கர் ஆகியவர்களால் பிராமணியம் தொடர்ச்சியான சவால்களை எதிர்கொண்டதோ அந்தப் பகுதிகளில்தான் முக்கியமாகத் தோன்றியது என்பதைக் கவனிப்பது ஆர்வமூட்டுவது ஆகும்.

1977 ஆம் ஆண்டில் அவசரநிலை நீக்கப்பட்ட பின்னர் தேர்தலில் வெற்றி பெற்ற ஜனதா கட்சியைக் கைப்பற்ற ஆர்.எஸ்.எஸ் முயற்சி செய்துகொண்டிருந்த போது, 1978 ஆம் ஆண்டு இந்த நூல் வெளியானது. உடனடியாகவே அது அரசியல் செயல்பாட்டாளர்களால் வெகுவாக வரவேற்கப்பட்டது. ஆர்.எஸ்.எஸ்-ஸின் இரட்டைப் பேச்சு மற்றும் இந்திய ஜனநாயகத்திற்கு அது விடுக்கும் அச்சுறுத்தல் ஆகியவற்றை அது அம்பலப்படுத்தியது. மறுக்க முடியாத இந்த அம்பலப்படுத்தலானது, குறிப்பாக ஆர்.எஸ்.எஸ் விசுவாசிகள் மத்தியில் உடனடியாகவே அதிர்வலைகளை உருவாக்கியது. அவர்கள் கஸ்பேவின் வாதங்களுக்குப் பதில் அளிப்பதற்கு மாறாக, பூனேவில் ஜனதா கட்சி மாநாடு நடந்து கொண்டிருந்தபோதே அதன் பிரதிகளை எரிப்பது போன்ற பாசிசச் செயல்களில் இறங்கினார்கள். அது அவர்களின் மூல நரம்பையே தாக்கியது என்பதில் சந்தேகமில்லை.

இந்துக்கள், முஸ்லிம்கள் மற்றும் இதர மதங்களைப் பின்பற்றுபவர்கள் தனித்தனி தேசங்களாக அமைகிறார்கள் என்று அறிவிப்பதன் மூலம் ஆர்.எஸ்.எஸ் எவ்வாறு ஒன்றுபட்ட சுதந்திரப் போராட்டத்தை எதிர்கொண்டது, மேலும் இரு தேசக் கோட்பாட்டின் தீவிர ஆதரவாளராக ஆகியது ஆகியவற்றை கஸ்பே சுட்டிக் காட்டுகிறார். மேலும், அனாதிக்காலம் தொட்டே இந்தியா இந்து தேசமாக இருந்துவந்துள்ளது என்பதால், இதர அனைத்து ‘தேசங்களும்’ – குறிப்பாக முஸ்லிம்கள் – இந்துக்களின் மேலாதிக்கத்தை ஏற்றுக் கொள்ள வேண்டும் என்று அது வலியுறுத்தியது. ஆர்.எஸ்.எஸ்.ஸைப் பொறுத்தவரையில் அதன் முக்கிய எதிரி காலனிய எஜமானர்கள் கிடையாது. மாறாக, இந்து

தேசம் என்னும் கருத்துகு எதிராக இருப்பதால் ஒன்றுபட்ட சுதந்திரப் போராட்டமே அத்தகைய எதிரி ஆகும்.

இந்து ராஷ்டிரமும் இந்தியக் கூட்டு தேசியமும்

ஒன்றுபட்ட சுதந்திரப் போராட்டம் வகுப்புவாதப் பிளவுகளைத் தாண்டி வெளிவர முயற்சி செய்து கொண்டிருந்த போது ஆர்.எஸ்.எஸ் தோன்றியது என்பது தற்செயல் நிகழ்வு கிடையாது. ஏப்ரல் 13, 1919 அன்று அம்ரித்சரில் உள்ள ஜாலியன் வாலாபாக்கில் கொல்லப்பட்டவர்களில் 220 இந்துக்களும், 94 சீக்கியர்களும், 61 முஸ்லிம்களும் அடங்குவர். சௌரி சௌரா நிகழ்வுக்குப் பின்னர் பிப்ரவரி 5, 1922 அன்று மத்திய மாகாணத்தில் உள்ள கோரக்பூரில் தூக்கிலிடப்பட்ட 19 விவசாயிகளில் ஆறு முஸ்லிம்கள் அடங்குவர். ககோரி என்னுமிடத்தில் இருந்த பிரிட்டிஷ் அரசுக் கருவூலம் மீது ஆகஸ்டு 9, 1925 அன்று நடத்தப்பட்ட கொள்ளைச் சம்பவம், இந்திய சுதந்திரப் போராட்டத்தில் மற்றொரு மைல்கல் ஆக இருந்தது. அது ராம் பிரசாத் பிஸ்மில் மற்றும் அஷ்வஃபகுல்லா கான் ஆகிய இருவரால் திட்டமிடப்பட்டது. அவர்கள் இருவரும் ஒரே நாளில்– டிசம்பர் 19, 1927 அன்று தூக்கிலிடப்பட்டனர்.

ஆர்.எஸ்.எஸ் 1925ஆம் ஆண்டு கேசவ் பலிராம் ஹெட்கேவர் (1889-1940) என்பவரால் துவக்கப்பட்டது. தனது மரணம் வரையில் அவர் அதன் ஒற்றை அதிகாரம் கொண்ட தலைவராக (சர்சங்சாலக்) இருந்தார். ஹெட்கேவர் துவக்கத்தில் ஒரு காங்கிரசுகாரர் ஆக இருந்தார். 1920ஆம் ஆண்டுகளின் முற்பகுதியில் அவர் காங்கிரஸை விட்டு வெளியேறியதற்கான காரணம் குறித்து ஒரு ஆர்.எஸ்.எஸ் வெளியீடு பின்வருமாறு விவரித்துள்ளது:

“காந்திஜி இந்து-முஸ்லிம் ஒற்றுமையைக் கவனத்தில் கொண்டே தொடர்ந்து பணியாற்றி வந்தார் என்பது தெளிவாகிறது” ஆனால், டாக்டர்ஜி (ஹெட்கேவர்) அதில் உள்ள அபாயத்தை உணர்ந்தார். உண்மையில், அவர் இந்து முஸ்லிம் “ஒற்றுமை என்ற புதிய கோஷத்தைக் கூட விரும்பவில்லை” (Dr. Hedgewar: The Epoch Maker, A Biography, H.V. Seshadri Ed Sahitya Sindhu Prakashan, Bangalore, 1981, Page 61).

ஹெட்கேவர் வகுப்புவாத மோதல்கள்மீது வேட்கை கொண்டிருந்தார். சிலசமயங்களில் முரசு வாசிப்பவர்கள் மசூதிகளுக்கு முன்னால் அவற்றை வாசிக்கத் தயங்கும்போது, 'ஹெட்கேவர் தானே முரசை எடுத்துக் கொள்வார், இந்துக்களின் உறங்கிக் கொண்டிருக்கும் ஆண்மையைத் தூண்டிவிடுவார்' என்று

அவரது வாழ்க்கை வரலாறு கூறுகிறது (மேற்காண் நூல், பக்கம் 71).

ஹெட்கேவர் மற்றும் கோல்வால்கர் ஆகிய இருவரது தலைமையின்கீழ் இயங்கியபோதும் ஆர்.எஸ்.எஸ் அமைப்பு சுதந்திரப் போராட்டத்தில் பங்கேற்காதது மட்டுமின்றி, அதில் பங்கேற்க விரும்பியவர்களையும் ஊக்கமிழக்கச் செய்தது (discouraged).

கோல்வால்கர் பின்வருமாறு எழுதுகிறார்:

“நமது வழக்கமான வேலையில் எப்போதும் ஈடுபட்டுக் கொண்டே இருப்பதற்கு மற்றொரு காரணம் இருக்கிறது. அவ்வப்போது நாட்டில் வளர்ந்து வரும் சூழ்நிலை காரணமாக சில சமயம் மனதில் அமைதியின்மை நிலவுகிறது. 1942ஆம் ஆண்டு அத்தகைய அமைதியின்மை இருந்தது. அதற்கு முன்னர் 1930-31ஆம் ஆண்டு இயக்கம் நடைபெற்று வந்தது. அந்தச் சமயத்தில் வேறு பலர் டாக்டர்ஜியைச் சந்திக்கச் சென்றனர். இந்த இயக்கம் சுதந்திரம் பெற்றுத் தரும் என்றும், எனவே ஆர்.எஸ்.எஸ் அதில் பின்தங்கியிருக்கக்கூடாது என்றும், இந்த தூதுக்குழு டாக்டர்ஜியைக் கேட்டுக் கொண்டது. அந்த நேரத்தில் ஒருவர் டாக்டர்ஜியிடம் தான் சிறைக்குச் செல்லத் தயாராக இருப்பதாகக் கூறினார். “நிச்சயமாகப் போங்கள், ஆனால் உங்களுடைய குடும்பத்தை யார் கவனித்துக் கொள்வார்கள்” என்று டாக்டர்ஜி கேட்டார். இரண்டு வருடங்களுக்கு குடும்பச் செலவுகளுக்கு மட்டுமின்றி அபராதம் விதிக்கப்பட்டால் அதையும் செலுத்துவதற்கும் போதுமான வசதிகளைச் செய்து வைத்திருப்பதாக அந்த நபர் பதிலளித்தார். பின்னர், டாக்டர்ஜி அவரிடம் ‘நீங்கள் செலவுகளுக்கு முழுமையாக ஏற்பாடு செய்திருந்தால், இரண்டு வருடங்கள் ஆர்.எஸ்.எஸ்.ஸுக்குப் பணியாற்ற வாருங்கள்’ என்று கூறினார். வீடு திரும்பிய அந்த நபர் சிறைக்கும் போகவில்லை ஆர்.எஸ்.எஸ்.ஸுக்குப் பணியாற்றவும் வரவில்லை.” (Sri Guruji Samagra Samagra Darshan, Collected Works of Golwalkar in Hindi, hereinafter referred to as SGSD, Volume 4. Page 39-40)/

ஆர்.எஸ்.எஸ் இறுதிவரையில் பிரிட்டிஷ்காரர்களுக்கு விசுவாசமாக இருந்தது. வெள்ளையனே வெளியேறு இயக்கம் குறித்து காலனிய ஆட்சியாளர்களின் மனநிலையைப் பிரதிபலிக்கும் விதமாக கோல்வால்கர் “1942ஆம் ஆண்டுக்குப் பிறகு, சட்டத்தை மதிக்க வேண்டிய தேவை இல்லை என்று மக்கள் நினைக்கத் தொடங்கினர்” என்று கூறினார் (மேற்காண் நூல், பக்கம் 41). சில

ஆர்.எஸ்.எஸ் தொண்டர்கள் மனக்கசப்பு (resentment) அடைந்திருந்தனர் என்ற போதிலும் 1942ஆம் ஆண்டு எதுவும் செய்வதில்லை என்று ஆர்.எஸ்.எஸ் உறுதிபூண்டு இருந்தது என்பதை அவர் ஒப்புக் கொண்டார் (மேற்காண் நூல், பக்கம் 40). உண்மையில், பிரிட்டிஷ்காரர்கள் மீது ஆர்.எஸ்.எஸ் கொண்டிருந்த விசுவாசம் குறித்து கோல்வால்கர் வெட்கப்படவில்லை. 1960ஆம் ஆண்டு இந்தோரில் நிகழ்த்திய உரையில் அவர் கூறினார் :

“பிரிட்டிஷ்காரர்களைத் தூக்கி எறிந்து நாட்டை விடுவிக்க வேண்டும் என்ற உத்வேகத்துடன் பலர் உழைத்தனர். உண்மையில் இந்த அளவு உத்வேகம் கொண்டிருக்கத் தேவை இல்லை. நமது உறுதிமொழியில் மதத்தையும் கலாச்சாரத்தையும் பாதுகாப்பதன் மூலம் நாட்டுக்கு சுதந்திரம் பெறுவதைப் பற்றிப் பேசியுள்ளோம் என்பதை நினைவில் கொள்ள வேண்டும். பிரிட்டிஷார் வெளியேறுவதுபற்றி அதில் எந்தக் குறிப்பும் கிடையாது” (மேற்காண் நூல், பக்கம் 2).

சமூக டார்வினிசம் கருத்தைப் பயன்படுத்தி “வலிமையானதே வெல்லும்” என்ற கொள்கையை நியாயப்படுத்தினார். சமூக டார்வினிசம் என்பதோ விஞ்ஞானபூர்வமாகப் பொய்யானது என்பது மட்டுமின்றி, நாஜிசம் உள்ளிட்ட இதர இனவெறிக் கோட்பாடுகளுடன் ஆன தொடர்புகளுக்காக அவப்பெயர் (discredited) பெற்றது ஆகும். ஜூன் 8, 1942 அன்று, இந்திய மக்கள் கொடுமையான அடக்குமுறையை எதிர்கொண்டிருந்த சமயத்தில், கோல்வால்கர் பின்வருமாறு அறிவித்தார்:

“பலவீனமானவர்களுக்கு இழைக்கப்படும் அநீதிக்கு வலிமையானவர்களைக் குறை கூறுவது பயனற்றது. மற்றவர்களை ஏசுவதிலும் விமரிசனம் செய்வதிலும் தனது விலைமதிப்பற்ற நேரத்தைச் செலவிட ஆர்.எஸ்.எஸ் விரும்பவில்லை. பெரிய மீன்கள் சிறிய மீன்களைச் சாப்பிடுகின்றன என்பது நமக்குத் தெரியுமானால், பெரிய மீன்களைக் குறை கூறுவது பைத்தியக்காரத்தனம் ஆகும். இயற்கை விதிகள், அவை நல்லவையாக இருந்தாலும் அல்லது கெட்டவையாக இருந்தாலும், எல்லா நேரத்திலும் உண்மையாக இருக்கின்றன. அதை நியாயமற்றது என்று சொல்வதன்மூலம் இந்த விதியை மாற்ற முடியாது” (SGSD, Volume I, Page 11-12).

கோல்வால்கர் சுதந்திரப் போராட்டத்திற்கு விரோதமான இந்த அணுகுமுறையைத் தனது வழிகாட்டியும் ஆர்.எஸ்.எஸ் நிறுவனருமான ஹெட்கேவரிடம் இருந்து பெற்றார். ஹெட்கேவரின்

அதிகாரப்பூர்வ வாழ்க்கை வரலாற்றில் பின்வரும் வெளிப்படையான அறிக்கை இடம்பெற்றுள்ளது: "ஆர்.எஸ்.எஸ் அமைப்பு நிறுவப்பட்ட பின்னர், ஹெட்கேவர் தனது உரைகளில் இந்துக்களை அமைப்புரீதியாகத் திரட்டுவது பற்றி மட்டுமே பேசுவது வழக்கம். அரசு குறித்த நேரடிக் கருத்துகள் எதுவும் இடம்பெறாமலே இருந்தன" *(C.O. Bhishikar, Sangh Vriksh Ke Beej. Dr. Keshavrao Hedgewar, Sruti Prakashan, Delhi, 1994, Page 24).*

தியாக மரபுகளைக் கொச்சைப்படுத்துதல்

ஆர்.எஸ்.எஸ் நூல்கள் நமது புரட்சியாளர்களின் தியாக மரபுகளைக் கொச்சைப் படுத்துகின்றன. வெற்றி பெற்ற ஆளுமைகளே தனது வணக்கத்திற்கு உரியவர்களாக இருந்தனர் என்று கோல்வால்கர் அறிவித்தார். மேலும் பாரதீயக் கலாச்சாரம் (ஆர்.எஸ்.எஸ்.ஸைப் பொருத்த வரையில் அவர்கள் முன்வைக்கும் இந்துக் கலாச்சாரத்தின் வடிவம் என்பதே இதற்குப் பொருள்) தியாகத்தை வணங்கவோ லட்சியமாகக் கொள்ளவோ இல்லை, அத்தகைய தியாகிகளைத் தங்களது நாயகர்களாகக் கருதவில்லை என்று அவர் அறிவித்தார். அவர் கூறுகிறார்:

"வீர மரணத்தைத் தழுவிய அத்தகைய மனிதர்கள் சிறந்த ஹீரோக்கள் என்பதில் சந்தேகம் இல்லை, அவர்களின் தத்துவம் முதன்மையாக ஆண்மைமிக்கது. அவர்கள் விதிக்கு அடிபணிந்து பயத்திலும் செயலற்ற தன்மையிலும் வாழும் சராசரி மனிதர்களை விட மிக உயர்ந்தவர்கள் ஆவர். இருந்தபோதிலும், அத்தகைய நபர்கள் நம் சமூகத்தில் இலட்சியங்களாக கருதப்படுவது கிடையாது. அவர்களது தியாகத்தை, மனிதன் அடைய விரும்பும் மகத்துவத்தின் மிக உயர்ந்த புள்ளியாக நாம் பார்க்கவில்லை. ஏனெனில் எல்லாவற்றிற்கும் மேலாக, அவர்கள் தங்கள் இலட்சியத்தை அடைவதில் தோல்வியுற்றனர். மேலும், அந்தத் தோல்வியானது அவர்களிடம் சில மோசமான குறைபாடுகள் இருந்தன என்பதைக் குறிக்கிறது" (M.S. Golwalkar, Bunch of Thoughts, Sahitya Sindhu Prakashan, Bangalore, 1996, Page 283).

நமது தியாகிகளை இதைவிட மோசமாக அவமதிக்கும், இழிவுபடுத்தும் கூற்று வேறு எதுவும் இருக்க முடிமா? உண்மையில், கோல்வால்கர் இந்த விசயத்தில் ஹெட்கேவரையே பின்பற்றினார். ஆர்.எஸ்.எஸ் வெளியிட்ட அவரது வாழ்க்கை வரலாற்றின்படி, ஹெட்கேவர் பின்வருமாறு வலியுறுத்தினார் :

"சிறைக்குச் செல்வது மட்டுமே தேசபக்தி அல்ல. அத்தகைய மேலோட்டமான தேசபக்தியால் உந்தப்படுவது சரியானதல்ல.

அதற்கான நேரம் வரும்போது நாட்டுக்காக உயிரைவிடத் தயாராக இருக்க வேண்டும் என்று வலியுறுத்துகிற அதே சமயம், தேச விடுதலைக்கான போராட்டத்தை ஒழுங்கமைக்கும் சமயத்தில் உயிர்வாழ்வதற்கான விருப்பம் கொண்டிருப்பதும் அவசியம்" (Sangh Vriksh Ke Beej, Bhishikar, Page 21).

ஒருவேளை ஹெட்கேவருக்கு பகத்சிங் மற்றும் அவரது தோழர்களுடன் தொடர்பு கிடைந்திருந்தால், அவர்களை மேலோட்டமான தேசபக்தர்கள் என்று கூறி, அவர்களது புரட்சிகரப் பாதையிலிருந்து அவர்களைத் தடுப்பதற்கு நிச்சயம் முயன்றிருப்பார்! ஆனால் புரட்சிகரமான எதற்கும் பக்கத்தில்கூட அவர் போகவில்லை. இதில் வியப்படைவதற்கு எதுவுமில்லை. எல்லாவற்றிற்கும் மேலாக, ஆர்.எஸ்.எஸ் அமைப்பு முழுவதுமே சுதந்திரப் போராட்டத்திலிருந்து மிகவும் விலகியே இருந்தது. தியாகிகளை உருவாக்குவதை விட்டுத் தள்ளுங்கள், ஒரு முக்கிய ஆர்.எஸ்.எஸ் செயல்வீரர்கூட காலனியாதிக்க எதிர்ப்பு நடவடிக்கைகளுக்காகச் சிறை சென்றது கிடையாது.

முஸ்லிம் லீக்குடன் கூட்டணி

இந்தியாவில் காலனியாதிக்க எதிர்ப்பு இயக்கத்தை காட்டிக் கொடுப்பதில் ஆர்.எஸ்.எஸ் தனியாக இருக்கவில்லை. இந்துத்துவா (1923) நூலின் ஆசிரியரும் ஹெட்கேவரின் உந்துசக்தியும் ஆக இருந்த விநாயக் தாமோதர் சாவர்கர் சுதந்திரப் போராட்டத்தை வெளிப்படையாக எதிர்த்தது மட்டுமின்றி, அதனைச் சிறுமைப்படுத்தினார். அது மட்டுமல்ல. சாவர்கரின் கட்சியாகிய இந்து மகாசபை, சுதந்திரப் போராட்டத்தின் ஒற்றுமையைக் குலைப்பதற்காக முஸ்லிம் லீக்குடனேயே கூட்டணியில் இணைந்தது. 1942ஆம் ஆண்டு, கான்பூரில் நடந்த இந்து மகாசபையின் 24வது அமர்வின்போது தனது தலைமையுரையில் சாவர்கர் பின்வருமாறு கூறினார்:

"நடைமுறை அரசியலிலும், நியாயமான சமரசங்களின் மூலம் நாம் முன்னேற வேண்டும் என்பதை இந்து மகாசபை அறிந்திருக்கிறது. அண்மையில், சிந்துப் பகுதி இந்து மகாசபை தனக்கு விடுக்கப்பட்ட அழைப்பின்பேரில், கூட்டணி அரசாங்கத்தை நடத்துவதற்கு முஸ்லிம் லீக்குடனேயே கைகோர்த்துக் கொள்ளும் கடமையை நிறைவேற்றி உள்ளது என்பதைப் பாருங்கள். வங்காளத்தில் என்ன நடந்தது என்பது அனைவருக்கும் தெரியும். மிகப் பணிந்துபோகும் தன்மைகொண்ட காங்கிரசுகாரர்கள்கூட சமாதானப்படுத்த முடியாத, பக்குவமடையாத முஸ்லிம் லீக்

கட்சியினர்கூட இந்து மகாசபையுடன் தொடர்பில் வந்த பின்னர் நியாயமான சமரசம் செய்து கொள்பவர்களாகவும் நேசத்தன்மை உடையவர்களாகவும் மாறினர். கூட்டணி அரசாங்கமானது திரு. ஃபஸ்லுல் ஹக்கின் தலைமை மற்றும் நமது மதிப்புக்குரிய டாக்டர் சியாம பிரசாத் முகர்ஜியின் திறமைமிகு வழிகாட்டுதலின்கீழ் சுமார் ஒரு வருட காலம் இரண்டு சமூகங்களுக்கும் பயன்தரும் வகையில் வெற்றிகரமாகச் செயல்பட்டது" (மேற்காண் நூல், பக்கம் 479-480).

நேதாஜி சுபாஷ் சந்திர போசுக்கு எதிரான துரோகம்

ஆர்.எஸ்.எஸ் அமைப்பும் அதனைப் பின்பற்றுபவர்களும் நேதாஜி சுபாஷ் சந்திர போசை ஒரு மாபெரும் சுதந்திரப் போராளி என்று போற்றுவதாகச் சொல்லிக் கொள்கிறார்கள். நேதாஜி பிரிட்டிஷ்காரர்களை வெளியேற்றுவதற்கு ஒரு ராணுவப் போராட்டம் நடத்துவதற்காக வெளிநாடுகளில் இந்திய தேசிய ராணுவத்தைக் கட்டியமைக்கும் பணியில் ஈடுபட்டிருந்த அதே சமயம், ஆர்.எஸ்.எஸ்-ஸின் முழு ஒத்துழைப்புடன் சாவர்கர் பிரிட்டிஷ் ஆட்சியாளர்களுடன் கைகோர்த்துக் கொண்டார் என்பதில் இருந்து அவர்கள் நேதாஜியை நேசித்ததாகச் சொல்லிக் கொள்வது எந்த அளவு உண்மை என்பதைப் புரிந்துகொள்ளலாம். 1941ஆம் ஆண்டு பகல்பூரில் நடைபெற்ற இந்து மகாசபை மாநாட்டில் அதன் தலைவர் என்ற முறையில் தலைமையுரை ஆற்றிய அவர், நாட்டின் சாதாரண இந்துக்களுக்குப் பின்வரும் வழிகாட்டுதலை வழங்கினார்:

"இந்தியாவின் பாதுகாப்பைப் பொருத்த வரையில், இந்துக்குழாம் (Hindudom) ஆனது இந்து நலன்களுக்குப் பாதிப்பு இல்லாத வகையில் பதில்நோக்கு ஒத்துழைப்பு (responsive co-operation) உணர்வுடன் இந்திய அரசின் போர் முயற்சிகளுக்குத் தயக்கமின்றி ஒத்துழைக்க வேண்டும், ராணுவம், கடற்படை, விமானப்படை ஆகியவற்றில் முடிந்த அளவு அதிக எண்ணிக்கையில் தம்மை இணைத்துக் கொள்ள வேண்டும். ஆயுதங்கள், வெடிமருந்துகள் மற்றும் போர்க்கருவித் தொழிற்சாலைகள் ஆகியவற்றில் சேர்ந்துகொள்ள வேண்டும். எனவே இந்து மகாசபை இந்துக்களை -குறிப்பாக வங்காள மற்றும் அசாம் மாகாணங்களில் உள்ள இந்துக்களை - ஒரு நிமிடம்கூட வீணாகாமல் அனைத்து ஆயுத இராணுவப் படைகளிலும் சேரும்படித் தூண்ட வேண்டும்" (V.D. Savarkar, Samagra Savarkar Wangmaya, Hindu Rashtra Darshan. Volume 6, Maharashtra Prantik Hindu Sabha, Poona, 1963, Page 460).

இந்து சங்காதன உணர்வு கொண்ட லட்சக்கணக்கான இந்துப் போராளிகளைக் கொண்டு பிரிட்டிஷ் ராணுவம், கடற்படை மற்றும் விமானப்படை ஆகியவற்றை நிரப்ப வேண்டும் என்று சாவர்கர் இந்துக்களுக்கு அறைகூவல் விடுத்தபோது இந்த பதில்நோக்கு ஒத்துழைப்பு (responsive co-operation) நடைமுறைப்படுத்தப் பட்டது (மேற்காண் நூல், பக்கம் 461). இந்து மகாசபை மேற்கொண்ட முயற்சிகள் மூலம் மட்டுமே, ஒரு வருட காலத்திற்குள் பிரிட்டிஷ் ராணுவத்தில் ஒரு லட்சம் இந்துக்கள் சேர்க்கப்பட்டனர் என்று சாவர்கர் இந்துமகாசபைத் தொண்டர்களுக்கு அறிவித்தார் (மேற்காண் நூல், பக்கம் 439). பிரிட்டிஷ் ஆட்சியாளர்களுக்கு அடிபணிந்து நடந்த முஸ்லிம் லீக் கூட அத்தகைய ஆட்சேர்ப்பு முகாம்களை ஏற்பாடு செய்ய மறுத்துவிட்டது என்பதை இங்கே கவனிக்க வேண்டும்.

கூட்டு தேசிய அடையாளங்களுக்கு எதிரான வெறுப்புணர்வு

இரு தேசக் கோட்பாட்டில் ஆர்.எஸ்.எஸ் உறுதியான நம்பிக்கை கொண்டிருந்தது என்பதால், நமது ஐக்கியப் போராட்டத்தின் அடையாளங்களையும், இந்தியாவின் கூட்டு தேசியவாதத்தையும் அது வெறுப்பது இயல்பானதே. ஆர்.எஸ்.எஸ் பத்திரிகையான "ஆர்கனைசர்" சுதந்திரத்தை ஒட்டி ஆகஸ்டு 14, 1947 அன்று வெளியிட்ட இதழில் '*Whither*' என்னும் தலையங்கக் கட்டுரையில், ஒரு கூட்டு தேசம் பற்றிய கருத்தை முற்றிலுமாக நிராகரித்தது. *"தேசியம் (nationhood) குறித்த பொய்யான கருத்துகள் இனியும் நம்மீது தாக்கம் செலுத்த நாம் அனுமதிக்க வேண்டாம்.... இந்துஸ்தானத்தில் இந்துக்களே தேசமாக இருக்கிறார்கள். தேசியக் கட்டமைப்பானது பாதுகாப்பான மற்றும் வலிமையான அந்த அடித்தளத்தின் மீது கட்டப்பட வேண்டும்... இந்து மரபுகள், கலாச்சாரம், கருத்துகள் மற்றும் அபிலாஷைகளின் (aspiration) அடிப்படையில் இந்துக்களால் தேசம் கட்டமைக்கப்பட வேண்டும்".*

அனைவரையும் உள்ளடக்கிய தேசியத்தைப் பிரதிபலிக்கும் தேசியக் கொடியாக அமைந்துள்ள இந்திய மூவர்ணக் கொடி, இந்து தேசியவாதிகளின் விசேஷ வெறுப்பின் இலக்காக இருந்தது. இந்திய அரசியல் நிர்ணய சபை மூவர்ணக் கொடியை தேசியக் கொடியாக ஏற்றுக்கொண்டபோது, ஆர்.எஸ்.எஸ்-ஸின் அதிகாரபூர்வ ஆங்கிலப் பத்திரிகை தனது ஆகஸ்டு 14, 1947ஆம் தேதியிட்ட இதழில், இந்தத் தேர்வை அவமதிக்கும் விதமாக காங்கிரசு ஆட்சியாளர்களின் முடிவுக்குப் பின்னரும் கூட அது "இந்துக்களால்

மதிக்கவோ ஏற்றுக்கொள்ளவோ படாது" என்று அறிவித்தது. "மூன்று என்னும் சொல்லே தீமையானது, மூன்று வண்ணங்களைக் கொண்ட ஒரு கொடி நிச்சயமாக மிகவும் மோசமான உளவியல் விளைவை உருவாக்கும் மற்றும் நாட்டிற்குத் தீங்கு விளைவிக்கும்" என்றும் அது குறிப்பிட்டது.

சாதியம்மீதான வெட்கக்கேடான காதல்

ஜனநாயக-மதச்சார்பற்ற அரசியலுக்கு ஆர்.எஸ்.எஸ் முன்வைக்கும் மாற்று தான் என்ன? மனுஸ்மிருதியைச் சட்டமாகக் கொண்டிருக்கும் இந்து ராஷ்டிரம் அமைய வேண்டும் என்று அவர்கள் விரும்புகிறார்கள். நவம்பர் 26, 1949 அன்று அரசியல் நிர்ணய சபை இந்திய அரசியல் சாசனத்தை அங்கீகரித்தது. நவம்பர் 30ஆம் தேதி அன்று ஆர்.எஸ்.எஸ் ஏடான ஆர்கனைசர் "ஆனால் பண்டைய பாரதத்தில் நடைபெற்ற தனித்துவம் மிக்க அரசியலமைப்பு வளர்ச்சிகுறித்து நமது அரசியல் சாசனத்தில் எந்தக் குறிப்பும் இல்லை. ஆனால் நமது அரசியல்சாசன வித்தகர்களுக்கு அது ஒரு பொருட்டே அல்ல" என்று தலையங்கம் தீட்டியது. மனுஸ்மிருதி சூத்திரர்கள், தலித்துகள் மற்றும் பெண்கள் பற்றிய அவதூறான மற்றும் மனிதாபிமானமற்ற குறிப்புகளுக்குப் பெயர் பெற்றது ஆகும். இந்தக் காரணத்திற்காகவே, அதற்கு எதிர்ப்புத் தெரிவிக்கும் விதமாக வரலாற்றுச் சிறப்பு மிக்க மகாத் போராட்டத்தின்போது (மார்ச் 20, 1927) பி.ஆர்.அம்பேத்கர் முன்னிலையில் மனுஸ்மிருதியின் நகல் எரிக்கப்பட்டது.

ஆர்.எஸ்.எஸ்.ஸைப் பொறுத்தவரையில், அதன் தேசிய இலக்கு (Mission) குறித்து எந்தச் சந்தேகமும் இல்லை. மனுஸ்மிருதியை இந்த நாட்டின் சட்டமாக்க வேண்டும் என்பதை அது ஆதரிக்கிறது. மனுஸ்மிருதியைத் தேர்வு செய்தது என்பது, ஆர்.எஸ்.எஸ் அமைப்பு வர்ண முறை மற்றும் சாதிச் சமுதாயத்தை லட்சிய சமூகமாகக் கொண்டதன் விளைவே ஆகும். ஆர்.எஸ்.எஸ்.ஸின் மிக முக்கியமான சித்தாந்தவாதியான கோல்வால்கரின் கருத்துப்படி, இந்து தேசம், இந்து தேசியம் மற்றும் ஆகியவை ஒன்றே ஆகும். அவர் பின்வருமாறு அறிவித்தார்:

"மக்களே .... விராட் புருஷன் ஆகும், தன்னை வெளிப்படுத்திக் கொள்ளும் எல்லாம் வல்ல இறைவனாகும். புருஷ சூக்தத்தில் இந்து என்ற சொல்லை அவர்கள் பயன்படுத்தவில்லை என்றாலும், சூரியனும் சந்திரனும் அவனது கண்கள் ஆகும், வானமும் நட்சத்திரங்களும் அவனது தொப்புளில் இருந்து படைக்கப்பட்டன,

மேலும் பிராமணன் அவனது தலையாகவும், சத்திரியன் அவனது கைகளாகவும், வைசியன் தொடைகளாகவும், சூத்திரன் காலாகவும் இருக்கிறான், என்று இறைவன் சித்தரிக்கப் படுவதில் இருந்து தெளிவாகத் தெரிகிறது. இந்த நால்வகை ஏற்பாடு உடைய மக்களே அதாவது இந்துக்களே நமது கடவுள் என்பதே இதன் பொருளாகும்.

கடவுள் குறித்த இந்த உயர்ந்தபட்சப் பார்வையே தேசம் பற்றிய நமது கருத்தாக்கத்தின் கருவாக உள்ளது. நமது சிந்தனையில் ஊடுருவிச் சென்று நமது கலாச்சார மரபின் பல்வேறு தனித்தன்மை உடைய கருத்தாக்கங்களுக்கு வழி வகுத்தது" (Golwalkar, Bunch of Thoughts, Page 36-37).

டிசம்பர் 17, 1960 அன்று குஜராத் பல்கலைக் கழகத்தின் சமூக அறிவியல் பிரிவு மாணவர்கள் மத்தியில் உரையாற்றுவதற்கு கோல்வால்கர் அழைக்கப்பட்டார். பாலினம், சாதி, மதம், பிராந்தியம் ஆகிய பாகுபாடுகள் இன்றி அனைவருக்கும் சம உரிமை வழங்கும் அரசியல் சாசனத்தை இந்தியா ஏற்றுக் கொண்டதற்குப் பத்தாண்டுகளுக்குப் பிறகு இந்துத்துவத்தின் புகழ்பெற்ற குரு அடக்குமுறை சாதிய அமைப்புக்கு ஆதரவளித்தார்:

"அறியாமை காரணமாக இன்று நாம் வர்ண முறையை இழிவு படுத்த முயற்சிக்கிறோம். ஆனால் இந்த முறை மூலமாக மட்டுமே மிகைப்பற்று உணர்வைக் (possessiveness) கட்டுப்படுத்த பெருமுயற்சிகள் செய்ய முடியும். சமூகத்தில் சிலர் அறிவாளிகளாகவும், சிலர் உற்பத்தி செய்வதில் வல்லுநராகவும், சிலர் சொத்து சேகரிப்பதில் வல்லுநராகவும், சிலர் உழைப்புத் திறன் உடையவர்கள் ஆகவும் இருக்கிறார்கள். நமது முன்னோர்கள் சமூகத்தில் இந்த நான்கு பரந்த பிரிவுகளைக் கண்டார்கள். வர்ண முறை என்பது, இந்தப் பிரிவுகளை முறையாக ஒருங்கிணைத்து, ஒருவன் எந்தச் செயல்களுக்கு மிகப் பொருத்தமாக இருக்கிறானோ அதைப் பரம்பரையாக வளர்த்தெடுப்பதன் மூலம் ஒரு தனிமனிதன் தனது திறனுக்கு ஏற்றவாது சமூகத்திற்குப் பங்களிப்பு செய்ய உதவி செய்யும் முறையே ஆகும்" (M.S. Golwalkar, cited in Organiser, January 2, 1961, pages 5 and 16).

அனைத்து இந்துக்களின் நலனுக்காகத் தான் உழைப்பதாக ஆர்.எஸ்.எஸ். சொல்லிக் கொள்கிறது. இது ஒரு பொய்யாகும். அது பிராமண மேலாதிக்கம்–அதிலும் குறிப்பாக வட இந்திய பிராமணப் பார்வை - கொண்ட இந்துச் சமூகத்தை மனதில் கொண்டுள்ளது. இந்துக்கள் அனைவரும் சமமானவர்கள் அல்ல,

தலித்துகளை விட்டுத் தள்ளுங்கள், தென்னிந்தியாவைச் சேர்ந்த உயர்சாதி இந்துக்கள் கூட இனரீதியாகத் தாழ்ந்தவர்கள் ஆகக் கருதப்பட்டனர். குஜராத் பல்கலைக்கழகத்தில் நிகழ்த்திய அதே உரையில், இனக் கோட்பாட்டின் மீதான தனது உறுதியான நம்பிக்கையைக் கோடிட்டுக் காட்டிய கோல்வால்கர், அங்கு உயர் சாதி ஆண்கள் பெண்களை பாலியல்ரீதியாகச் சுரண்டிய ஒரு வெறுக்கத்தக்க நடைமுறையைப் பின்வருமாறு நியாயப்படுத்துகிறார்:

“குறுக்கு இனப்பெருக்கத்தின் மூலம் மனித இனத்தை மேம்படுத்துவதற்கான முயற்சியாக, வடக்கைச் சேர்ந்த நம்பூதிரி பிராமணர்கள் கேரளாவில் குடியமர்த்தப் பட்டனர். மேலும், ஒரு நம்பூதிரிக் குடும்பத்தின் மூத்த மகன் கேரளாவின் வைசிய, சத்திரிய அல்லது சூத்திர சமூகத்தைச் சேர்ந்த பெண்களை மட்டுமே திருமணம் செய்து கொள்ள முடியும் என்று ஒரு விதி உருவாக்கப்பட்டது. எந்த வகுப்பைச் சேர்ந்த பெண்ணாக இருந்தாலும், நம்பூதிரி பிராமணர்கள் மூலமாகவே தனது முதல் குழந்தையைப் பெற்றுக் கொள்ள வேண்டும், அதற்குப் பிறகு தனது கணவன் மூலம் அவள் குழந்தை பெற்றுக் கொள்ளலாம் என்று அதைவிடத் துணிச்சலான மற்றொரு விதியும் இருந்தது. இன்று இந்த சோதனை விபச்சாரம் என்று அழைக்கப்படும், ஆனால் அது அவ்வாறு இருக்கவில்லை, ஏனெனில் இது முதல் குழந்தைக்கு மட்டுமே பொருந்துவதாக இருந்தது”.

வியப்பூட்டும் விதமாக, குஜராத்தில் உள்ள ஒரு முதல்நிலைப் பல்கலைக்கழகத்தின் ஆசிரியர்கள் மற்றும் மாணவர்கள் முன்னிலையில் இந்த இனவெறி பிடித்த, மற்றும் பெண்கள் விரோத கருத்துகளை வெளிப்படுத்தினார் கோல்வால்கர். மனுதர்மத்தில் நம்பிக்கை கொண்டுள்ள ஆர்.எஸ்.எஸ், சமமின்மையே இந்துச் சமூகத்தின் சாரம் என்று இயற்கையாகவே நம்பியது. கோல்வால்கர் ஜனநாயகத்தை வெறுத்தார், அதுவே இன்றைய ஆர்.எஸ்.எஸ் பி.ஜே.பி. ஆட்சியாளர்களின் தனிச் சிறப்பு அடையாளம் (Hallmark) ஆகும். 1940 ஆம் ஆண்டு நாக்பூரில் உள்ள ஆர்.எஸ்.எஸ்-ஸின் தலைமையகத்தில் அதன் 1350 உயர்மட்டப் பணியாளர்களிடம் உரையாற்றியபோது, அவர் “ஒரே கொடி, ஒரே தலைவன், ஒரே சித்தாந்தம் என்ற கருத்தினால் உந்தப்பட்டுள்ள ஆர்.எஸ்.எஸ். இந்த மாபெரும் தேசத்தின் ஒவ்வொரு மூலையிலும் இந்துத்துவச் சுடரை ஏற்றி வைக்கிறது” என்று அறிவித்தார். (*SGSD, Volume I, Page 11*). ஒரே கொடி, ஒரே தலைவன், ஒரே சித்தாந்தம் என்னும் இந்த முழக்கம்,

ஐரோப்பிய நாஜி மற்றும் பாசிஸ்ட் கட்சித் திட்டங்களில் இருந்து நேரடியாக இரவல் பெறப்பட்டது ஆகும்.

அரசியல் கண்ணாமூச்சி விளையாட்டு

ஆர்.எஸ்.எஸ் ஒரு கலாச்சார / சமூக அமைப்பு என்றும் அரசியலுடன் அதற்கு எந்த தொடர்பும் இல்லை என்று சொல்வதை நாம் அடிக்கடி கேள்விப்படுகிறோம்:

"ஆர்.எஸ்.எஸ் ஒரு அரசியல் கட்சி அல்ல. அது தேர்தல்களில் பங்கெடுப்பது கிடையாது, அதில் பதவி வகிப்பவர்கள் எந்த அரசியல் கட்சியிலும் பதவி வகிக்கக் கூடாது. ஆர்.எஸ்.எஸ்.ஸுக்கு தேர்தல் சின்னம் கிடையாது, அதன் தலைமையோ அல்லது உறுப்பினர்களோ எப்போதுமே அரசியல் பதவி பெற முயற்சி செய்தது கிடையாது. அது அனைத்து தேசிய செயல்பாடுகளை ஊக்குவிக்க முயற்சி செய்யும் ஒரு சமூக-கலாச்சார அமைப்பு ஆகும்" (Organiser, Delhi, February 6, 2000).

ஆர்.எஸ்.எஸ்.ஸின் இந்தக் கூற்றை, மார்ச் 5, 1960 அன்று இந்தூரில் ஆர்.எஸ்.எஸ்.ஸின் உயர்மட்டப் பணியாளர்களிடம் உரையாற்றும்போது கோல்வால்கர் கூறியதோடு நாம் ஒப்பிட வேண்டும். அவர் பின்வருமாறு கூறினார்:

"நமது சில சுயம்சேவக்குகள் (தொண்டர்கள்) அரசியலில் ஈடுபடுகிறார்கள் என்பதும் நமக்குத் தெரியும். அங்கு அவர்கள் வேலையின் தேவை, பொதுக் கூட்டங்கள், ஊர்வலங்கள் போன்றவற்றின் தேவைகளுக்கு ஏற்ப ஒழுங்கமைத்துக் கொள்ள வேண்டும், கோஷங்களை எழுப்ப வேண்டும். நமது பணியில் அவை எதற்கும் இடமில்லை. இருப்பினும், நடிகரானவர் ('Nat' என்ற சொல்லை இங்கே அவர் பயன்படுத்தி இருக்கிறார், நடிகர் என்று அதற்குப் பொருள் கொள்ளலாம் – மொழிபெயர்ப்பாளர்) தான் ஏற்றுக்கொண்ட கதாபாத்திரத்தைத் தனது திறமைக்கு ஏற்றவாறு சித்தரிக்க வேண்டும். ஆனால் சில நேரங்களில் ஸ்வயம் சேவகர்கள் இதயத்தில் அதிக ஆர்வத்தை வளர்த்துக் கொள்வதால் நடிகருக்கு ஒதுக்கப்பட்ட பாத்திரத்தைத் தாண்டிச் சென்று விடுகிறார்கள். அதனால் இந்த வேலைக்குப் பயனற்றவர்கள் ஆகி விடுகிறார்கள். அது நல்லதல்ல" (SGSD, Volume 4, Pages 4-5).

அரசியல் துணை அமைப்புகளுக்கு இரவலாகத் தரப்பட்ட சுயம்சேவக்குகளை (ஆர்.எஸ்.எஸ் தொண்டர்களை) நாட்டியக்காரர் அல்லது நடிகர் (performer), ஆர்.எஸ்.எஸ் ஆட்டுவித்தபடி ஆட வேண்டியவர் என்று கோல்வால்கர் குறிப்பிடுவதை நாம் இங்கே பார்க்கிறோம். 'பெருமகிமைக்கான பாதையில்' *(On the Road*

To Great Glory) என்ற ஆர்.எஸ்.எஸ். பிரசுரம், பல்வேறு பணிகளுக்காக ஆர்.எஸ்.எஸ்.ஸால் உருவாக்கப்பட்ட நாற்பதுக்கும் மேற்பட்ட அமைப்புகள் குறித்த விவரங்களைத் தருகிறது. அதில் குறிப்பிடத்தக்க விதமாக பா.ஜ.க. நான்காவது இடத்தில் உள்ளது *(S.D. Sapre. {ara, Vaaibhav Ke Path Par, Suruchi Prakashan, Delhi, 1997, Page 7).*

ஆர்.எஸ்.எஸ்.ஸின் உண்மை முகத்தை அம்பலப்படுத்தி, அதன் ரகசிய செயல்திட்டத்தை வெளிக்கொணரும் பேராசிரியர் கஸ்பேவின் படைப்பு, இந்தியாவின் மிகச் சிறந்த சோசலிசக் கருத்தியலாளர்களில் ஒருவரான மது லிமயேவின் எழுத்துகளில் பிரதிபலிக்கப்பட்டுள்ளது. 1977-79ஆம் ஆண்டுகளில் ஜனதா கட்சியைக் கைப்பற்ற ஆர்.எஸ்.எஸ் முயற்சி செய்தபோது, அவர் தேசவிரோத இந்துத்துவக் கருத்தியலுக்கு எதிராக தீரமிக்க சித்தாந்தப் போராட்டங்களை நடத்தினார் *(Madhu Limaye "What is RSS" This was written soon after the split in the Janata Party and was published in the Hindi weekly Ravivar in 1979).* சுமாராக இந்த நூல் எழுதப்பட்ட அதே காலத்தில் (1979) 'தேசியம் குறித்த பிரச்சினையில் ஆர்.எஸ்.எஸ் உடனான எங்கள் முதல் வேறுபாடு இருந்தது. இந்திய தேசத்தில் ஒவ்வொரு குடிமகனுக்கும் சம உரிமைகள் உண்டென்று நாங்கள் நம்பினோம். ஆனால் ஆர்.எஸ்.எஸ்.ஸும் சாவர்கரியவாதிகளும் இந்து ராஷ்டிரம் பற்றிய கருத்தை முன்வைத்தனர்' என்றார் மது லிமயே.

'நாங்கள் ஜனநாயகக் குடியரசு ஒன்று உதயமாக வேண்டும் என்று விரும்பினோம். ஆனால் ஜனநாயகம் என்பது இந்தியாவுக்குப் பொருத்தமற்ற ஒரு மேலைக் கருத்தாக்கம்' என்றது ஆர்.எஸ்.எஸ். அந்த நாட்களில் ஆர்.எஸ்.எஸ் உறுப்பினர்கள் இட்லரை வெகுவாகப் புகழ்ந்தனர், ஜெர்மனியில் இட்லர் யூதர்களுக்குச் செய்தது போன்று, இந்தியாவிலிருந்து முஸ்லிம்களும் கிறித்துவர்களும் துடைத்தெறியப்பட வேண்டும் என்ற கோல்வால்கர் கூற்றுடன் உடன்பட்டனர். 'வேர்வரை செல்லும் வேறுபாடுகள் கொண்ட இனங்களும் கலாச்சாரங்களும் ஒன்றுபட்ட முழுமையாக ஒன்றிணைக்கப்படுவது முற்றிலும் இயலாத ஒன்று என்பதை ஜெர்மனி நமக்குக் காட்டியுள்ளது. இந்துஸ்தானத்தில் உள்ள நாம் கற்றுக் கொள்ளவும் பயன்பெறவும் அது நல்ல படிப்பினை ஆகும்" என்றார் கோல்வால்கர் *(M.S. Golwalkar, We Our Nationhood Defined, Bharat Publication, Nagpur, 1939, Page 35).*

மது லிமயேவின் கூற்றுப்படி, சாதியவாதத்தை இந்துயிசம் மற்றும் இந்து தேசம் ஆகியவற்றின் பிரிக்க முடியாத பகுதியாக ஆக்கும் முயற்சியை ஆர்.எஸ்.எஸ் அப்பட்டமாக ஆதரித்தது ஆர்.எஸ்.எஸ் உடனான மற்றொரு முக்கிய வேறுபாடு ஆக இருந்தது. குரு கோல்வால்கருக்கு உத்வேகம் தரும் சாணக்கியரின் அர்த்த சாத்திரம், பிராமணர்கள், சத்திரியர்கள் மற்றும் வைசியர்கள் ஆகியோருக்குச் சேவை செய்வதே சூத்திரர்களின் மதக்கடமை ஆகும் என்று தெளிவாகக் கூறுகிறது. ஒரு புத்திசாலித்தனமான சூழ்ச்சியாக, மேல்சாதிகளுக்கு சேவை செய்வது என்பதை "சமூகத்திற்கு சேவை செய்வது" என்று அதை மாற்றி விடுகிறார் கோல்வால்கர்.

ஜனதா கட்சி அரசாங்கம் மத்தியில் ஆட்சியில் இருந்தபோது (1977-79), ஆர்.எஸ்.எஸ் இந்திய அரசைக் கைப்பற்றுவதற்கான முதல் ஒருங்கிணைந்த முயற்சியை மேற்கொண்டது. அந்தச் சமயத்தில் (Zot) போன்ற வெளியீடுகள் இந்துத்துவ முகாமின் உண்மை நோக்கங்களை அம்பலப்படுத்தின. அதில் ஆர்.எஸ்.எஸ் வெற்றி பெறவில்லை, ஜனதா கட்சி அரசாங்கமும் தப்பிப் பிழைக்கவில்லை. இன்று இந்திய அரசு ஆர்.எஸ்.எஸ். தொண்டர்கள் மூலம் அதன் முழுக் கட்டுப்பாட்டில் உள்ளது. இந்து தேசியம், சாதியம் மற்றும் எதேச்சாதிகாரம் ஆகியவற்றின் கொடி தாங்கியாக இருக்கும் ஆர்.எஸ்.எஸ், நாட்டின் ஜனநாயக மதச்சார்பற்ற அரசியலின் தொடர்ச்சிக்கு மிகப்பெரிய அச்சுறுத்தல் ஆக இருக்கிறது.

இந்த அபாயம் குறித்து 1940ஆம் ஆண்டே டாக்டர் அம்பேத்கர் எச்சரித்து இருந்தார். "இந்து ராஜ்ஜியம் என்பது உண்மையாக மாறினால், அது இந்த நாட்டிற்கு மிகப்பெரிய பேரழிவாக இருக்கும் என்பதில் சந்தேகமில்லை..... அது சுதந்திரம், சமத்துவம் மற்றும் சகோதரத்துவம் ஆகியவற்றுக்கு எதிரான மிகப் பெரும் அச்சுறுத்தல் ஆகும். அந்த வகையில் அது ஜனநாயகத்திற்கு முற்றிலும் பொருந்தாதது. என்ன விலை கொடுத்தேனும், இந்து ராஜ்ஜியத்தைத் தடுக்க வேண்டும்" *(B.R. Ambedkar, Pakistan or the Partition of India, Government of Maharashtra. 1990, Page 358, First Published in 1940).*

ஆர்.எஸ்.எஸ். ஒரு திரை விலக்கம் (Decoding the RSS) போன்ற வெளியீடுகள், சமத்துவ இந்தியா பற்றிய கருத்தை உயர்த்திப் பிடிப்பதில் அக்கறை கொண்ட அனைவரையும் கருத்தியல்ரீதியாகத் தயார்ப்படுத்த உதவுகின்றன.

❑

எங்களுக்கு ஆண்டைகளாக இருப்பது
உங்கள் நலனுக்கு ஏற்றதுதான்
உங்களுக்கு அடிமையாய் இருப்பது
எங்கள் நலனுக்கு எப்படி உகந்ததாகும்?

- தூசிடைடஸ்

ஏழாம் பதிப்புக்கான முன்னுரை

நாகரிகங்கள் வளர்ச்சியடைவது அதற்கான விரிவாக்கக் கருவிகளை தமக்குள் கொண்டிருப்பதால்தான் என்று கரோல் குயிக்லி 1961ஆம் ஆண்டு வாதிட்டார். அதாவது அவை உருவாகும் உபரியை ஒன்று குவித்து அதனை உற்பத்திப் பெருக்கத்திற்கு வழிவகுக்கும் புத்தாக்கங்களில் முதலீடு செய்ய உதவும் ராணுவ, மத, அரசியல் அல்லது பொருளாதார கட்டமைப்பைக் கொண்டிருப்பதால்தான் என்பார். உபரியை உற்பத்தியை புதிய வழிகளில் நடத்த தேவையான புத்தாக்கங்களில் முதலீடு செய்யாதபோது நாகரிகங்கள் வீழ்ச்சியடையகின்றன. நவீனகாலபதங்களில் 'முதலீட்டு சதவீதம் குறையும்போது' வீழ்ச்சியடைகின்றன எனக் கூறலாம். உபரியின் மீது ஆதிக்கம் செலுத்தும் சமூகத் தட்டு அதனை ஆக்க ரீதியாக அல்லாது தங்கள் அகந்தைக்கு தீனிபோட பயன்படுத்தும்போது வீழ்ச்சி ஏற்படுகிறது. உருவாகும் உபரியை அதிகத் திறன் கொண்ட உற்பத்திப் புத்தாக்கத்திற்காக அல்லாது நுகர்வுக்கு பயன்படுத்தும்போது வீழ்ச்சி ஏற்படுகின்றது. மக்கள் தங்களது முதலீட்டிற்கான பொருளை வெறுமனே உண்டு களித்தால் நாகரிகம் ஒட்டுமொத்த முன்னேற்றம் என்பதிலிருந்து வழுவி சிதிலம் ஆகும் நிலைக்குச் செல்கின்றது.

- சாமுவல் ஹண்டிங்டன்
'நாகரிகங்களின் மோதலும் உலக கட்டுக்
கோப்பை மாற்றி அமைப்பதும்' நூலில்

'ZOT' என்ற பெயரில் மராத்தி மொழியில் எழுதப்பட்ட எனது நூல் ஆங்கிலத்தில் 'RSS : Its Tradition and Politics' என்ற பெயரில் மொழி பெயர்க்கப்பட்டு, முதன் முதலில் 1978 மே மாதம் வெளியிடப்பட்டது. ராஷ்டிரிய சுயம்சேவக் சங்கத்தின் (ஆர்.எஸ்.எஸ்) சில ஆர்வமுள்ள தொண்டர்கள், ஜூன் 9, 1978 அன்று புனேவில் நடைபெற்ற ஜனதா கட்சியின் ஒரு அமர்வின்போது இந்த நூலை பகிரங்கமாகத் தீவைத்து எரித்தனர். அவர்களும் ஜனதா கட்சியின் உறுப்பினர்களாக இருந்தனர். கட்சியின் நிகழ்ச்சியில் இந்த நூல் விற்கப்படுவதை அவர்கள் விரும்பவில்லை. ஜனதா கட்சியின் சோசலிஸ்ட் உறுப்பினர்கள் இந்தச் செயலுக்கு எதிர்ப்பு தெரிவித்தனர். இது சோசலிஸ்ட்கள் மற்றும் ஆர்.எஸ்.எஸ் தொண்டர்களிடையே மோதலுக்கு வழிவகுத்தது.

இந்த மோதலானது ஜனதா கட்சிக்குள் ஏற்கனவே உருவாகி இருந்த விரிசல்களை மேலும் பெரிதுபடுத்தியது. அதற்குப் பின்னர் விரைவில் கட்சி பிளவு பட்டது. இவை அனைத்தும் இந்த நூலை வெளிச்சத்திற்குக் கொண்டு வந்தன. அதன் விற்பனை எண்ணிக்கை சாதனையை எட்டியது. அதன் வெளியீட்டாளர் நான்கு மாத காலத்திற்குள் மூன்று பதிப்புகளைக் கொண்டுவர வேண்டியிருந்தது. இந்த நூல் பின்னர் இன்னும் பல பதிப்புகளைக் கண்டது. மேலும், இது கன்னடம் மற்றும் தெலுங்கிலும் மொழிபெயர்க்கப்பட்டது.

இந்த நூலின் நோக்கங்கள்

இந்த நூலின் மராத்திப் பதிப்பு முதன்முதலில் வெளியிடப்பட்டு தற்போது நாற்பது ஆண்டுகளுக்கும் மேலாகிவிட்டன. அதற்குப் பிறகு ஏராளமான நிகழ்வுகள் நடைபெற்று உள்ளன. இது வெளியிடப்பட்டபோது, ஆர்.எஸ்.எஸ். ஒரு அழுத்தக் குழுவாக செயல்பட்டு வந்தது. அப்போது ஆட்சியில் இருந்த ஜனதா கட்சியுடன் கூட்டணியில் இருந்தது. இந்துத்துவ சித்தாந்தத்திற்கு விசுவாசமான ஆர்.எஸ்.எஸ். தனக்கு விசுவாசமான மற்றும் செயலூக்கம் உடைய தொண்டர்கள் குழுவுடன், அந்த எல்லைக்குக் கட்டுப்பட்டு செயல்படுவதை நோக்கமாகக் கொண்டிருந்தது. அதன் இரண்டாவது தலைவரான எம்.எஸ் கோல்வால்கர், சிந்தனைக்கொத்து (Bunch of Thoughts) என்ற நூலில் ஆர்.எஸ்.எஸ்.ஸுக்கான சித்தாந்தக் கட்டமைப்பை வகுத்தளித்தார், 1966ஆம் ஆண்டு அது வெளியானது. நெருக்கடிநிலைக்குப் பிந்தைய காலகட்டத்தில் வலதுசாரி சக்திகள் குறிப்பிடத்தக்க எழுச்சி பெற்றன. இது படிப்படியாக ஒழுங்கமைக்கப்பட்டு அவை மிகவும் வலிமை உடையவையாக மாறின. 1977ஆம் ஆண்டில் ஜனதா கட்சி அமைக்கப்பட்ட பின்னர் அவர்கள் அக்கட்சியுடன் கைகோர்த்தனர். இந்தச் சக்திகள், குறிப்பாக ஆர்.எஸ்.எஸ். பல்வேறு குழுக்கள் மற்றும் தனிநபர்களை ஒழுங்கமைத்து ஆட்சிக்கு வர வழிவகை செய்தன. இதுவே ஆர்.எஸ்.எஸ்.ஸின் இருப்புக்கான முக்கிய நோக்கமாக இருந்தது. எனவே, ஜனதா கட்சி மத்தியில் ஆட்சியமைக்க இந்தச் சமயத்தில் அதன் கொள்கைகள் மற்றும் அது செயல்படுத்த வேண்டிய திட்டங்கள் ஆகியவை குறித்து கட்சி உறுப்பினர்களிடையே வெளிப்படையாகக் கேள்விகள் எழுந்தன. அத்தகைய கேள்விகளுக்கு விடையளிக்கும் விதமாகவே இந்த நூல் எழுதப்பட்டது.

கோல்வால்கரின் சிந்தனைக் கொத்து (Bunch of Thoughts) – இன்னும் சரியாகச் சொல்வதானால் அதன் மராத்தி

மொழிபெயர்ப்பான விசர்தன் – மீதான விமரிசனம் என்ற வகையில் எனது விவாதத்தை நிறுத்திக் கொண்டேன். வேறு சொற்களில் கூறுவதானால், இந்நூல் சிந்தனைக் கொத்து நூல் மீதான விமரிசனமே ஆகும். பலர் இதைப் பாராட்டியதைப் போலவே, பலர் இதற்கு எதிர்ப்பும் தெரிவித்தனர். இந்நூல் கடுமையான விமர்சனப் பொருளாக மாறியது, மேலும் கோல்வால்கரின் நூலைப் படிக்காத ஆர்.எஸ்.எஸ். தொண்டர்கள் அதைப் படித்து அதன் உள்ளடக்கங்களைப் புரிந்துகொள்ளத் தூண்டப்பட்டனர். ஆர்.எஸ்.எஸ் உறுப்பினர்களைத் தவிர, மற்றவர்களும் 'சிந்தனைக் கொத்து' நூலை விமர்சனரீதியாக வாசித்து, அதைப் பற்றித் தங்கள் கருத்துகளை உருவாக்கிக் கொள்ள வேண்டும் என்று நான் விரும்பினேன்.

ஒரு வலிமையான அழுத்தக் குழு

1978 மற்றும் 2003ஆம் ஆண்டுகளுக்கு இடைப்பட்ட காலகட்டத்தில் ஆர்.எஸ்.எஸ்.ஸின் கற்பனைத்திறன் கொண்ட உத்திகள் மற்றும் பல்வேறு திட்டங்களை அது செயல்படுத்தியது ஆகியவற்றின் காரணமாக, ஆட்சி அதிகாரத்தை நோக்கிய பாரதிய ஜனதா கட்சியின் (பிஜேபி) பயணம் எளிதாகியது என்பது உண்மையே. பா.ஜ.க. இப்போது ஆட்சியில் இல்லை என்றாலும், அதன் பாதையை சித்தாந்த ரீதியாக எதிர்க்கும் அதன் கூட்டணிக் கட்சிகளுக்கு ஏற்றவாறு மாற்றியமைக்க வேண்டியிருந்தது, எனவே அது ஒரு சங்கடமான சூழ்நிலைக்குத் தள்ளப்பட்டது [இந்த முன்னுரை எழுதப்பட்ட சமயத்தில் பா.ஜ.க. ஆட்சிப் பொறுப்பில் இருக்கவில்லை – மொழிபெயர்ப்பாளர்]. அதன் கொள்கைகளை விட்டுக்கொடுப்பதன் மூலம், அது சுய முரண்பாடான சமரசங்களை செய்து வருகிறது. பா.ஜ.க. மிகவும் ஏமாற்றமடைந்துள்ளது என்பது வெளிப்படையாகத் தெரிகிறது. ஆர்.எஸ்.எஸ் உடன் இணைந்துள்ள மற்ற அமைப்புகளான விஸ்வ இந்து பரிஷத், பஜ்ரங் தளம், பாரதிய மஜ்தூர் சங்கம், அகில் பாரதிய வித்யார்த்தி பரிஷத், சுதேசி ஜாக்ரன் மன்ச் போன்றவை பா.ஜ.க.வை அடிக்கடி விமர்சனம் செய்கின்றன.

இந்த விமர்சனமானது, தங்களது சித்தாந்தத்தை செயல்படுத்துமாறு பா.ஜ.க. மீது அழுத்தம் கொடுப்பதையே நோக்கமாகக் கொண்டிருந்தது. பா.ஜ.க.வை விமர்சித்த போதிலும், அந்த அமைப்புகள் பெரும்பாலும் அதன் நடவடிக்கைகள் மற்றும் முடிவுகளை நியாயப்படுத்தின. இருப்பினும், பா.ஜ.க.வைக் கடுமையான விமரிசிப்பது தங்களது சுய-அழிவுக்கு வழிவகுக்கும்

என்பதை அவர்கள் அறிந்திருந்தனர் என்பதால், மிகக் கடுமையாக விமரிசிக்கக்கூடாது என்பதில் அவர்கள் கவனமாக இருந்தனர். ஆர்.எஸ்.எஸ் தன்னை முழுமையான ஒரு கலாச்சார அமைப்பு என்று கூறிக்கொண்டது. ஆனால் 2002ஆம் ஆண்டில் காஷ்மீரை மூன்று பகுதிகளாகப் பிரிப்பது குறித்து தனது அரசியல் இணை அமைப்பான பா.ஜ.க. முடிவு செய்ய வேண்டும் என்று கோரியபோது அது தன்னைத் தானே அம்பலப்படுத்திக் கொண்டது. இது அனைவரையும் வியப்பில் ஆழ்த்தியது. பின்னர் தனது சித்தாந்தத்தைப் பிரதிநிதித்துவம் செய்யும் விதமாக காஷ்மீர் தேர்தல்களில் போட்டியிட்டது (2002ஆம் ஆண்டு ஜம்மு-காஷ்மீர் சட்டமன்றத் தேர்தலுக்கு முன்னதாக ஆர்.எஸ்.எஸ் அமைப்பு பா.ஜ.க.வுடன் மோதல் போக்கை மேற்கொள்ளும் நிலைக்கு வந்தது, காஷ்மீர் பண்டிட்டுகளின் மறுவாழ்வுக்கு பா.ஜ.க. தலைமையிலான மத்திய அரசு போதுமான நடவடிக்கைகள் மேற்கொள்ளவில்லை என்று குற்றம் சாட்டியது.

ஜம்முவைத் தனி மாநிலமாகவும், லடாக்கை ஒரு யூனியன் பிரதேசமாகவும் கொண்டு ஜம்மு காஷ்மீர் மாநிலத்தை மூன்றாகப் பிரிக்க வேண்டும் என்று அது கோரியது. ஆனால் பா.ஜ.க. அதனை தேச விரோதமானது என்று கூறியது. ஜம்மு மாநில மோர்ச்சா என்னும் அமைப்பை ஆர்.எஸ்.எஸ். ஆதரித்தது. ஜம்முவுக்கு தனி மாநில அந்தஸ்து கோரும் கோரிக்கையின் அடிப்படையில் போட்டியிட்ட 12 வேட்பாளர்களைத் தேர்தலில் நிறுத்தியது. ஆனால் அவர்கள் யாரும் வெற்றி பெறவில்லை). இது ஆர்.எஸ்.எஸ் ஒரு கலாச்சார அமைப்பு அல்ல, மாறாக, அதன் சாரத்தில் அது ஒரு வலிமைவாய்ந்த அரசியல் அழுத்தக் குழு மட்டுமே ஆகும் என்ற உண்மையை நிறுவியது.

நால்வருண மரபின் பாதுகாவலர்கள்

ஆர்.எஸ்.எஸ் அமைப்பு தொடங்கப்பட்ட காலத்தில் இருந்து அதன் செயல்பாட்டு முறை (style of working) மற்றும் அவ்வப்போது அது கடைப்பிடித்த உத்திகள் ஆகியவற்றை ஆராய்ந்தால் அதன் உண்மையான இயல்புத்தன்மையை (true nature) நாம் புரிந்துகொள்ளலாம். மேலும்மேலும் அது வெளிச்சத்திற்கு வரும், நமக்கும் நன்கு புலனாகும். 1925ஆம் ஆண்டில் அது துவக்கப்பட்ட காலத்தில் இருந்தே, தான் ஒரு தனித்துவம் கொண்ட பணியில் ஈடுபட்டு உள்ளதாக அது கூறி வருகிறது. அது உயர்வான விழுமியங்கள் என்று கருதும் கலாச்சார தேசியம், மதவியல் முழுமைவாதம் மற்றும் தேசபக்தி

ஆகியவையே அந்த அமைப்பின் அடிப்படைக் கோட்பாடுகள் ஆகும். இந்தக் கொள்கைகள் மற்றும் விழுமியங்கள் மூலம் மட்டுமே ஒரு தேசம் முன்னேற முடியும் என்று அது நம்புகிறது. அதன் கருத்துகள் மற்றவற்றில் இருந்து மிகவும் வேறுபட்டவை,

மேலும் தனித்துவம் மிக்க வகையில் தேசத்தைக் கட்டியமைத்தல் மற்றும் தேசிய வாழ்க்கையை நிர்மாணித்தல் ஆகியவற்றுக்கு அவற்றைப் பயன்படுத்துகிறது. அதன் முக்கிய இலக்கு ஆகிய தேசத்தைக் கட்டியமைத்தல் என்பது தேசத்திற்குத் தாய் என்னும் அந்தஸ்தைக் கொடுப்பது ஆகும். எனவே தான் அது பாரத் மாதா என்ற பதத்தைப் பயன்படுத்துகிறது. ஆர்.எஸ்.எஸ்.ஸின் நிறுவனராகிய டாக்டர் கேசவ் பலிராம் ஹெட்கேவர் 'அன்பே மக்களை இணைப்பதற்கான வழிமுறையாகும்' என்று அடிக்கடிக் கூறுவது வழக்கம். ஆனால் இந்த நோக்கத்தை அடைவதற்கான பாதை என்ன? இந்த நோக்கங்களை அடைவதற்கு செயல்முறை அடிப்படையிலான திட்டங்கள் யாவை? என்பதை ஹெட்கேவர் ஒருபோதும் விளக்கவில்லை.

ஆகவே, அதன் நோக்கங்கள் மற்றும் உத்திகள் (strategies) ஆகியவைகுறித்து அதன் தொண்டர்கள் இடையே நிச்சயமற்ற தன்மை மற்றும் தயக்க உணர்வு ஆகியவை நிலவுகின்றன. பல முன்னாள் சுயசேவகர்கள் இதைப் பதிவு செய்துள்ளனர். இருப்பினும், ஆர்.எஸ்.எஸ் தொண்டர்கள் அந்த அமைப்பைப் பற்றி இவ்வளவு தான் சொல்ல முடியும்: அதாவது ஆர்.எஸ்.எஸ் என்பது இந்துக்களின் அமைப்பு ஆகும். இது மட்டுமே அவர்களுக்கு உறுதியாகத் தெரிந்த ஒரே விஷயம்.

அந்த அமைப்பு துவங்கப்பட்ட முதல் 25 ஆண்டுகளில் (அதாவது 1925 முதல் 1950 வரை) பல முக்கியமான அரசியல் நிகழ்வுகள் நடைபெற்றன. இந்த அமைப்பு நாக்பூரில் நிறுவப்பட்டது, மற்றும் 1927 ஆம் ஆண்டு நடைபெற்ற வகுப்புவாதக் கலவரங்கள் ஆகியவை பின்னர் நிகழ்ந்தவற்றுக்கு முன்னோடியாக இருந்தன. இந்து-முஸ்லிம் கலவரங்கள் நடந்தபோது, ஒரு அமைப்பு என்ற வகையில் அது முஸ்லிம்களுக்கு எதிராக இந்துக்களை அணிதிரட்டப் பயன்படுத்தப்பட்டது என்பதை சுட்டிக்காட்டப் போதுமான தகவல்கள் உள்ளன. கலவரங்கள் படிப்படியாக அதிகரித்து வந்த சூழலில், ஆர்.எஸ்.எஸ் அமைப்பின் உறுப்பினர் எண்ணிக்கை கணிசமாக உயர்ந்தது. வேறு சொற்களில் கூறுவதானால், இந்தியாவில் முஸ்லிம்களின் ஒழுங்கமைக்கப்பட்ட வகுப்புவாதத்திற்கு எதிரான ஒரு எதிரணியை

உருவாக்க வேண்டும் என்று இந்துக்கள் மத்தியில் இருந்த உணர்வை அது நிறைவு செய்தது. 1928 ஆம் ஆண்டில் அரசியல் சட்டத் சீர்திருத்தங்களை முன்னெடுப்பதற்காக சைமன் கமிஷன் இந்தியாவுக்கு வந்தபோது, ஒட்டுமொத்த தேசமும் அதை எதிர்த்தது, சுதந்திரத்திற்காகப் போராடிய பல அமைப்புகள் அதற்கு எதிராகக் கருப்பு கொடி காட்டின. தொழிலாளி வர்க்கம் கொடுத்த அழுத்தம் காரணமாக, காங்கிரஸ் கட்சி 1929 இல் 'பூர்ண ஸ்வராஜ்' (முழுமையான சுதந்திரம்) கோரும் தீர்மானத்தை நிறைவேற்ற வேண்டியிருந்தது.

அதற்கு அடுத்த ஆண்டு முதல் ஜனவரி 26ஆம் தேதியைச் சுதந்திர தினமாகக் கொண்டாடுவது என்று காங்கிரஸ் முடிவு செய்தது. 1930ஆம் ஆண்டின் ‘தண்டி யாத்திரை’ மற்றும் 1942ஆம் ஆண்டின் ‘வெள்ளையனே வெளியேறு’ இயக்கம் ஆகியவை சுதந்திர இயக்கத்தின்போது நடைபெற்ற முக்கியமான அரசியல் நிகழ்வுகளாக இருந்தன. இருப்பினும், இந்த நிகழ்வுகள் எதிலும் ஆர்.எஸ்.எஸ் பங்கேற்கவில்லை, அவ்வாறு பங்கு பெறாமல் இருந்ததற்கான காரணங்களையும் அது ஒருபோதும் விளக்கவில்லை. இந்திய தேசிய காங்கிரஸ் தலைமையில் இந்திய விடுதலை இயக்கம் முன்னேறியது. சுதந்திரப் போராட்டத்தின் போது நடைபெற்ற அரசியல் நிகழ்வுகளிலிருந்து ஆர்.எஸ்.எஸ். விலகி இருந்ததற்கு, ஒரு பிரிட்டிஷ் அரசு ஊழியரான ஏ.ஓ. ஹியூம் என்பவரால் உருவாக்கப்பட்ட காங்கிரசைப் பின்பற்ற அது விரும்பவில்லை என்பது ஒரு காரணம் ஆக இருக்கலாம். அதைப் போலவே, ஆர்.எஸ்.எஸ். அமைப்பு விநாயக் தாமோதர் சாவர்க்கர் மற்றும் அவரது அமைப்பான இந்து மகாசபா குறித்தும் எச்சரிக்கையாக நடந்துகொண்டது. 1939 ஆம் ஆண்டு, ஹைதராபாத்தில் நிஜாம் ஆட்சியின் கீழ் இந்துக்கள் அநீதியை எதிர்கொண்டபோது ஹைதராபாத்தில் நடைபெற்ற போராட்டங்களுக்கு சாவர்க்கர் தலைமை தாங்கினார். குறைந்தபட்சமாக இந்துக்களைத் திரட்டுவதற்காக மட்டுமாவது ஆர்.எஸ்.எஸ் இந்தப் போராட்டத்தில் பங்கேற்று இருக்க வேண்டும். ஆனால் அது நடக்கவில்லை, ஏன்?

சுதந்திரப் போராட்டத்தில் பலர் பங்கேற்று தியாகிகளாக மாறினர். ஆனால் ஆர்.எஸ்.எஸ் அமைப்போ, 'இப்படி இரத்தம் சிந்துவது அனைத்தும் வீணாகும்; நாடு இன்னும் சுதந்திரத்திற்கு தயாராகவில்லை என்று கூறியது (ஒரு காலத்தில் ஆர்.எஸ்.எஸ்.ஸைத் தீவிரமாகப் பின்பற்றுபவராக இருந்த

எஸ்.எச். தேஷ்பாண்டே இதைப் பதிவு செய்துள்ளார்.). சுதந்திரப் போராட்டத்தில் பங்கேற்காததற்கு ஆர்.எஸ்.எஸ் அமைப்பு பலரால் விமர்சிக்கப்பட்டது. ஆனால் அந்த விமர்சனத்தை அது புறந்தள்ளி விட்டது. இந்துக்களை அணிதிரட்டுவதில் ஆர்வமுள்ள ஆர்.எஸ்.எஸ். குறைந்தபட்சமாகத் தாங்கள் மிகவும் நேசிப்பதாகக் கூறிக் கொள்ளும் தாய்நாட்டைப் பிரிவினை செய்வதை எதிர்த்ததா? இதுவும் நடக்கவில்லை. சாவர்க்கரின் வாழ்க்கை வரலாற்றை எழுதிய தனஞ்சய் கீர், இதுதொடர்பாக கீழே தரப்பட்டது போன்ற சில முக்கியமான அவதானிப்புகளைச் செய்துள்ளார்:

"ஆர்.எஸ்.எஸ் செயலற்ற வெறும் பார்வையாளராக இருந்தது. இந்தியப் பிரிவினைக்கு எதிராக இந்து மகாசபை நடத்திய அமைதியான போராட்டங்களில் கூட, அதிகாரபூர்வமான அல்லது அதிகார பூர்வமற்ற முறைகளிலோ ஒத்துழைப்பு அளிக்க மறுத்தது. தங்கள் உடல், பொருள் ஆவி ஆகிய அனைத்தையும் நாட்டுக்கு அர்ப்பணிப்போம் என்று தினம் மூன்று வேளையும் கூறிய போதும் தேசத்தின் வாழ்க்கையில் எதுவுமே நடக்கவில்லை என்பதுபோல நடந்துகொண்டார்கள். சில காலத்திற்குப் பின்னர் அவர்கள் சிறை சென்றார்கள்; தாய்நாட்டைப் பிரிவினை செய்வதை எதிர்த்தமைக்காக அல்ல, தங்களது அமைப்புமீதான தடைக்கு எதிர்ப்பு தெரிவித்தற்காகச் சிறைக்குச் சென்றார்கள்" (Dhananjay Keer. Veer Savarkar, Popular Prakashan, Mumbai, 1966, Page 388)

சுதந்திரப் போராட்டத்தில் ஆர்.எஸ்.எஸ் அமைப்பு ஏன் ஆர்வம் காட்டவில்லை? இதனைக் கவனமாக ஆராய்ந்து அதற்கு விடைகளைக் கண்டுபிடிக்க வேண்டும். எனது பார்வையில், நால்வருண அமைப்பைப் பாதுகாக்கும் சங்கத்தின் பாரம்பரியத்தில் தான் இதற்கான காரணம் அடங்கி உள்ளது. மகாபாரதத்தின் சாந்தி பர்வம் முதல் சாணக்கியரின் அர்த்தசாத்திரம் வரையில், பண்டைய இந்தியாவின் அரசியல் தத்துவங்கள் நால்வருண முறையைப் பாதுகாக்கின்றன. மரபுகளைப் பாதுகாப்பதே பண்டைய இந்தியாவில் மன்னராக இருந்த சத்திரியர்களின் கடமையாக இருந்தது. மேலும், தனது கடமையைச் செய்யத் தவறிய மன்னன் அவமானப்படுத்தப்படுவான்.

இதன் காரணமாக மன்னர்களுக்கும் நால்வருண அமைப்பிற்கும் இடையே ஒரு நெருக்கமான உறவு வளர்ந்தது. மன்னனின் உண்மையான பாத்திரத்தை முற்றிலுமாகப் புறக்கணித்ததே இந்த மரபின் தவிர்க்க இயலாத தாக்கம் ஆக இருந்தது. அவருக்குச் சிறப்பான எந்தவொரு நிர்வாகத் திறன்களும் இருக்க வேண்டிய

அவசியமில்லை, மரபுகளை மதிக்க வேண்டும் என்று மட்டுமே எதிர்பார்க்கப்பட்டது - இந்த மரபுகளை மதிக்கும் வரை அது யாராக வேண்டுமானாலும் இருக்க முடியும். அவர் தனது பங்கை ஆற்றினால் பிராமணர்கள் அவரைப் போற்றிப் புகழ்வார்கள், அவரை மகிழ்விப்பார்கள். சாகர்கள் மற்றும் குஷானர்கள் காலங்களிலோ, முஸ்லிம் ஆட்சியாளர்கள் மற்றும் பிரிட்டிஷ்காரர்களின் காலத்திலோ இந்த மரபு எதிர்க்கப்படவில்லை. ஆனால் நால்வருண மரபை எதிர்த்த மன்னர்கள் நிராகரிக்கப் பட்டனர். இந்தியா எதிர்கொண்ட தோல்விகள், அதன் அடிமைத்தனம் மற்றும் விவாதங்களுக்கு எதிர்ப்புணர்வு ஆகியவை இந்த மரபைத் தாங்கிப் பிடிப்பதில் வேரூன்றியுள்ளன.

பண்டைய காலம் முதல் பிரிட்டிஷ்காரர்கள் இந்தியாவிற்கு வந்த காலம் வரை, எப்போதுமே சமுதாயத்தின் உச்சத்தில் வைக்கப்பட்டிருந்த பிராமண வர்க்கத்தின் அறிவுத்திறன் என்பது நால்வருண மரபை நியாயப்படுத்துவதற்கே செலவழிக்கப் பட்டதாக எனக்குத் தோன்றுகிறது. அந்த மரபை நடைமுறைப் படுத்துவதில் சத்திரியர்கள் தங்கள் ஆற்றல் முழுவதையும் செலவிட்டனர். இந்தியாவின் பின்தங்கிய நிலைக்கு இதுவே முக்கிய காரணமாகத் தோன்றுகிறது. இந்த ஆதிக்க வர்க்கங்கள் தங்களைக் கட்டுப்படுத்திய நால்வருணச் சித்தாந்தத்திலிருந்து படிப்படியாக விடுவித்துக் கொண்ட பிறகுதான் அவர்களால் மற்ற துறைகளில் சில வெற்றிகளைப் பெற முடிந்தது. அவர்கள் தங்களது குறுகிய மனப்பான்மையிலிருந்து விடுவிக்கப்பட்டபோது, பகுஜன் சமூகங்களும் தளைகளில் இருந்து விடுவிக்கப்பட்டன, மேலும் பல்வேறு துறைகளில் தங்கள் திறனைக் காட்டுவதற்கு உரிமை பெற்றன. நால்வருண முறை அப்படியே தொடர்ந்திருந்தால், அமெரிக்காவின் சிலிக்கான் பள்ளத்தாக்கில் இந்தியர்கள் வெற்றி பெற்றிருக்க மாட்டார்கள், பெங்களூர் முக்கியமான நவீன தொழில்நுட்ப நகரமாக ஆகி இருக்காது. எனவே, இந்திய சுதந்திரப் போராட்டத்தில் ஆர்.எஸ்.எஸ் ஏன் பங்கேற்கவில்லை என்று கேட்பதற்குமுன், அந்த அமைப்பு எந்த மரபைப் பிரதிநிதித்துவப் படுத்துகிறது என்பதை நாம் புரிந்து கொள்ள வேண்டும்.

குணம் மற்றும் கர்மா பற்றி கோல்வால்கரின் விளக்கம்

கோல்வால்கர் தான் பண்டைய மரபுகளைப் போற்றுவதை ஒருபோதும் மறைக்கவில்லை. அவர் அதைப்பற்றி பெருமிதம் கொண்டிருந்தார். தனது வாழ்நாள் முழுவதும் அதைப் பரப்ப

முயற்சித்தார். 1960ஆம் ஆண்டுகளில் ஒருமுறை, நால்வருண அமைப்பின் பொருளை – அதாவது அது ஒரு பாரம்பரியமா அல்லது மதமா என்பதை விளக்குமாறு அவரிடம் கேட்கப்பட்டது. அதற்கு அவர் "அது ஒரு மரபு அல்ல, அது ஒரு மதம்" என்று பதிலளித்தார். மேலும், ஸ்ருதிகளும் ஸ்மிருதிகளும் கடவுளின் படைப்புகள், அவற்றில் ஒரு பகுதியாக இருக்கும் நால்வருண முறையும் ஒரு தெய்வீக ஏற்பாடு என்று அவர் கூறினார். இருப்பினும் கூட, அது சிதைந்துவிட்டால் நாம் கவலைப்படத் தேவையில்லை, ஏனென்றால் அது கடவுளால் கொடுக்கப்பட்ட கட்டமைப்பாக இருப்பதால் மனிதன் அதைக் கலைத்தாலும், அது தன்னைத் தானே மீண்டும் நிலைநிறுத்திக் கொள்ளும் என்று அவர் கூறினார்.

கோல்வால்கரிடம் மற்றொரு கேள்வி கேட்கப்பட்டது: அதாவது, 'நால்வருணம் என்பது குணம் (தன்மை) மற்றும் கர்மா (நடத்தை) ஆகியவற்றை அடிப்படையாகக் கொண்டதா அல்லது ஒரு தனிநபர் வாழும் உண்மையான வாழ்க்கையை அடிப்படையாகக் கொண்டதா?'

இதற்கு கோல்வால்கர் முன்வைத்த பதில் தெளிவானது. 'நால்வருணம் என்பது குணம் மற்றும் கர்மா ஆகியவையே என்பது உண்மைதான், குணம் என்பது இயற்கைத் திறனைக் (aptitude) குறிக்கும் அதே வேளையில், கர்மா என்பது ஒருவன் தேர்ந்தெடுத்த தொழிலைக் குறிப்பிடும்' என்று அவர் கூறினார்.

ஆனால், இதனை மேலும் தொடர்ந்த கோல்வால்கர், 'குண மற்றும் கர்மா என்ற சொற்களின் இந்த விளக்கம் சரியற்றது என்றார். குணம் என்பது இயற்கை ஆகும். அது சத்வ (சாராம்சம்), ரஜஸ் (பேரார்வம்) மற்றும் தமஸ் (அறியாமை) ஆகியவற்றை உள்ளடக்கியது, மேலும் கர்மா என்பது உங்கள் கடந்தகால வாழ்க்கையில் செய்யப்பட்ட உங்கள் செயல்களைக் குறிக்கிறது' என்று அவர் விளக்கினார்.

முந்தைய வாழ்க்கையின் உங்களது கர்மாவின்படி தற்போதைய வாழ்க்கையில் நீங்கள் ஒரு குறிப்பிட்ட வர்ணத்தைப் பெறுகிறீர்கள் என்றார் கோல்வால்கர். நால்வருணம் என்பது கடவுளின் படைப்பு என்றும், நமது நிகழ்காலம் நமது கடந்தகால வாழ்க்கையின் ஒரு வழித்தொடர்ச்சி (derivative) என்பது அவரது நம்பிக்கை ஆக இருந்தது என்பதற்கு கோல்வால்கரின் எழுத்துகள் மற்றும் உரைகளில் இருந்து ஏராளமான எடுத்துக்காட்டுகளை நாம் மேற்கோள் காட்ட முடியும்.

நால் வருண முறையை எந்தத் தடங்கலும் இன்றித் தொடர வேண்டும் என்பதே கோல்வால்கரின் கனவாக இருந்தது. இதுவே ஆர்.எஸ்.எஸ்.ஸின் முதன்மை நோக்கமும் ஆகும். பண்டைய அல்லது மத்திய கால அரசுகளைப் போல இந்த முறையைப் பாதுகாக்கக்கூடிய, இந்த நாட்டில் அரசியல் அதிகாரத்தை உயர்த்திப் பிடிக்கக்கூடிய தலைவர்களை உருவாக்குவதை அது தனது லட்சியமாகக் கொண்டிருக்கிறது. மதவுணர்வுகளின் துணையுடன் சமூகத்தில் கருத்தொற்றுமையை உருவாக்க வேண்டும் என்று அது விரும்புகிறது.

ஆர்.எஸ்.எஸ்.ஸின் முக்கிய எதிரிகள் குறித்து இந்த நூலில் விரிவாக விவாதிக்கப்பட்டுள்ளது. இஸ்லாம், கிறித்துவம் மற்றும் கம்யூனிசம் ஆகியவையே அந்த எதிரிகள் ஆகும். இந்த மூன்று சித்தாந்தங்களும் நால்வருண முறையை எதிர்க்கின்றன. ஆர்.எஸ்.எஸ்.ஸின் முக்கியமான கூட்டம் ஒன்று 2001 மார்ச் மாதம் பெங்களூரில் ஏற்பாடு செய்யப்பட்டது. அங்கு இந்திய முஸ்லிம் சமூகத்திற்கான மும்முனைத் திட்டத்தை அதன் அதிகாரப்பூர்வ செய்தித் தொடர்பாளர் எம்.ஜி.வைத்யா அறிவித்தார் (Maharashtra Times, March 29, 2001). காஃபிர், ஜிஹாத் போன்ற சில இஸ்லாமியக் கருத்துகளை முஸ்லிம் சமூகம் மறுவடிவமைக்க வேண்டும், மேலும் அவர்கள் போலி இந்துத் தலைவர்களிடம் சிக்கிக்கொள்ளாமல் பார்த்துக் கொள்ள வேண்டும் ஆகியவை இக்கூட்டத்தில் முன்வைக்கப்பட்ட கோரிக்கைகளில் அடங்கும். அதற்கு மாறாக, அஸ்கர் அலி என்ஜினியர், சிக்கந்தர் பக்த் மற்றும் முஷிருல் ஹசன் போன்ற தாராளவாத முஸ்லிம் சிந்தனையாளர்களின் கரங்களை பலப்படுத்த வேண்டும் என்று அவர்களிடம் கூறப்பட்டது. இந்துக்களுக்கு எதிராக உலகில் எங்கு வன்முறை நடந்தாலும், இந்திய முஸ்லிம்கள் அதற்கு எதிர்ப்பு தெரிவிக்க வேண்டும் என்றும் கோரப்பட்டது.

வைத்யா அஸ்கர் அலி என்ஜினியரின் பெயரைக் குறிப்பிட்டது உண்மையில் அனைவருக்கும் அதிர்ச்சியை ஏற்படுத்தியது. ஏனெனில் அவர் இந்தியாவின் முன்னணி மார்க்சிய சிந்தனையாளர்களில் ஒருவர். ஒருவேளை வைத்யாவுக்கு அவரது எழுத்துகள் பற்றித் தெரிந்திருக்கவில்லை என்று கூறலாம். தாராளவாத மற்றும் மதச்சார்பற்ற இந்துக்களும் ஆர்.எஸ்.எஸ்.ஸின் எதிரிகள் பட்டியலில் சேர்க்கப்பட்டுள்ளனர். எதிரிகளின் பட்டியல் இதற்கு முன்பே இருந்ததுதான் என்ற போதிலும், அக்கூட்டத்தில் தாராளவாத மற்றும் மதச்சார்பற்ற இந்துக்கள் பற்றி

ஒரு குறிப்பிட்ட அழுத்தத்துடன் வலியுறுத்திக் கூறப்பட்டது. வேறு சொற்களில் கூறுவதானால், அது இன்னும் கொஞ்சம் கூர்மைப்படுத்தப்பட்டது.

இந்து-முஸ்லிம் பிரச்சினை இந்தியர்களுக்குப் புதிதான ஒன்று அல்ல. இந்திய வரலாற்றில் அது ஒரு நீண்ட பாரம்பரியத்தைக் கொண்டுள்ளது. ஆனால், கடந்த பத்து முதல் பதினைந்து ஆண்டுகளில் இந்த விவாதம் கடுமையானதாகவும், தீயதாகவும் மாறிவிட்டது. எண்ணிக்கை அடிப்படையில் பார்த்தால் இந்தியாவில் முஸ்லிம் அடிப்படைவாதிகள் மற்றும் இந்து வகுப்புவாதிகள் ஆகியோர் ஒப்பீட்டளவில் குறைவாகவே உள்ளனர். இருப்பினும், அவர்களிடம் இருக்கும் செல்வம் மற்றும் அவர்கள் திரட்டக்கூடிய ஒழுங்கமைக்கப்பட்ட சக்தி ஆகியவை காரணமாக, அவர்கள் நாட்டின் ஒட்டுமொத்த மக்களையும் பீடித்துள்ளனர் (engulfed). இரு சமூகங்களிலும் உள்ள பெரும்பான்மையான மக்கள் அடிப்படைவாதிகளோ அல்லது வகுப்புவாதிகளோ அல்ல. இரு சமூகங்களும் சமூக, அரசியல் மற்றும் கலாச்சார துறைகளில் நாட்டின் வளர்ச்சிக்குக் கணிசமான பங்களிப்பு செய்துள்ளன. இதையும் தாண்டி, இந்த இரண்டு அழுத்தக் குழுக்களும் ஏன் இவ்வளவு செல்வாக்கு பெற்றன? மதச்சார்பற்ற சக்திகளுக்கு எதிராக இவ்விரு குழுக்களும் ஏன் ஒன்றாக நிற்கின்றன? இந்த ஆராய்ச்சியில் நாம் இந்தக் கேள்விக்கு நம்பகமான ஒரு பதிலைக் கண்டுபிடிப்பது சாத்தியமாகும்.

இந்து வகுப்புவாதமும் முஸ்லிம் அடிப்படைவாதமும் : ஒரு பொதுவான நோய்

இந்து மதம் ஒரு பண்டைய மதம் ஆகும். உலகின் இதர கலாச்சாரங்களுடன் ஒப்பிடும்போது, அதன் வேதக் கலாச்சாரம் தனித்துவமானது. பண்டைய இந்தியச் சமூகத்தில் சாதிய மரபுகள் இல்லாமல் இருந்த போது, இந்தியாவின் சமூக-கலாச்சார வரலாற்றில், வேதக் கலாச்சாரம் ஒரு முக்கியப் பங்காற்றியது. சாதி உருவாக்கம் மற்றும் பிறப்பின் அடிப்படையில் சாதியை நிர்ணயிக்கும் செயல்முறை ஆகியவை அப்போது இன்னும் தொடங்கி இருக்கவில்லை. உலகின் அனைத்துக் கலாச்சாரங்களையும் போலவே, இது பல குறைபாடுகளையும் கொண்டிருந்தது, ஆனால் அது வாழ்க்கையின் மாறுபட்ட பரிமாணங்களை வளர்ப்பதற்கான ஆழமான நுண்ணறிவு கொண்டிருந்தது. அது உபநிடதத் தத்துவங்களின் வடிவத்தில் உலகிற்கு ஒரு

அருமையானதொரு பரிசை வழங்கியது. அது ராமாயணம் மற்றும் மகாபாரதம் போன்ற காவியங்களையும், பாசா மற்றும் காளிதாசர் போன்ற மேதைகளையும் உருவாக்கியது. அது ஆர்யபட்டா, சரகா போன்ற விஞ்ஞானிகளையும் உருவாக்கியது. நடனம் மற்றும் சிற்பக்கலை போன்ற கலைகளில் இந்தியாவின் பங்களிப்பு தனிச்சிறப்பானவை ஆகும்.

பிற்காலத்தில், புத்தர் மற்றும் மகாவீரர் ஆகியோரின் தத்துவங்கள் இந்தக் கலாச்சாரத்தை பெருமளவில் வளர்த்தன. பின்னர் அது 'இந்தியக் கலாச்சாரம்:' என்ற கூட்டு வடிவமாக மாறியது. எனவே, இந்தக் கலாச்சாரம் உலகில் நீண்ட காலமாகத் தொடர்ந்து தனிச்சிறப்பு பெற்றதாக விளங்கியது. ஆனால் ஒன்றுடன் ஒன்று முரண்பட்ட குழுக்களிடையே நிலவிய உள் மோதல்கள் காரணமாக, அதன் அனைத்தையும் உள்ளடக்கிய மற்றும் பரந்த தன்மை நீண்ட காலம் நீடிக்கவில்லை. காலப்போக்கில், பண்டைய வேதக் கலாச்சாரம் இந்துக் கலாச்சாரமாக ஆகியது. இந்த இந்துக் கலாச்சாரம் ஒரு மேம்பட்ட கலாச்சாரம் என்ற தவறான கருத்து உலகம் முழுவதும் பரப்பப்பட்டது.

தனது சமூகமே உலகில் மிகவும் மேம்பட்டது, தனது கலாச்சாரமே உலகின் மிகவும் பெருமைக்குறிய கலாச்சாரம் என்று நினைப்பவன், தற்காதல் (narcissism) என்னும் நோயால் பாதிக்கப்பட்டவன் ஆகிறான். இது சுய திருப்தி அடையும் நோய் ஆகும். இந்த மனநலக் கோளாறானது அதனால் பாதிக்கப்பட்ட நோயாளிகள் தங்களது கலாச்சாரச் சூழலில் ஏற்படும் மாற்றங்கள் மற்றும் தன்மை மாற்றங்கள் ஆகியவை பற்றி உணராத அளவு பகுத்தறிவற்ற நிலைக்கு இட்டுச் செல்கிறது. உலகம் மாறுகிறது, அது மாறிக்கொண்டே இருக்கிறது; சமூக யதார்த்தம், கலாச்சாரம் மற்றும் மனிதர்கள் ஆகிய அனைத்தும் வளர்ச்சி அடைகின்றன. ஆனால் இந்த தற்காதல்வாதி (Narcissist) என்பவன் மாற்றங்களை ஏற்கத் தயாராக இல்லை.

பல அன்னியப் படையெடுப்புகள் நடைபெற்றன. அன்னியர்கள் எண்ணற்ற புதிய விஷயங்களை நமக்குக் கற்றுக் கொடுத்தார்கள். அவர்களில் பலர் நம்முடன் அதிகச் சிரமமின்றி ஒன்றிணைந்தனர். ஆனால் அவர்களில் சிலர் தங்கள் அடையாளங்களைக் குறிப்பாகத் தக்க வைத்துக் கொண்டனர். முஸ்லிம் ஆட்சியாளர்கள் ஐநூறு ஆண்டுகளுக்கும் மேலாக இந்த நாட்டை ஆண்டனர். அவர்கள் நமக்கு ஒரு புதிய ஆட்சி முறையை வழங்கினர், விவசாய

விளைபொருட்கள் உற்பத்தியையும் வருமானத்தையும் அதிகரிப்பதற்கு மகத்தான முயற்சிகளை மேற்கொண்டனர். லட்சக்கணக்கான இந்தியர்கள் இஸ்லாமுக்கு மாறும்படி அழைக்கப்பட்டனர், அதன் அடிப்படையில் அவர்களது வலிமை அதிகரித்தது.

இந்துக்கள் முஸ்லிம் வெற்றியாளர்களை எதிர்த்துப் போராட வலிமையற்றவர்களாக இருந்தனர், ஏனெனில் அவர்கள் தங்கள் சொந்த விசயங்களில் மட்டுமே கவனம் செலுத்தி, இந்துக் கலாச்சாரத்தின் மேன்மையைப் போற்றுவதில் மூழ்கிக் கிடந்தனர். சமூக மேம்பாட்டிற்கும் தமது தேசத்தின் முன்னேற்றத்திற்கும் தேவையான திறமைகள், செயல்தகுதி (competencies) மற்றும் அறிவாற்றல் ஆகியவற்றை அவர்கள் வளர்த்துக் கொள்ளவில்லை. மாறிவரும் காலங்கள் காரணமாகப் பல விஷயங்கள் காலாவதியாகின. ஆனால், அவர்களுடைய அகங்கார அணுகுமுறை மற்றும் தற்காதல் மனோபாவம் காரணமாக அவர்களால் அவற்றைப் புரிந்துகொள்ள முடியவில்லை, அதைக் கைவிடவும் முடியவில்லை.

மறுபுறம், இஸ்லாமிய கலாச்சாரம் இந்துக்களுக்குப் புதுமையானதாக இருந்தது. அது புதிய விஷயங்களைச் சாதிக்க வேண்டும் என்ற உறுதியைக் கொண்ட கலாச்சாரம் ஆக இருந்தது. அது உலகின் துணிச்சலான கலாச்சாரம் என்ற தனித்தன்மை பெற்றது. இந்தியாவில் அதன் அரசியல் ஆதிக்கம் இஸ்லாமிய கலாச்சாரத்தின் விளைவுகளில் ஒன்றாக இருந்தது. அது நீண்ட காலம் வரையில் நீடித்தது.

கலாச்சார மேன்மையும், அது இந்துக்களுக்கு ஊட்டிய செருக்கும், உலகத்துடனான அவர்களது தொடர்புகளைச் சீர்குலைத்தன. இதன் விளைவாக, உலகின் பிற பகுதிகளால் பெறப்பட்ட பல்வேறு திறமைகள், கலை, அறிவியல், தொழில்நுட்பம் மற்றும் நவீனத்துவம் ஆகியவை இந்து உணர்வில் (hindu consciousness) ஒருபோதும் உருவாக்கப்படவில்லை. எனவே அவர்கள் பிற்போக்குத்தனமாக, அறியாமை உடையவர்களாக, தங்கள் இடங்களுக்குள் அடைந்து கிடப்பவர்களாக, தோற்கடிக்கப்பட்டவர்களாக இருந்தனர். உலகம் மாறிக்கொண்டிருந்தது, மகத்தான சமூக மாற்றங்கள் ஏற்பட்டன. மேலும் பல புதிய அரசியல் சக்திகள் புதிய பாத்திரங்களை மேற்கொள்ளத் துவங்கின. இருப்பினும், இந்துக்கள் இந்த

மாற்றங்களுக்குக் குறைந்த அளவு பங்களிப்பு மட்டுமே செய்தனர். ஏனெனில் மாறிவரும் யதார்த்தத்துடன் அவர்களுக்குக் கொஞ்சமும் தொடர்பு இருக்கவில்லை. அவர்கள் கடந்தகாலம் குறித்த ஏக்கம் கொண்டவர்களாக, எதிர்காலம் குறித்த வெற்றுக் கனவு காண்பதில் நாட்டம் உடையவர்களாக இருந்தனர். இன்றும் கூட, அவர்களால் கடந்தகாலம் குறித்த ஏக்கம் நிறைந்த மனநிலையில் இருந்து வெளியே வர முடியவில்லை.

முஸ்லிம்களின் வரலாறும் இதற்கு ஒப்பான பாதையைப் பின்பற்றியது. இடைக்காலத்தில் அதன் எழுச்சி முதல் கடைசியில் அதன் வீழ்ச்சிவரை, இஸ்லாம் அரசியல் ரீதியாகவும் கலாச்சார ரீதியாகவும் முற்போக்கான வழிகளின் மூலம் உலகில் பரவியது. ஏழாம் நூற்றாண்டு முதல், முஸ்லிம் படைகள் சிரியா, பாலஸ்தீனம், எகிப்து மற்றும் வட ஆப்பிரிக்கா ஆகியவற்றின் மீது படையெடுத்தன. அந்த நாடுகளில் இருந்த கிறிஸ்தவர்கள் இஸ்லாமிற்கு மதமாற்றம் செய்யப்பட்டனர். எட்டாம் நூற்றாண்டில், முஸ்லிம்கள் ஸ்பெயின் மற்றும் போர்ச்சுகல் மீது படையெடுத்தனர், பிரான்சைத் தாக்கினர். ஒன்பதாம் நூற்றாண்டில், அவர்கள் சிசிலி மீது படையெடுத்தனர். இத்தாலியின் பிரதான நிலப்பகுதியைத் தாக்கினர். பின்னர், இந்தியா மற்றும் சீனா மீது படையெடுத்தனர். முஸ்லிம்களிடம் ஒரு முற்போக்கான இராணுவம் இருந்தது மட்டுமின்றி அவர்கள் ஒரு முன்னேறிய பொருளாதார சக்தியாகவும் இருந்தனர். அவர்கள் ஆசியா, ஐரோப்பா மற்றும் ஆப்பிரிக்கக் கண்டங்கள் முழுவதும் வர்த்தகப் பரிவர்த்தனைகளில் ஈடுபட்டனர். அவர்கள் ஆப்பிரிக்காவிலிருந்து தங்கம் மற்றும் அடிமைகளையும், ஐரோப்பாவிலிருந்து கம்பளியையும் வாங்கினர். அதற்கு ஈடாக ஆசியாவிலிருந்து பெறப்பட்ட மசாலா மற்றும் பிற பொருட்களை விற்றனர். அவர்கள் சீனாவில் தயாரிக்கப்பட்ட காகிதத்தை உலகின் பிற பகுதிகளுக்கு விற்றனர். இந்தியாவில் கண்டுபிடிக்கப்பட்ட எண் முறையை (numeral system) முஸ்லிம்கள் உலகிற்கு எடுத்துச் சென்றனர். அது உலகம் முழுவதும் ஏற்பட்ட விஞ்ஞான முன்னேற்றத்திற்கு அடிப்படையாக அமைந்தது. அவர்கள் அறிவியலையும் கலைகளையும் வளர்த்தனர். மேலும், பண்டைய மேற்கு ஆசியா மற்றும் கிரேக்கத்தின் அறிவு முறைகள் மற்றும் புலமை ஆகியவற்றை மேலும் வளர்த்தனர். மத்திய காலத்தில் அறிவியல் மற்றும் கலாச்சாரத் தளங்களில் அவர்கள் முன்னணியில் இருந்தனர். முஸ்லிம்களிடம் இருந்து பெறப்பட்ட அறிவைப் பயன்படுத்துவதன் மூலம் ஐரோப்பா தன்னை மாற்றிக் கொள்ள

முடிந்தது. அந்த நேரத்தில், முஸ்லிம்கள் ஆசிரியர்கள் போல இருந்தனர். ஐரோப்பா அவர்களிடம் புதிதாக சேர்க்கப்பட்ட மாணவர் போலத் தோன்றியது.

இருப்பினும், இந்துக்களைப் போலவே முஸ்லிம்களும் தற்காதல்வாதிகளாக மாறினர், அவர்களின் கலாச்சார மேன்மையும், அகங்காரமும் அவர்களை சுய பெருமை பேசுதல் மற்றும் சுய திருப்தி அடைதல் ஆகியவற்றில் மூழ்க வைத்தது. முஸ்லிம்களே உயர்ந்தவர்கள் மற்றும் உலகின் ஒரே நாகரிகமடைந்த மற்றும் சக்திவாய்ந்த மக்கள் என்றும் இஸ்லாமியக் கட்டுப்பாட்டிற்கு அப்பாற்பட்ட பிரதேசங்களில் வசிப்பவர்கள் 'காஃபிர்கள்' அல்லது கடவுள் நம்பிக்கையற்றவர்கள், காட்டுமிராண்டிகள் என்றும் அவர்கள் நம்பினர். இவ்வாறு, அவர்கள் தங்கள் சொந்த உலகத்தில் வாழ்ந்தனர். இஸ்லாமியர் அல்லாத மக்களை ஏளனம் செய்து ஆறுதல் அடைந்தனர்.

மத்தியகால சகாப்தத்தின் முடிவில் ஐரோப்பாவில் நிகழும் மாற்றங்களை அவர்கள் கவனிக்கத் தவறும் அளவுக்கு தன்னைப் பற்றி மட்டுமே சிந்திப்பவர்களாக மாறி இருந்தனர். பதினாறாம் நூற்றாண்டு ஐரோப்பாவில் தோன்றிய மறுமலர்ச்சி மற்றும் சீர்திருத்த இயக்கங்கள் உலகையே மாற்றின. இது ஒரு புதிய மனித உணர்வுநிலை, ஒரு புதிய கலாச்சாரம், ஒரு புதிய விதிமுறைகள் மற்றும் ஒரு புதிய பொருளாதார அமைப்பு ஆகியவற்றுக்கு உருவம் கொடுத்தது. பழைய உலகம் கலைக்கப்பட்டு இல்லாமல் போனது. ஜெர்மனியின் விட்டன்பேர்க்கில் உள்ள கத்தோலிக்கத் திருச்சபையை விமர்சித்து மார்ட்டின் லூதர் பாவமன்னிப்புகள் குறித்த தொண்ணூற்று ஐந்து ஆய்வறிக்கைகளை எழுதினார். சிஸ்டைன் தேவாலயத்தின் மேற்கூரையில், ஆதம் படைப்பு பற்றிய சித்திரத்தில் மைக்கேலேஞ்சலோ மனிதன் அடையக்கூடிய வகையில் கடவுளை வரைந்தார். மதம் மற்றும் பாதிரியாரால் ஒடுக்கப்படாத மனிதர்கள் பிரபஞ்சத்தின் மையமாக மாறினர். முஸ்லிம்களால் கைப்பற்றப்பட்ட பகுதிகள் அவர்களது கட்டுப்பாட்டில் இருந்து விடுவிக்கப்பட்டன. ஆனால் அப்போதும்கூட, முஸ்லிம்கள் தங்களது சொந்த அகங்காரத்தில் மூழ்கிக் கிடந்தனர். தற்புகழ்ச்சியில் மூழ்கிய இந்துக்கள் மற்றும் முஸ்லிம்கள் இருவருமே தங்கள் அகங்காரத்தினால் உள்வாங்கப்பட்டு இருந்தனர்.

அப்படிப்பட்ட கலாச்சாரச் சூழலில், பிரிட்டிஷ்காரர்களுக்கு இந்தியாமீது படையெடுப்பது எளிதாக இருந்தது.

பிரிட்டிஷ்காரர்களின் வருகைக்குப் பிறகும்கூட, இந்துக்களும் முஸ்லிம்களும் அதே மனநிலையைத் தொடர்ந்து தக்க வைத்துக் கொண்டனர். 1857 ஆம் ஆண்டில் 'சிப்பாய் கலகம்' (சுதந்திரப் போராட்ட வீரர்கள் இதனை முதல் சுதந்திரப் போர் என்று குறிப்பிட்டனர்) நடைபெற்றபோது மட்டும்தான் அவர்கள் ஒன்றாக இணைந்து பிரிட்டிஷ்காரர்களுக்கு எதிராகப் போராடினர்: இந்த இரு சமூகங்கள் ஒன்றிணைவது வரலாற்றில் ஒரு முறை மட்டுமே நடைபெற்றது. இருப்பினும், அவர்களால் பிரிட்டிஷாரை எதிர்த்துப் போராட முடியவில்லை. ஏனெனில், எந்தக் கண்ணோட்டத்தில் இருந்து பார்த்தாலும் காலனிய சக்தி அவர்களை விட முன்னேறியதாக இருந்தது; அவர்கள் மறுமலர்ச்சி மற்றும் சீர்திருத்தத்தின் சாரத்தைத் தங்களுடன் இந்தியாவுக்குக் கொண்டு வந்திருந்தனர். மேலும் அவர்கள் நவீன அறிவியல் மற்றும் தொழில்நுட்பத்தால் தயாரிக்கப்பட்ட ஆயுதங்களும் கொண்டிருந்தனர்.

வகுப்புவாத இந்துக்கள் மற்றும் அடிப்படைவாத முஸ்லிம்களின் மனங்கள் நவீனத்துவம், நவீன அறிவியல் மற்றும் தொழில்நுட்பம் மற்றும் நவீன மனித விழுமியங்களுக்கு எதிராக இருந்ததால் அவர்களைத் தோற்கடிப்பது எளிதாக இருந்தது. இரண்டு குழுக்களும் ஒருவருக்கொருவர் எதிரிகளாக இருந்தபோதிலும், அவர்கள் இருவருமே நவீனத்துவம், நவீன மனித விழுமியங்கள் மற்றும் நவீன தொழில்நுட்பம் மற்றும் அறிவியலுக்கு எதிராகக் குரல் கொடுத்தனர்.

இந்து வகுப்புவாதம் மற்றும் முஸ்லிம் அடிப்படைவாதம் ஆகிய இரண்டின் எதிர்ப்பும் ஒரே மூலத்தைக் கொண்டிருந்தன. இன்றும் அவை பண்டைய மற்றும் மத்திய காலங்களில் வாழ்கின்றன. தங்களது சொந்த விசயங்களில் மூழ்கிக் கிடப்பது (self-absorption) அவர்களைச் செயலற்றதாக ஆக்கியுள்ளது. புதிய களங்கள் மற்றும் உலகங்களைத் தேடுவதற்கான அவர்களது திறன் அழிக்கப்பட்டுள்ளது. உலகெங்கிலும் உள்ள பெரும்பான்மையான மக்கள் மத வெறியை நிராகரித்துள்ளனர். அவர்கள் எதிர்கால வாய்ப்புகள், உடல்ரீதியான முன்னேற்றங்கள் மற்றும் புரட்சிகரக் கலாச்சார முன்னுதாரணங்களை ஏற்றுக்கொண்டுள்ளனர். ஆனால் இந்த இரு குழுக்களும் தாங்கள் இருந்த இடத்திலேயே இருக்கின்றனர். தாழ்வு மனப்பான்மை அவர்களைப் பிடித்து ஆட்டுகிறது. தாழ்வு மனப்பான்மையால் பாதிக்கப்பட்ட ஒருவர் எப்போதும் மற்றவர்களின் கவனத்தை நாடுகிறார்.

இந்து வகுப்புவாதிகளும் முஸ்லிம் அடிப்படைவாதிகளும் தங்களுக்குள் சண்டையிட்டு அப்பாவி மக்களைக் கொல்வதன் மூலம், தங்களை நோக்கிக் கவனத்தை ஈர்க்க முயற்சிக்கின்றனர். இத்தகைய கொலைகள்குறித்து அவர்கள் பெருமிதம் அடைந்தால், அது உண்மையில் தாழ்வு மனப்பான்மையால் ஏற்படும் ஒரு வக்கிரம் மட்டுமே ஆகும். இரு சமூகங்களையும் சேர்ந்த சாதாரண மக்கள், விவசாயிகள், தொழிலாளி வர்க்கம் மற்றும் நடுத்தர வர்க்கம் ஆகியோர் இந்த வக்கிரத்தில் இருந்தும் வெறித்தனத்தில் இருந்தும் வெளியேறுவதற்கான ஒரு வழியைத் தேட வேண்டும். இல்லையெனில், அவர்களது வாழ்க்கை கேள்விக்குறியாகும், மேலும் அவர்கள் உடல்சார்ந்த மற்றும் கலாச்சாரத் துறைகளில் எந்த முன்னேற்றத்தையும் காண முடியாது.

நவீனத்துவம் குறித்த கண்ணோட்டம்

இன்றைய உலகில், வாழ்க்கையை வளமாக்குவதற்கான நவீன விழுமியங்களை மக்கள் ஏற்றுக் கொண்டுள்ளனர், நாகரிக வாழ்க்கையை மேற்கொள்ள வேண்டும் என்பதைத் தமது நோக்கமாகக் கொண்டுள்ளனர். இத்தகைய விழுமியங்களின் அடிப்படையில் சமூக மற்றும் அரசியல் நிறுவனங்களை நாம் உருவாக்க வேண்டும். வளமிக்க மற்றும் நாகரிகமான வாழ்க்கை வாழ்வதற்காக, சுதந்திரம், சமத்துவம், சகோதரத்துவம் மற்றும் சமூக நீதி போன்ற இலட்சியங்களைப் பிரதிநிதித்துவப்படுத்தும் அரசியல் ஜனநாயகத்தை நாம் தழுவி இருக்கிறோம். நமது சமூக வாழ்வில், சமூக நலன் மற்றும் மதச்சார்பின்மை ஆகிய கொள்கைகளை ஊக்குவித்து இருக்கிறோம். பொருளாதாரத் தளத்தில், சிலர் ஜனநாயக சோசலிச அமைப்பை ஏற்றுக்கொண்டனர், சிலர் முதலாளித்துவ அமைப்பைத் தழுவினர், மற்றவர்கள் உலகமயமாக்கலில் இருந்து தோன்றிய புதிய முதலாளித்துவ அமைப்பை ஏற்றுக்கொண்டனர். இந்த அமைப்பு முறைகள் எதையும் குறைபாடற்றவை என்று ஒருவர் கூற முடியாது. ஆனால் தனிநபர் சுதந்திரம், பிற மதங்களுக்கு மரியாதை அளித்தல், மதம் மற்றும் அரசியல் ஆகியவற்றின் எல்லைகளை நிர்ணயித்தல், அறிவியலை ஏற்றுக்கொள்ளுதல் மற்றும் உடல்சார் முன்னேற்றத்திற்கு தொழில்நுட்பத்தைப் பயன்படுத்துதல் போன்ற நவீன விழுமியங்களே முக்கியமான குறிப்பு புள்ளிகள் (*reference points*) ஆகும்.

இந்தக் கொள்கைகளை மேற்கு நாடுகள் கண்டுபிடித்தனர் என்பதாலேயே இந்தியாவில் உள்ள இந்து மற்றும் முஸ்லிம்

வகுப்புவாதிகள் இவற்றை ஏற்றுக்கொள்வதில்லை. இந்த கொள்கைகளைப் பின்பற்றி மேற்கத்திய நாடுகள் மகத்தான முன்னேற்றம் கண்டன. மேலும் பல விஷயங்களையும் நமக்குக் கற்பித்தன. அறிவியல் மற்றும் தொழில்நுட்பக் கண்டுபிடிப்புகளின் உதவியால், மேற்கத்திய சமூகங்கள் மேம்பட்ட ஆயுதங்களைக் கொண்டுள்ளன. இந்துக்களும் முஸ்லிம்களும் ஒருவருக்கொருவர் எதிரிகளாக இருந்தனர் என்ற போதிலும், முன்னொரு காலத்தில் அவர்கள் ஒவ்வொருவருமே நவீனத்துவம், நவீன மனித விழுமியங்கள், அறிவியல் மற்றும் தொழில்நுட்பம் ஆகியவற்றை ஊக்குவித்தனர். மேற்குலகில், மக்கள் நவீன அறிவியலின் வெளிச்சத்தில் பைபிள் போன்ற மதநூல்களை விமர்சன ரீதியாக மறுஆய்வு செய்யத் தொடங்கியபோது, மதத் தலைவர்கள் அவர்களைத் துன்புறுத்தினர். பல சந்தர்ப்பங்களில், அவர்களுக்கு மரண தண்டனை வழங்கப்பட்டது அல்லது உண்மையில் அவர்கள் உயிருடன் எரிக்கப்பட்டனர்.

இத்தகைய தண்டனைகள் மற்றும் துன்புறுத்தல்கள் ஆகியவற்றுக்குப் பிறகும், அவர்கள் அறிவியலைத் தழுவ மறுக்கவில்லை. மாறாக, தங்களது மதத்தின் உள்ளடக்கம், சாராம்சம் மற்றும் நம்பிக்கைகளுக்கு இடையூறு விளைவிக்காமல், அதனை அவர்கள் நவீனப்படுத்தினர். அரசியல் மற்றும் மத சக்திகளைப் பிரிக்கும் வகையில் இரு தளங்களுக்கும் இடையில் ஒரு திட்டவட்டமான கோடு வரையப்பட்டது. எனவே, மேற்கத்திய சமூகங்களில் ஜனநாயகம் மற்றும் மதச்சார்பின்மை ஆகியவை பிழைத்து வளர்ந்தன. மேலும் அவை விரைவான முன்னேற்றத்தை அடைய முடிந்தது. மேற்கத்தியச் சமூகங்களில் உள்ள மக்கள் இந்தக் கொள்கைகளை முழுவதுமாக ஏற்றுக்கொண்டார்கள் என்பதை அது குறிக்கவில்லை; அங்கும் பல பழமைவாதிகள் இருக்கிறார்கள். இருப்பினும், நவீனத்துவம் மீது நம்பிக்கை கொண்ட பெரும்பான்மையினரிடம் இருந்து பழமைவாதச் சிறுபான்மைக் குழுவை அந்நியப்படுத்துவதில் அச்சமூகங்கள் வெற்றி பெற்றன.

முஸ்லிம் மற்றும் இந்துச் சமூகங்களும் கூடக் கடந்த காலங்களில் நவீனக் கொள்கைகளின் துணையுடன் விரைவான முன்னேற்றம் கண்டன. ஆனால், ஒவ்வொரு முறையும், பழமைவாதம் மதத்தின் பெயரால் பல தடைகளை உருவாக்கியது. பழமைவாத முஸ்லிம் உலகம், மதத்தை நவீனமயமாக்குவதற்கு பதிலாக, நவீனத்துவத்தை இஸ்லாமிய மயமாக்கத் தொடங்கியது.

செல்வத்தின் சக்தி மற்றும் அவர்கள் கொண்டிருந்த பேரழிவுக் கருவிகளுடன், பழமைவாதமானது சாதாரண முஸ்லிம்களின் மனதில் பயத்தின் உணர்வை உருவாக்கியது. ஆனால், ஒட்டுமொத்த முஸ்லிம் உலகமும் நவீனத்துவத்திற்கு எதிரானது, மதத்தின் பெயரால் ஜிஹாத் செய்யத் தயாராக உள்ளது என்ற கூற்று முஸ்லிம் எதிர்ப்பு பிரச்சாரத்தின் ஒரு பகுதியே ஆகும். ஆப்கானிஸ்தானில் சாதாரண முஸ்லிம்களால் தலிபான் ஆட்சி தூக்கி எறியப்பட்ட பின்னர், அந்நாட்டில் ஏராளமான பெண்கள் தங்கள் புர்கா (முக்காடு) அணியும் பழக்கத்தைக் கைவிட்டனர். முடிதிருத்தும் கடைகளுக்கு முன்னால் மொட்டையடித்துக் கொள்வதற்கு ஆண்கள் நீண்ட வரிசையில் காத்திருந்தனர். வீதிகளில் திரண்ட மக்கள் இந்தியத் திரைப்படங்களைத் திரையரங்குகளில் திரையிட வேண்டும் என்றும் பொதுவில் நடனம் மற்றும் இசை நிகழ்ச்சிகள் நடத்தப்பட வேண்டும் என்றும் கோரினர். இந்த நிகழ்வுகள் உடனடிச் செய்திகளாக ஒளிபரப்பப்பட்டன. ஊடகங்கள் இந்திய தொலைக்காட்சித் திரைகளில் அவற்றை உற்சாகத்துடன் ஒளிபரப்பின. இவை முஸ்லிம்கள் நவீனத்துவத்தில் மிகுந்த அக்கறை கொண்டிருந்ததனர் என்பதற்கான அறிகுறிகள் ஆகும். இருப்பினும், ஈரான் மன்னர் ஷா தனது நாட்டில் நவீனத்துவத்தைப் புகுத்தியதை அடுத்து, ஆட்சியைக் கைப்பற்றிய அயதுல்லா கொமேனி, அதையும் ஷா அறிமுகப்படுத்திய சமூக வளர்ச்சியையும் சேர்த்தே ஒழித்துக் கட்டினார்.

இந்தப் பின்புலத்தில், கோல்வால்கரின் கருத்துகள் நம்மை எதிர்காலத்திற்கு இட்டுச் செல்கின்றனவா அல்லது அவை நம்மைப் பண்டைய இந்தியாவுக்கு இட்டுச் செல்கின்றனவா? உலகளாவிய முஸ்லிம் சமூகமான உம்மா மீது நம்பிக்கை கொண்ட முஸ்லிம்களைப் போலவே, இந்துக்களும் அதே போன்ற வழிகளில் தங்களை ஒழுங்கமைத்துக் கொள்ள நினைத்தனர். எனவே, 1964ஆம் ஆண்டில் விஸ்வ இந்து பரிஷத்தை (வி.எச்.பி) நிறுவினார் கோல்வால்கர். அது நிறுவப்பட்ட பின்னர், கும்பமேளா விழாவின் போது பிரயாகில் அதன் 'உலக மாநாடு' ஏற்பாடு செய்யப்பட்டது. அந்த மாநாட்டில் உரையாற்றிய கோல்வால்கர் பின்வருமாறு கூறினார்:

"பல சமயங்களில் இன்றைய காலம் விஞ்ஞான காலம் என்று மக்கள் சொல்கிறார்கள். எனவே விஞ்ஞானக் காலத்திற்கு ஏற்ப நாம் மதத்தில் மாற்றங்களைக் கொண்டு வர வேண்டும் என்று

அவர்கள் அடிக்கடி வாதிடுகிறார்கள். நான் அதற்கு முற்றிலும் மாறாகச் சொல்கிறேன். விஞ்ஞானம் மதத்தோடு ஊடாட வேண்டும், அதன் அடிப்படையில் தன்னில் மாற்றங்களைக் கொண்டு வர வேண்டும் என்று நான் சொல்கிறேன். அறிவியல் துறையின் ஒவ்வொரு ஆராய்ச்சிகளின் அடிப்படையிலும் நீங்கள் மதத்தை மாற்றிக்கொண்டால், மதம் மதமாக இருக்காது. மதம் இல்லாமல் போனால், சமூக வாழ்க்கை எவ்வாறு இருக்க முடியும்? அதன் விளைவாக, மக்களின் கடமைகள் பாதிக்கப்படும். இவ்வுலகிலும் பரவுலகிலும் மக்களின் நலனுக்கான பாதைகளை நாம் இழந்து விடுவோம். பின்னர் ஒட்டுமொத்த மனிதகுலமும் ஏமாற்றம் அடையும். எனவே, ஒவ்வொரு அறிவியல் ஆராய்ச்சிக்குப் பிறகும் மதத்தில் மாற்றங்களைக் கொண்டுவருவது பொருத்தமான வழி அல்ல என்று நான் நினைக்கிறேன்" (ஸ்ரீ குருஜி சமக்ர தர்ஷன், பாகம் 5, நாக்பூர், பாரதீய விசார்தாரா, 1975, பக்கம் 75).

கோல்வால்கர் பயன்படுத்தும் மொழி, நவீனத்துவத்தை இஸ்லாமிய மயமாக்க விரும்பும் முஸ்லிம்களின் மொழியைப் போன்றது. கோல்வால்கர் நவீனத்துவத்தை காவிமயமாக்க விரும்புகிறார்.

நவீன விழுமியங்களுக்கு எதிராக

புரட்சியாளரான பாய் பரமானந்த், பஞ்சாபில் ஒரு இந்து-கம்யூனிஸ்ட் குழுவை உருவாக்கினார். அவரது நடவடிக்கையானது, நவீன அரசியல் சித்தாந்தம் குறித்த இந்துச் சமூகத்தின் எதிர்வினைக்குச் சிறந்த எடுத்துக்காட்டு ஆகும். ஆனால் கோல்வால்கர் அத்தகைய குழு உருவாக்கப்படுவதைக் கடுமையாக விமர்சித்தார். மேலும், 'ஒரு நபர் ஒரு இந்து ஆகவோ அல்லது கம்யூனிஸ்ட் ஆகவோ இருக்கலாம், ஆனால் இரண்டும் ஆக இருக்க முடியாது' என்றார் (*M.S. Golwalkar, Bunch of Thoughts, Bangalore: Sahitya Sindhu Prakashan, 1996, page. 59, First published 1966*).

மவுலானா மவுதூதியும் கூட இதே கருத்தைக் கொண்டிருந்தார். அவர் பின்வருமாறு எழுதினார்:

"எனது வாழ்க்கைச் சூழலில், இஸ்லாத்தின் சித்தாந்தத்தை நான் ஏற்றுக்கொள்ளும் வரை, நான் ஒரு முஸ்லிம் ஆக இருக்கிறேன்; ஆனால் வேறு ஏதாவது சித்தாந்தங்களை ஏற்றுக்கொண்ட பின்னர், நான் என்னை ஒரு முஸ்லிம் என்று அழைத்துக் கொண்டால், அது கேலிக்குரியதாக இருக்கும். 'முஸ்லிம் தேசியவாதி', 'முஸ்லிம் கம்யூனிஸ்ட்' போன்ற வெளிப்பாடுகள், 'கம்யூனிச பாசிஸ்டு',

'கம்யூனிஸ்ட் முதலாளித்துவவாதி' அல்லது 'புனித விபச்சாரி' என்று குறிப்பிடுவது போல இருக்கும், அவை அப்பட்டமான சுய முரண்பாடுகளின் வெளிப்பாடுகளாக இருக்கும்" (Sayyid Abulala Maududi, Nationalism and India, New Delhi, 1965, page 8).

இந்தியாவின் இந்து மற்றும் முஸ்லிம் அடிப்படைவாதிகள் ஒரே மொழியைப் பேசுகிறார்கள் மற்றும் நவீன அறிவியல் மற்றும் நவீன வாழ்க்கை விழுமியங்களை எதிர்க்கிறார்கள் என்பதை இது காட்டுகிறது. அவர்கள் இருவருமே தங்களது மதங்களின் தூய்மையைத் தக்க வைத்துக் கொள்ள விரும்புகிறார்கள். அது தவிர, அவர்கள் தங்கள் மதங்கள் தோன்றியபோது இருந்த நிலைமைகளைப் புதுப்பிக்க விரும்புகிறார்கள். இஸ்லாமிய நம்பிக்கைகள் மதம் சார்ந்த அண்டவியல் கருத்தை அடிப்படையாகக் கொண்டிருப்பதால் முஸ்லிம்கள் தேசியவாதத்தை ஏற்றுக்கொள்ளவில்லை. கலாச்சாரத் தேசியத்தை ஆதரித்த கோல்வால்கர், 'பிராந்திய தேசியக் கருத்தை' கண்டித்தார். அது காங்கிரஸ் தலைவர்களால் ஊக்குவிக்கப்பட்டது என்று கருதிய அவர், அது ஒரு அபத்தமான கருத்து என்றும் கூறினார்.

ஏப்ரல் 7-8, 1984 ஆகிய தேதிகளில் புதுதில்லியில் உள்ள விக்ஞான் பவனில் நடைபெற்ற மாநாட்டில் வி.எச்.பி நிறைவேற்றிய தீர்மானங்கள் குறிப்பிடத்தக்கவை. அவை தர்ம சன்சாத் (அதாவது, 'மத பாராளுமன்றம்') என்பதனால் அங்கீகரிக்கப்பட்டு, 'நடத்தை விதிமுறை' ஆக வெளியிடப்பட்டன. அதன் முதலாவது விதிமுறை, கிராமவாசிகள் ஒவ்வொரு கிராமத்திலும் ஒரு கோவிலைக் கட்ட வேண்டும் என்றும் அவர்கள் நாள்தோறும் இரண்டு முறையாவது அங்கு கூட வேண்டும் என்றும் கூறுகிறது. அதன் இரண்டாவது கொள்கை, புனிதர்கள், ரிஷிகள் அல்லது ஞானிகள் ஒரு கிராமத்திற்கு வரும்போது, பள்ளிகளில் அல்லது கிராமத்தில் உள்ள வேறு வசதியான இடத்தில் நிகழ்ச்சிகள் ஏற்பாடு செய்யப்பட வேண்டும் என்று கூறுகிறது. மூன்றாவது, நிலவுகின்ற சூழலின் பொருத்தப்பாட்டைக் கருத்தில் கொண்டு, சில மதச் சடங்குகள் மற்றும் பழமைவாதச் சடங்குகளைக் கடைபிடிப்பதில் மக்களுக்குப் பயிற்சி அளிக்கப்பட வேண்டும் என்று குறிப்பிடுகிறது. பத்தாவது கொள்கை வேறொரு மதத்திற்கு மாற்றப்பட்ட ஒரு இந்து மீண்டும் இந்து மதத்திற்குத் திரும்ப விரும்பினால், அவர் தனது முந்தைய சாதிக்கு மட்டுமே திரும்பி வர அனுமதிக்கப்படலாம் என்னும் ஒரு மதக்கட்டளை ஆகும்.

இறுதியாக தலைமைப் பூசாரிக்கு வணக்கம் செலுத்த வேண்டும். ஆறாவது கொள்கையானது மூன்றாவது ஆசிரமத்தை, அதாவது வானப்பிரஸ்த ஆஸ்ரமத்தை வலியுறுத்துகிறது, மேலும், ' இந்த மண்ணின் எந்த ஒரு பகுதியும் ஆச்சார்யர்களின் பார்வையில் இருந்து நழுவிவிடாமல் பாதுகாக்கும் வகையில் நால்வருண அமைப்பு நிறுவப்பட வேண்டும்' என்று வலியுறுத்துகிறது (Sudhir Panse, Ase Asel Hindu Rashtra ('Such would be the Hindu Nation'), Mumbai: Lokvangmay, 1993). இந்து மற்றும் முஸ்லிம் அடிப்படைவாதிகள் நாட்டை எங்கே இட்டுச் செல்ல விரும்புகிறார்கள் என்பதை இது தெளிவாகக் காட்டுகிறது. ஆனால் உண்மையில் இந்த தேசம் எந்தத் திசையில் நகர்ந்து கொண்டிருக்கிறது?

தேசத்திற்கான வகுப்புவாத பாதைகாட்டி

சமகாலத்தில் நம் நாடு வகுப்புவாத அரசியலால் முன்னெப்போதும் இல்லாத அளவு பாதிக்கப்பட்டுள்ளது. இந்து வகுப்புவாதிகளும் முஸ்லிம் அடிப்படைவாதிகளும் ஒருவர் மீது ஒருவர் குற்றம் சாட்டிக் கொள்கிறார்கள். பாப்ரி மஸ்ஜித் இடிக்கப்பட்டதன் காரணமாக ஏற்பட்ட கலவரங்கள், நம்மைப் பல ஆண்டுகள் பின்னோக்கி இழுத்துச் சென்றது. மும்பையில் ஒருங்கிணைந்த வகையில் நடத்தப்பட்ட குண்டு வெடிப்புகள் இரு சமூகங்களுக்கும் இடையிலான நம்பிக்கையை நிரந்தரமாகச் சிதைத்து, ஒருவருக்கு ஒருவர் எதிராக தவறான எண்ணங்களை உருவாக்கின. ஷா பானு வழக்கில் உச்சநீதிமன்றத் தீர்ப்பு நாடாளுமன்றத்தின் அரைகுறை எதிர்வினைக்கு (kneejerk reaction) இட்டுச் சென்றது.

இந்திய உச்சநீதிமன்றத்தின் தீர்ப்பை பாராளுமன்றம் மாற்றி அமைத்தது. 1986 ஆம் ஆண்டு பாராளுமன்றத்தில் நிறைவேற்றப்பட்ட முஸ்லிம் பெண்கள் (விவாகரத்து மீதான உரிமைகள் பாதுகாப்பு) சட்டம், பெரும் சர்ச்சைக்குரியதாக மாறியது. இந்த நடவடிக்கை பழமைவாத முஸ்லிம் சிந்தனையைப் பின்பற்றுவதாக இருந்தது. இயற்கையாகவே, அரசாங்கத்தின் இந்த நடவடிக்கை நாடு முழுவதும் குழப்பத்தை ஏற்படுத்தியது. இந்தச் சட்டம் முற்போக்கானது என்று அறிவிக்கப்பட்டிருக்கலாம், ஆனால் உச்சநீதிமன்றத்தின் தீர்ப்பு தனித்துவம் மிக்கது.

குறிப்பாக இந்தியாவில் இந்து-முஸ்லிம் உறவுகளின் பின்னணியில் இது சிறப்பு முக்கியத்துவம் உடையதாக இருந்தது. ஒரு பொதுவான சிவில் சட்டம் உருவாக்குவதற்கான

அரசியலமைப்பு வழிகாட்டுதல்களைக் கருத்தில் கொண்டு பார்த்தால் நீதிமன்றத்தின் முடிவு முக்கியமானது. இருப்பினும், பழமைவாத முஸ்லிம்களின் அடிப்படைவாத அழுத்தத்திற்கு ராஜீவ் காந்தி அடிபணிந்தார். இவ்வாறு தேசத்தின் மையநீரோட்ட அரசியல் அங்கிருந்து வேறு பாதையில் திரும்பியது மட்டுமின்றி, அது வகுப்புவாதச் சித்தாந்தங்களால் முற்றிலுமாக முறியடிக்கப்பட்டது.

1979 ஆம் ஆண்டில், தமிழ்நாட்டில் தலித்துகள் இஸ்லாமுக்கு மாறினர். அது வி.எச்.பி.க்கு அதிக உத்வேகத்தைக் கொடுத்தது. ஷா பானு வழக்கின் முடிவு நீர்த்துப் போகுமாறு செய்யப்பட்ட போது, காங்கிரஸின் அதிகாரம் சரிந்தது. 1990ஆம் ஆண்டுகளில் தீவிரவாதத் தாக்குதல் காரணமாக அச்சமடைந்த பண்டிட்டுகள் காஷ்மீரைவிட்டு வெளியேறத் தொடங்கியபோது, அவர்களை பிரதமர் வி.பி.சிங் அல்லது அதற்குப் பின்னர் பிரதமர் வாஜ்பாயோ காப்பாற்ற முடியவில்லை. எனவே, பெரும்பான்மையான இந்துக்கள் பாதுகாப்பாக இல்லை, அவர்கள் இந்த நாட்டில் வஞ்சிக்கப்பட்டு விட்டனர் என்ற உணர்வு இந்துச் சமூகத்தினரிடையே வலுப்பெற்றது. எந்தவொரு மனித சமுதாயத்திலும் பாதுகாப்பின்மை என்பது மக்களை விரோத மனப்பான்மை உடையவர்களாகவும் வன்முறை உடையவர்களாகவும் மாற்றுகிறது. இந்துக்கள் எப்படி அதற்கு ஒரு விதிவிலக்காக இருக்க முடியும்? நாட்டில் இந்துக்களின் தீவிரஉணர்வு (aggression) அதிகரித்தது. 1998ஆம் ஆண்டு, கிறித்துவப் பாதிரியான கிரஹாம் ஸ்டெய்ன்ஸ் மற்றும் அவரது இரண்டு மகன்களும் எரித்துக் கொல்லப்பட்டார். 2002 ஆம் ஆண்டு, குஜராத்தில் இந்துக்களுக்கு எதிராக ஒரு நடுங்கவைக்கும் பயங்கரப் படுகொலை நடந்தது. அதைத் தொடர்ந்து முஸ்லிம்களுக்கு எதிரான ஒழுங்கமைக்கப்பட்ட மற்றும் திட்டமிட்ட படுகொலை நடைபெற்றது. முஸ்லிம்களின் வாழ்வாதாரங்கள் அழிக்கப்பட்டு அவர்களது தொழில்நிறுவனங்கள் எரிக்கப்பட்டன. இதற்கு பதிலளிக்கும் விதமாக, செப்டம்பர் 24, 2002, அன்று அகமதாபாத்தில் உள்ள அக்சர்தாம் கோவிலில் ஐம்பதுக்கும் மேற்பட்டவர்களை முஸ்லிம் பயங்கரவாதிகள் சுட்டுக் கொன்றனர். இது வகுப்புவாத இந்துக்களுக்கும், அடிப்படைவாத முஸ்லிம்களுக்கும் இடையிலான பழிவாங்கும் சங்கிலித் தொடர் போல இருந்தது. இந்த வகுப்புவாத சங்கிலியின் நீளம் நாளுக்கு நாள் அதிகரித்து வருகிறது, இதன் விளைவாக, தேசத்தின் ஒருமைப்பாடு மிக மோசமாக பாதிக்கப்படுகிறது.

இந்தச் சங்கிலியை உடனடியாக உடைத்தெறியாவிட்டால், இந்து மற்றும் முஸ்லிம் குடும்பங்களைச் சேர்ந்த ஏழை இளைஞர்கள் தங்களுக்குள் சண்டையிடுவார்கள், இறந்து போவார்கள் அல்லது தங்கள் வாழ்க்கையை வீணடிப்பார்கள். இந்த வன்முறைச் சங்கிலியை நீட்டித்தால், ஏதாவது ஒரு குழு வெற்றி அடைவதற்கான வாய்ப்பு உள்ளது. எவ்வாறாயினும், ஒருவர் மீது ஒருவர் நடத்திக் கொள்ளும் இதுபோன்ற அதிகமான தாக்குதல்கள், நாட்டின் அரசியல் உறுதித்தன்மையைப் பணயம் வைப்பதாக இருக்கும் என்பதில் சந்தேகமில்லை. அச்சுறுத்தலின் இந்த மூலமானது (source) நாட்டின் முன்னேற்றத்திற்கு ஆபத்தானது, மேலும் இது நாட்டின் வளர்ச்சிக்கான செயல்முறைகளையும் நிறுத்திவிடும்.

தொழில்முறைக் கலவரக்காரர்கள்

இந்தியாவில் பல சிக்கலான பிரச்சினைகள் தீர்க்கப்படாமலே இருந்துள்ளன. நமது நாட்டில் சுமார் 35 கோடி கல்வியறிவு அற்ற ஆண்களும் பெண்களும் இருக்கிறார்கள். சுமார் பத்து கோடி இளைஞர்களுக்குப் பாதுகாப்பான வேலைவாய்ப்பு கிடையாது. சிறு விவசாயிகள் கடினமான சூழலில் வேலை செய்கிறார்கள், விவசாயப் பொருட்களில் இருந்து அவர்களால் போதுமான வருமானம் ஈட்ட முடிவதில்லை. பொருளாதார மந்தநிலைமை காரணமாகத் தொழில்துறையில் ஏற்பட்டுள்ள வேலையின்மையின் தீவிரம் கற்பனைக்கும் அப்பாற்பட்டது. நேர் எதிரான மற்றும் முரணான நிலைமை வளர்ந்து வருகிறது, படித்த இளைஞர்கள் அருண் கவ்லி என்ற மோசமான அயோக்கியனுக்கு வேலை செய்ய வருகிறார்கள். கலவரங்களும் வன்முறையும் தொடர்ந்து அதிகரித்துக் கொண்டே இருந்தால், அது தொழில்முறைக் கலவரக்காரர்களை உருவாக்கும். தங்கள் தொழிலைத் தக்க வைப்பதற்காக, கலவரங்கள் தவறாமல் நடப்பதை அவர்கள் உறுதி செய்வார்கள். சுமார் இருபது கோடி மக்களைக் கொண்ட நமது நாட்டின் நடுத்தர வர்க்கத்திற்கு வரவிருக்கும் அபாயம் பற்றிய தெளிவான புரிதல் இல்லை. மதக்குழுக்கள் தம்மைப் பாதுகாக்கும் என்று அது நம்பிக்கை கொண்டிருக்கிறது. ஆனால், கலவரங்கள் தொழிலாக மாறும்போது, எல்லோருமே அவதிப்படுவார்கள். இந்தப் பிரச்சினைக்கு ஒரு நம்பகமான தீர்வு காணப்பட்டு விடும் என்று பலர் நம்புகிறார்கள், ஆனால் அவர்கள் ஒவ்வொருவரும் கடுமையான அழுத்தத்தின்கீழ் வாழ்ந்து வருகிறார்கள். சாதாரண மக்கள் இரு சமூகங்களைச் சேர்ந்த கலவரக்காரர்களையும் எதிர்ப்பதற்கும் தனிமைப்படுத்துவதற்கும் தங்கள் சக்தியைப்

பயன்படுத்தும்போதுதான் ஒரு தீர்வை எட்ட முடியும். அப்படிப்பட்ட நம்பிக்கை தெரிவிப்பதில் எந்தத் தவறும் இல்லை. ஏனென்றால், மனித இனம் இந்த நிலையை எட்டுவதற்குமுன்பு பண்டைய காலம் முதல் கடினமான ஒரு பாதை வழியாகப் பயணித்து வந்துள்ளது. எனவே, அது வருங்காலத்தில் எதிர்கொள்ளக் கூடிய எந்த ஒரு சிரமத்தையும் எதிர்த்து நிச்சயமாகப் போராட முடியும்.

எதிர்காலத்திற்கான குறிக்கோள்கள்

புதிய உலகமயமாக்கல் முறையை வரவேற்க உலகின் ஒவ்வொரு தேசமும் தயாராகி வருகிறது. எதிர்பார்க்கப்பட்டது போல உலகமயமாக்கலின் விளைவுகளை நம்மால் காண முடியவில்லை. இந்து மற்றும் முஸ்லிம் வகுப்புவாதிகள் இருவருமே தங்கள் சமூக அமைப்புகள் சிறந்தவை மற்றும் தனித்துவம் மிக்கவை என்று கருதினாலும், நவீன உலகில் விரிவான வளர்ச்சியை உருவாக்க முடியாத அளவு அவை காலாவதி ஆகி விட்டன. கெடுவாய்ப்பாக, நவீன உலகம் குறித்து வகுப்புவாதிகள் கவனம் செலுத்துவது கிடையாது, ஏனெனில் நாம் ஏற்கனவே சுட்டிக் காட்டிய படி அவர்கள் தங்களது கலாச்சாரத் தப்பெண்ணங்களால், சுயதிருப்தி அடைதல் மற்றும் சுயபெருமை பேசுதல் ஆகிய நோய்களால் பீடிக்கப்பட்டுள்ளனர். உலகம் தங்களைத் தாண்டிச் சென்றுவிட்டது என்பதைப் புரிந்து கொள்ளும் நிலையில் அவர்கள் இல்லை. இன்று இந்தியா மற்றும் பாகிஸ்தானின் ஒவ்வொரு செயலும் அமெரிக்காவின் அங்கீகாரத்தைப் பெற்றாக வேண்டும். உலக வங்கி, உலக வர்த்தகக் கழகம் மற்றும் சர்வதேச நாணய நிதியம் போன்ற சக்திவாய்ந்த மற்றும் செல்வாக்கு படைத்த நிறுவனங்கள் அமெரிக்காவால் கட்டுப்படுத்தப்படுகின்றன. இந்தியா இந்த நிறுவனங்களைச் சார்ந்திருப்பது நாளுக்கு நாள் அதிகரித்து வருகிறது. ஆனால், தங்களது தாழ்வு மனப்பான்மையை மறைத்துக் கொண்டு மக்களைக் கொலை செய்வதன் மூலம் தங்களது வீரத்தை நிரூபிக்கும் வகுப்புவாதிகள், உண்மையில் கோழைகளும் பயந்தாங்கொள்ளிகளும் ஆவர். அவர்கள் உலகமயமாக்கலை எவ்வாறு எதிர்கொள்ளப் போகிறார்கள்? அதற்கு வீரமும் மற்றும் துணிச்சல் தேவைப்படுகிறது.

உலகமயமாக்கல் என்னும் சுழலில் சிக்கியுள்ள இந்தியர்களின் அடிப்படைப் பிரச்சினைகளைத் தீர்க்க வேண்டுமானால், உலகின் முன்னேறிய நாடுகள் எவ்வாறு செயல்படும்படி நம்மைக்

கட்டாயப்படுத்துகின்றன என்பதைப் புரிந்துகொள்வது அவசியம். இந்தியர்கள் எவ்வாறு தீயவற்றைத் தவிர்த்துக் கடக்கிறார்கள் என்பது முக்கியமாக கவனத்தில் கொள்ளவேண்டிய விசயம் ஆகும், ஏனென்றால் நமது பணியை நாம் எப்படி மதிப்பிடுகிறோம் என்பதை இந்த அளவுரு தீர்மானிக்கும். உலகமயமாக்கல் இந்தியாவிற்கு அதுவாகவே வந்து சேர்ந்தது. இந்திய அரசாங்கத்துடன் அல்லது நாட்டில் உள்ள இந்துக்கள் மற்றும் முஸ்லிம்களுடன் கலந்தாலோசித்துவிட்டு அதற்குப் பின்னர் வரவில்லை. சாராம்சத்தில் அதன் இயல்பு மற்றும் வடிவம் ஆகியவை அரசியல் சாராதவை ஆகும். தொழில்நுட்பம், மூலதனம் மற்றும் கார்பொரேட் நிர்வாகங்கள் ஆகியவை உலகை நெருக்கமாகக் கொண்டு வருகின்றன.

ஆனால் நமது நாட்டின் இந்து மற்றும் முஸ்லிம் அடிப்படைவாதிகள், எதிர் முகாமில் இறந்துபோன இளம் செயல்பாட்டாளர்களை எண்ணிக் கொண்டிருக்கிறார்கள். ஒருவேளை அவர்கள் இந்துக்களுக்கும் முஸ்லிம்களுக்கும் இடையிலான அதிகரித்துவரும் இடைவெளியையும் அளவிடுகிறார்கள். இந்தியக் குடிமக்களின் வளர்ச்சி மற்றும் முன்னேற்றம் ஆகியவற்றின் பார்வையில் இது பயங்கரமானது என்பது வெளிப்படையாகும். எனவே, இது இந்து மற்றும் முஸ்லிம் அடிப்படைவாதிகள் ஆகிய இருவருமே தங்கள் அகங்கார (egoistic) மனநிலையைக் கைவிடவேண்டிய முக்கியமான தருணம் ஆகும். அவர்கள் யதார்த்தத்தையும் உண்மைகளையும் புரிந்துகொள்ள வேண்டும், மேலும் உலகில் என்ன நடக்கிறது என்பதை அறிந்து கொள்ள வேண்டும். அவர்கள் தங்களது துறைகளில் முன்னேற வேண்டும், மற்றவர்களுடன் போட்டியிட வேண்டும். இது அவர்களைத் தங்களது தாழ்வு மனப்பான்மையில் இருந்து விடுவிக்கும். பின்னர் தேசத்தின் வளர்ச்சிக்காக ஒருவர் மற்றொருவருக்குத் தேவைப்படுவார். இந்தக் குறிக்கோளை அடைய நாம் அனைவரும் முயற்சிகள் எடுக்க வேண்டும் என்று நினைக்கிறேன்.

ராவ் சாஹேப் கஸ்பே

2004

❑

1

ஆர்.எஸ்.எஸ்-ஸின் அடித்தளம்

1925 ஆம் ஆண்டு தசரா திருவிழா நாளன்று, ஆர்.எஸ்.எஸ் அமைப்பை நிறுவினார் டாக்டர் கேசவ பலிராம் ஹெட்கேவர். அந்த அமைப்பின் சித்தாந்தம் (ideology) மற்றும் குறிக்கோள் ஆகியவை அப்போது விளக்கப்படவில்லை என்பதால் அதன் நோக்கங்கள் தெளிவாக அறியப்படவில்லை. மேலும், ஒரு சித்தாந்தக் கட்டமைப்பின் தேவையை அதன் உறுப்பினர்கள் உணரவில்லை என்று தோன்றுகிறது. அப்போது நாடு முழுவதும் விடுதலைக்கான போராட்டம் முழுவேகத்துடன் நடைபெற்று வந்த காரணத்தால், விடுதலைக்காகப் பாடுபடுகிற பல அமைப்புகளில் ஒன்றாக இந்தப் புதிய அமைப்பும் கருதப்பட்டு இருக்கலாம்.

ஆர்.எஸ்.எஸ் அமைப்பின் நிறுவன உறுப்பினர்கள் உணர்ச்சிகளுக்கு அறைகூவல் விடுக்கும் விதமான ஒரு அமைப்பை நிறுவுவதில் வெற்றி பெற்றனர். அதன் அறிவுஜீவிகள் 'காவிக் கொடியே தேசியக் கொடி', 'இந்துஸ்தான் இந்துக்களின் ஒரு தேசம்', 'ஏகசாலக் அனுவர்தித்வா' (ஒற்றைத் தலைவரின் அதிகாரத்திற்கு கேள்விக்கிடமின்றி அடிபணியும் கொள்கை) போன்ற கருத்துகளைப் பரப்பினர். ஆர்.எஸ்.எஸ்ஸில் ஒழுக்கத்திற்கு அதிக முக்கியத்துவம் தரப்பட்டது. அது நாஜி ஜெர்மனி மற்றும் பாசிச இத்தாலியைத் தனது இலட்சிய அடையாளங்களாகக் கருதியது. இருப்பினும் ஆர்.எஸ்.எஸ் அறிவுசார் மரபுகளை வேறு வழிகளின்மூலம் உருவாக்கியது:

இந்துக்களின் வரலாறைப் போற்றிப் புகழுதல், ஜனநாயகத்தையும் ஜனநாயக செயல்முறைகளையும் கேலி செய்தல், இந்திய தேசியக் காங்கிரசைக் குற்றம் சாட்டுதல் மற்றும் அவமதிப்பு செய்தல் போன்றவை அத்தகைய வழிகளாக இருந்தன. பல ஆண்டுக்காலத்தை ஆர்.எஸ்.எஸ்.ஸில் கழித்த அவர்களில் பலர் இந்தப் போர்த்தந்திரங்களைப் பதிவு செய்துள்ளனர் (எடுத்துக்காட்டாக மவுஜ் திவாலி அங்க் என்னும் நன்கறியப்பட்ட வருடாந்திர மராத்திப் பத்திரிகையில் 1974ஆம் ஆண்டு வெளியான சங்க்டலே திவஸ் (சங்கத்தில் கழித்த நாட்கள்) என்னும் கட்டுரையில் எஸ்.எச்.தேஷ்பாண்டே இதனைக் குறிப்பிட்டுள்ளார்). மதச்சார்பின்மை, அரசியல் தேசியவாதம் மற்றும் ஜனநாயகம் பற்றிய ஆரோக்கியமான கலந்துரையாடல்கள் மற்றும் விவாதங்கள்

உண்மைத்தன்மையற்றவை மற்றும் தேவையற்றவை என்று ஆர்.எஸ்.எஸ். கருதியது இயல்பானது, ஏனென்றால் இந்தக் கொள்கைகள் மீதோ அல்லது காங்கிரஸ் மீதோ அது நம்பிக்கை வைக்கவில்லை.

இன்றும்கூட ஆர்.எஸ்.எஸ் குறித்து ஆய்வு செய்வதற்குப் போதுமான நூல்கள் கிடையாது. 1940ஆம் ஆண்டில், ஹெட்கேவரின் மரணத்திற்குப் பிறகு மாதவ் சதாசிவ கோல்வால்கர் – இவர் ஸ்ரீ குருஜி என்று அறியப்படுகிறார் - ஆர்.எஸ்.எஸ்.ஸின் தலைமைப் பொறுப்பை ஏற்றுக்கொண்டார். பல்வேறு காலங்களில் அவர் நிகழ்த்திய உரைகள் மற்றும் தெரிவித்த கருத்துகள் ஆகியவை சிந்தனைக் கொத்து (Bunch of Thoughts) என்ற பெயரில் தொகுக்கப்பட்டன. 1966ஆம் ஆண்டு அது முதன் முதலாக வெளியிடப்பட்டது [இது 'ஞான கங்கை' என்ற பெயரில் தமிழில் மொழிபெயர்க்கப்பட்டுள்ளது – மொழிபெயர்ப்பாளர்]. இந்த நூலில் பதிவு செய்யப்பட்டுள்ள கருத்துகளே தங்களது யுகதர்மம் (இந்த சகாப்தத்தில் அன்றாட வாழ்வுக்குத் தேவையான விதிமுறைகள்) என்று ஆர்.எஸ்.எஸ் உறுப்பினர்கள் கருதுகிறார்கள். கோல்வால்கரின் சிந்தனைகள் முழுநிறைவானவை (perfect) மற்றும் ஆக்கபூர்வமானவை என்று அவர்கள் நம்புகிறார்கள்.

பழமைவாதிகள் எப்படி பைபிள் மற்றும் குரான் ஆகியவற்றை அடிப்படை நூல்களாகக் கருதுகிறார்களோ அதைப் போலவே சிந்தனைக் கொத்து நூல் தனது அமைப்பின் கோட்பாடுகளுக்கான அடிப்படை நூல் என்று ஆர்.எஸ்.எஸ் கருதுகிறது. எனவேதான், அந்த நூலை விவாதிப்பதும், விமரிசனபூர்வமாக ஆய்வு செய்வதும் அவசியமாகும். அது கடினமானது அல்ல என்றாலும் நேரத்தை எடுத்துக்கொள்ளும் ஒரு பணி ஆகும். ஆர்.எஸ்.எஸ்.ஸின் நோக்கம் மற்றும் குறிக்கோள் (purpose and objectives) ஆகியவற்றைப் புரிந்து கொள்ள இது அவசியமானதாக இருக்கிறது. அத்தகைய அமைப்பின் பொருள் மற்றும் செயல்நோக்கம் (meaning and intention) ஆகியவற்றைத் தெளிவாகப் புரிந்துகொள்வது அவசியம். ஏனென்றால் அவற்றை முறையாகத் தெரிந்து கொள்ளாமல் ஆர்.எஸ்.எஸ் அமைப்பின் மீது வெறுமனே குற்றம் சாட்டுவது முறையற்றதாக இருக்கும். மேலும், அவற்றை நாம் புரிந்துகொள்ளவில்லை என்றால், ஆர்.எஸ்.எஸ். குறித்த நமது எதிர்பார்ப்புகள் தவறானவை ஆக இருக்கும்.

நவீன காலத்தில் மனிதனுக்கும் சமூகத்திற்கும் இடையிலான பரஸ்பரத் தொடர்புகளைப் புரிந்துகொள்வதற்கும், விவாதிப்பதற்கும்

உதவி செய்யும் வகையிலான பல்வேறு சித்தாந்தங்கள் உலகம் முழுவதிலும் தோன்றியுள்ளன. இந்தச் சித்தாந்தங்கள், தனிமனித வளர்ச்சி மற்றும் செழுமைப்படுத்தல் ஆகியவற்றுக்குத் தேவையான சமூக, பொருளாதார அரசியல் சமத்துவம் குறித்த பார்வையை மேம்படுத்தி உள்ளன. சமூக நீதி மற்றும் சமத்துவம் ஆகிய கொள்கைகளின் அடிப்படையில் தேசங்கள் கட்டமைக்கப்பட வேண்டும் என்ற நம்பிக்கையின் அடிப்படையில் பல நாடுகள் ஜனநாயகம், சோசலிசம் மற்றும் கம்யூனிசம் ஆகிய நவீன சித்தாந்தங்களைத் தழுவியுள்ளன. மேலும் இந்தச் சித்தாந்தங்களுக்கு இடையில் பல விவரங்களில் வேறுபாடுகள் இருக்கின்றன என்ற போதிலும் சுரண்டலில் இருந்து நாடுகள் விடுபடவில்லை என்றால், நாடுகளுக்கு இடையில் ஒத்துழைப்பு சாத்தியமற்றது என்று அவை நம்புகின்றன. இது போன்ற பரஸ்பரப் புரிதல் மூலமாகவே உலகம் தழுவிய அரசு என்னும் கனவு என்றாவது ஒரு நாள் மெய்ப்படக் கூடும்.

இருப்பினும், கோல்வால்கர் இந்த நவீனச் சித்தாந்தங்களுடன் மாறுபடுகிறார். அவரைப் பொறுத்தவரை, தேசியவாதச் சிந்தனை என்பது மனிதர்களில் இயற்கையாக இருப்பது ஆகும். வெளிநாட்டில் தோன்றிய எந்த ஒரு சித்தாந்தமும், சிந்தனை அல்லது 'இசம்' இந்தியாவின் பிரச்சினைகளைத் தீர்க்க முடியாது என்று அவர் கூறுகிறார். அவற்றைத் தீவிரமாகச் சாடும் அவர், பின்வருமாறு கூறுகிறார்:

"நாடுகள் இணக்கமான முறையில் ஒருங்கிணைக்கப்பட வேண்டும், அவை அழிக்கப்படக் கூடாது என்று நாங்கள் விரும்புகிறோம். அனைத்து மக்களையும் பௌதிக மட்டத்தில் மட்டம் தட்டி ஒரே குறிப்பிட்ட தரத்தைச் சேர்ந்தவர்களாக்கி, அவர்களது தனிநபர் மற்றும் குழு இயல்புகளை அழித்து, அரசாங்கமற்ற ஒரு நிலையை உருவாக்க வேண்டும் என்ற யோசனை நமக்கு அன்னியமானது என்பதைக் குறிப்பிடத் தேவையில்லை. எங்கள் கருத்தாக்கத்தின் படி, உலகளாவிய அரசு (World State) என்பது, அனைத்தையும் இணைக்கும் பொதுவான மையத்தின் கீழ் அமைந்த தன்னாட்சி மற்றும் சுய-கட்டுப்பாடு உடைய நாடுகளின் கூட்டமைப்பிலிருந்து உருவாகும்".

இந்திய இந்து மரபுகளுக்குத் தொடர்பற்றதாக அல்லது பொருந்தாதது ஆக இருக்கும் எதையும் ஏற்றுக் கொள்ளக் கூடாது என்று அது அறிவுறுத்துகிறது. அப்படிக் கூறும்போது, பொருளாதார சமத்துவமின்மை மற்றும் மக்களின் சமச்சீரற்ற இருப்பு ஆகியவை

இந்திய கலாச்சாரத்தின் குறிப்பிடத்தக்க சிறப்பம்சம் என்று கோல்வால்கர் தெளிவாகவும் பொருள்பற்றிய குழப்பம் இன்றியும் விளக்குகிறார்.

அவரது கருத்துப்படி, தேசிய மற்றும் சர்வதேசியச் சூழலில் மனிதச் சமூகத்தின் உடல்சார் இருப்புக்கான (physical existence) அடிப்படையை நாம் புரிந்து கொள்ள வேண்டும் – அதன் தனிப்பட்ட மற்றும் கூட்டுத் தனிப்பண்புகளை வேறு எப்படிப் பாதுகாக்க முடியும்? ஆனால் இந்தக் கேள்விகளை நாம் வெவ்வேறு கோணங்களில் இருந்து கருதிப் பார்க்க வேண்டும். ஜனநாயகம், கம்யூனிசம் மற்றும் சோசலிசம் ஆகிய சித்தாந்தங்களின்படி, தனிநபர்களின் அனைத்துக் குழுக்களையும் சம அளவிலான வாழ்நிலைக்குக் கொண்டு வராவிட்டால், தனிநபர் மற்றும் கூட்டுப் பண்புகள் பாதுகாக்கப் படுவது கிடையாது, தனிநபர் வளர்ச்சிக்கான வாய்ப்புகளும் சரிவரப் பயன்படுத்தப் படுவது கிடையாது.

கோல்வால்கரின் உரைகள் விரும்பத்தக்கவை மற்றும் கவர்ச்சிகரமானவை ஆக இருக்கின்றன. அவருடைய செழுமையான மொழியியல் நடை மற்றும் நமது வரலாறு குறித்த உணர்ச்சிபூர்வமான சித்தரிப்பு ஆகியவற்றால் இளைஞர்கள் எளிதில் கவரப்பட்டு விடுகிறார்கள். வரலாற்றில் தீவிர ஆர்வம் உடைய இளைஞர்கள் கடந்த காலம் பற்றிய அவரது வர்ணனைகளை உண்மை என்று நம்பிவிடும் அளவுக்கு வரலாறு பற்றி அத்தனை முறை குறிப்பிடுகிறார். இதன் விளைவாக, அவருடைய கருதுகோள்களை (premise) அவர்கள் சரியாகப் புரிந்து கொள்வது கிடையாது. எனவே அவரது உரைகளின் பயனற்ற தன்மையையும் அவற்றில் அவர் ஏற்படுத்தும் நியாயமற்ற தொடர்புகளையும் அவர்களால் ஆராய முடிவதில்லை.

உண்மையில், ஆர்.எஸ்.எஸ்.ஸின் இளம் சுயம்சேவக்குகள் – அல்லது தொண்டர்கள் – பொதுவாக வாழ்க்கையின் ஆரம்ப கட்டத்தில் இருப்பவர்களாகவும், அப்பாவிகளாகவும் இருக்கிறார்கள். அந்த உரைகளின் சிக்கல்களை அவர்களால் புரிந்துகொள்ள முடியாது. தனது வாழ்க்கையின் பிற்பகுதியில் குழப்பங்கள் தெளிவாகத் தெரியும்போது காலம் கடந்து போயிருக்கும். அதனால் அவர்கள் எரிச்சல், உளவியல் சித்திரவதை மற்றும் தோல்வி மனப்பான்மை (defeatism) ஆகியவற்றை மட்டுமே அனுபவிப்பார்கள். துடிப்புமிக்க இளைஞர்களின் அமைப்பை உருவாக்குவதில் ஆர்.எஸ்.எஸ் வெற்றி பெற்றது

என்றாலும், அது தனது வாழ்க்கையின் பிற்பகுதியில் வருத்தப்படும் ஒரு சபிக்கப்பட்ட தலைமுறையைப் பெற்றெடுத்தது.

கோல்வால்கருடைய வாதத்தின்படி, மனித சமூகம் சரிசமமான பொருளாயத இருப்பின் அடிப்படையில் முன்னேறினால், அதன் தனிநபர் சார்ந்த மற்றும் கூட்டு அம்சங்கள் அழிக்கப்பட்டு விடும். முற்றிலும் பொருத்தமற்ற இந்த வாதம், ஒரு சோசலிசச் சமுதாயத்தை உருவாக்குவதற்கான கனவுக்கும்கூட சமஅளவுக்குத் தீங்கு விளைவிக்கும். சமமற்ற பொருளாயத அடிப்படையில் நாம் ஒரு சமூகத்தை உருவாக்கும்போது, உற்பத்தி சக்திகள் மற்றும் உற்பத்திக் கருவிகள் ஆகியவை ஒரு குறிப்பிட்ட வர்க்கம் அல்லது சாதியின் கைகளில் குவிந்து விடுகின்றன. அவை முழு கட்டமைப்பின் தனியார் உரிமையாளர்களாக ஆகி விடுகின்றன. சக்தி படைத்த வர்க்கமானது, தனது மேலாதிக்கத்தைத் தக்க வைத்துக் கொள்வதற்காகப் பொது மக்களை வெறித்தனமாகச் சுரண்டும். சமூகத்தில் சமச்சீரற்ற பொருளாயத அடிப்படையை உருவாக்குவதற்கு இதுவே முக்கியக் காரணமாக இருக்கும்.

அப்படிப்பட்ட ஒரு சமூகத்தில் பணக்காரர்கள் தொழிலாளர்கள், நிலமற்ற கூலித் தொழிலாளர்கள் மற்றும் ஏழைகள் ஆகியோரை அடிமைப்படுத்தி விடுவார்கள். தங்களது தனித்துவமான மற்றும் தனிநபர் தன்மையைகளைத் தக்க வைத்துக் கொள்ள எண்ணிறந்த அடிமைகள் சமூகத்திற்கு என்ன செய்ய வேண்டும்? அடிமைப்படுத்தப்பட்டவர்கள் தமது துன்பம், வறுமை மற்றும் அவமானம் ஆகியவை முந்தைய பிறப்புகளின் பாவங்கள் என்ற அனுமானத்தில் ஊமைகளாக இருட்டில் கிடக்க வேண்டும்,, செல்வத்தையும் அதிகாரத்தையும் உற்பத்தி செய்ய அவர்கள் தொடர்ந்து மனமாரப் பணியாற்ற வேண்டும், ஒட்டுமொத்த உற்பத்தி முறை முழுவதும் தங்களது எஜமானர்களின் கைகளில் தொடர்ந்து இருக்க அனுமதிக்க வேண்டும். இந்து சமூகம் எந்தச் சமமற்ற பொருளாயத அடிப்படையில் அமைக்கப்பட்டுள்ளதோ அதை கோல்வால்கர் நியாயப்படுத்துகிறார். அவரைப் பொருத்த வரையில் இந்துக் கலாச்சாரம் என்பது இந்து சமூகத்தின் தனித்தன்மை உடைய படைப்பு ஆகும், இந்தச் சமமற்ற அமைப்பை அவர் பெரிதும் ஆதரிக்கிறார். அப்படிப்பட்ட ஒரு சமூக அமைப்பில் பணக்காரர்கள் பணக்காரர்களாகவே இருப்பார்கள் – அல்லது சில சமயங்களில் மேலும் பணக்காரர் ஆவார்கள், ஏழைகள் தொடர்ந்து ஏழை ஆகிக் கொண்டே போவார்கள். இந்து சமூகத்தின் தனித்துவமான சிறப்பம்சம் இது தான். அப்படிப்பட்ட

சமூக அமைப்பைப் பராமரிக்க இந்தியர்களாகிய நாம் உதவ வேண்டும் என்று அர்த்தமா?

தனிமனிதப் பண்புகளைப் பாதுகாப்பது என்பது, முதன்மையாக, தனிமனித வளர்ச்சிக்கான தத்துவம் ஆகும். இருப்பினும், சமத்துவமற்ற பொருளாதார அமைப்பில் தனிமனித வளர்ச்சியை அடைவது என்பது சாத்தியமற்றது ஆகும். அதை வளர்ப்பதற்கு, நீங்கள் சுரண்டல் இல்லாத ஒரு சமூகத்தை உருவாக்க வேண்டும். தனிமனிதப் பண்புகளைப் பாதுகாப்பது குறித்த கோல்வால்கரின் எண்ணங்களில், தனிமனித வளர்ச்சியை எட்டுவதற்கான கருத்து காணப்படவில்லை. எனவேதான், சமூக மற்றும் தேசியப் பிரச்சினைகளுக்கு அவரிடம் விஞ்ஞானபூர்வமான விடைகள் எதுவும் இல்லை. உலகின் பல்வேறு நாடுகளில், எதிர்மறையான மற்றும் பாதகமான புவியியல் நிலைமைகள் காரணமாக தனிமனித வளர்ச்சி என்பது சாத்தியமற்றதாக உள்ளது. எனவே, நவீன சித்தாந்தங்களில் இருந்து சமூக மற்றும் அரசியல் இயக்கங்கள் தோன்றியுள்ளன. ஆனால் அத்தகைய சித்தாந்தங்கள் மற்றும் இசங்களுக்கு கோல்வால்கர் எந்த மதிப்பும் அளிக்கவில்லை. ஜனநாயகம் மற்றும் கம்யூனிசத்தை மறுத்து அவர் பின்வருமாறு கூறுகிறார்:

“ஜனநாயகம் மற்றும் கம்யூனிசம் ஆகிய இரண்டு கருத்தாக்கங்களுமே மேற்கத்தியச் சிந்தனையில் இருந்து தோன்றியவை. மேற்கத்தியச் சிந்தனைப்படி மனித வாழ்க்கை என்பது எல்லா நடைமுறை நோக்கங்களின்படியும் உடல்சார் இருப்பானது ஆக மட்டுமே உள்ளது (is limited to the physical plane). மேலும், மனிதன் என்பவன் வெறும் உடல்சார் விருப்பங்களின் ஒரு மூட்டை மட்டுமே. அதன்படி, மனிதனின் பொருளாயதத் தேவைகளை நிறைவு செய்யும் என்று நம்பப்பட்ட பொருட்களைத் தயாரிப்பது மற்றும் விநியோகிப்பது என்பது அவர்களது கொள்கைகள் அனைத்திலும், எல்லாவற்றையும் உள்ளடக்கிய விருப்பப் பொருளாக ஆகியது”

ஜனநாயகம், கம்யூனிசம் மற்றும் பொருள்முதல்வாதத்தின் அடிப்படையிலான நவீனக் கோட்பாடுகள் (theories) குறித்த கோல்வால்கரின் தவறான புரிதல்கள் அவரது எழுத்துக்களில் பிரதிபலிக்கின்றன. அவை பொருள்முதல்வாதத் தத்துவத்திற்கு எதிரான கருத்துகளைக் கொண்டுள்ளன. பொருள்முதல்வாதத் தத்துவத்திற்கு எதிரான அவரது பிரச்சாரம் திட்டமிட்ட முறையில்

வேண்டுமென்றே செய்யப்படுபவை என்பதை அவரது நூல்கள் நிரூபிக்கின்றன. சோசலிசச் சமூகத்தில் வாழ்கிற மனிதர்களை "உடல்சார் தேவைகளின் தொகுப்பு' – பொருள்முதல்வாதத்தை ஆதரிக்கும் எந்த ஒரு இந்திய அல்லது மேலைநாட்டு தத்துவஞானியும் அப்படிச் சொன்னது கிடையாது - என்று வரையறுப்பதன் மூலம் பொருள்முதல்வாதத்திற்கு எதிரான தனது கருத்துகளைப் பரப்புவதற்கு கோல்வால்கர் ஒரு தீய வழிமுறையை உணர்வுபூர்வமாக உருவாக்கியுள்ளார்.

இந்தியச் சிந்தனையின் பரிணாம வளர்ச்சிப் போக்கில், பொருள்முதல்வாதச் சிந்தனையின் பரம்பரை (lineage) ஒரு முக்கியமான தத்துவ மரபு ஆகும். இன்றைய உலகில் ஆன்மிகம் குறித்த ஆய்வைவிடப் பொருள்முதல்வாதம் குறித்த ஆய்வு மிகவும் வளர்ச்சியடைந்துள்ளது என்பதைக் கவனத்தில் கொள்ள வேண்டும். கார்ல் மார்க்ஸ் கூட மனிதர்களை 'உடல்சார் தேவைகளின் தொகுப்பு' என்று விவரிக்கவில்லை. தனது முனைவர் பட்ட ஆய்வறிக்கையில் அவர் அப்படி எதுவும் குறிப்பிடவில்லை (இயற்கை குறித்த டெமாக்ரிடஸ் மற்றும் எபிகூரஸ் தத்துவங்களுக்கு இடையிலான வேறுபாடுகள் என்ற தலைப்பில் ஜெனா பல்கலைக் கழகத்திற்கு தனது ஆய்வுரையை சமர்ப்பித்தார் அவர். ஏப்ரல் 1841ஆம் ஆண்டு மார்க்ஸ் முனைவர் பட்டம் பெற்றார்). மற்றவர்களுடைய இலக்கியங்களைப் புரிந்துகொள்வதில் ஆர்வம் காட்டாத, தனது பிரச்சார இலக்கியங்களை மட்டுமே உருவாக்குவதில் மட்டுமே ஈடுபட்டுள்ளவர்கள் தான் அப்படிச் சொல்லிக் கொண்டிருக்கிறார்கள். குரு கோல்வால்கர் ஜனநாயகம் மற்றும் கம்யூனிசம் ஆகிய இரண்டு கோட்பாடுகளையும் புரிந்துகொள்ளாமலே அவற்றை நிராகரித்து விடுகிறார். எனவேதான் குரு கோல்வால்கர் மற்றும் அவரது ஆதரவாளர்களால் தனிமனித வளர்ச்சியை விவரிப்பதற்கான விஞ்ஞானக் கருத்துகளைப் புரிந்து கொள்ள முடியவில்லை.

விஞ்ஞானம், விஞ்ஞானபூர்வ சிந்தனை மற்றும் பொருள்முதல்வாதத் தத்துவம் ஆகியவற்றை நீங்கள் மறுக்கும்போது அல்லது பெரிதும் குறைத்து மதிப்பிடும்போது, ஆன்மிகவாதத்திற்குள் விழுவது தவிர்க்க இயலாதது. பின்னர் மதம், தெய்வங்கள் மற்றும் புனித நூல்கள் ஆகியவற்றுக்குத் தேவையற்ற முக்கியத்துவம் அளிக்க வேண்டி இருக்கும். இந்த வலையில் விழுவதைத் தவிர கோல்வால்கருக்கு வேறு வழியில்லை. அவரது கூற்று மிகப் பெரியது ஆக இருக்கிறது.

"தேசிய மேதைமையின் அடிப்படையில் இந்துக்களை மறுஒழுங்கமைவு செய்வது என்ற கடமையை ஆர்.எஸ்.எஸ் ஏற்றுக் கொண்டுள்ளது. அது பாரதத்தை உண்மையான வகையில் தேசிய மறு உருவாக்கம் செய்வதற்கான சிறந்த செயல்முறை மட்டுமின்றி, உலக ஒற்றுமை மற்றும் மனிதகுலத்தின் நலன் பற்றிய கனவை நனவாக்குவதற்குத் தவிர்க்க இயலாத முன்நிபந்தனையாகவும் இருக்கிறது. ஏனென்றால், நாம் ஏற்கனவே கண்டதுபோல், இந்துக்களின் பிரம்மாண்டமான உலக ஒருங்கிணைப்புச் சிந்தனையே மனிதர்களுக்கிடையில் சகோதரத்துவத்திற்கான நிலையான அடிப்படையை வழங்கக் கூடியது. உள்ளார்ந்த ஆன்மாவைப் பற்றிய அறிவு தான் மனித குலத்தின் மகிழ்ச்சிக்காக உழைக்க வேண்டும் என்று மனித மனத்திற்கு உந்துதல் அளிக்கும். அது தான் பூமிப்பரப்பில் தோன்றிய ஒவ்வொரு சிறு உயிருக்கும், முழுமையான மற்றும் சுதந்திரமான வாய்ப்புகளைத் திறந்து விட்டு, அவை முழுமையான அளவு வளர்ச்சி அடைய வாய்ப்பு அளிக்கும்...... இந்த அறிவு இந்துக்களின் பாதுகாப்பில் ஒப்படைக்கப்பட்டு உள்ளது. இது ஒரு தெய்விக நம்பிக்கை, விதியால் இந்துக்கள் வசம் ஒப்புவிக்கப் பட்டுள்ளது என்று நாம் கூறலாம்"

அவரைப் பொருத்த வரையில், இந்த விலைமதிப்பற்ற அறிவு ரிக் வேதத்தின் புருஷ சூக்தத்தில் அடங்கியுள்ளது:

"பிராமணன் தலையாக இருக்கிறான்
அரசன் கைகளாக இருக்கிறான்
வைசியன் தொடைகளாக இருக்கிறான்
சூத்திரன் கால்களாக இருக்கிறான்"

இதுவே வேத காலத்தின் லட்சிய சமூகக் கட்டமைப்பாக இருந்தது. நமது சமூகமே நமது கடவுள் என்று நம் முன்னோர்கள் சொல்லியிருக்கிறார்கள். ஜனநாயக, நவீன சோசலிசக் கட்டமைப்பை நிராகரிப்பதன்மூலம், கோல்வால்கர் சமூக வகுப்புகளின் பண்டைய சதுர்வர்ண முறையைத் தழுவுகிறார். அவரைப் பொருத்த வரையில், சமமற்ற சமூக முறையே அவர் அடைய நினைத்த லட்சியமாகும். இந்தியாவின் வரலாற்றுப் போக்கில் ரிக்வேத சமூக முறையில் இருந்து சமூகம் தன்னை விலக்கிக் கொண்டது, அதனால் சமூகச் சீரழிவுகள் (social debaucheries) அதிகரித்தன என்று அவர் கூறுகிறார். சமூகம் அதன் பண்பை இழந்தது, ஆண்கள் தங்களது வீரியத்தை இழந்தனர். இந்திய சமூகம் சக்தி வாய்ந்த வீரியமிக்க ஆண்களால் வளர்க்கப்பட வேண்டுமானால்,

இந்து மதத்திற்குப் புத்துயிர் ஊட்டிப் பாதுகாக்க வேண்டும் என்று அவர் வாதிடுகிறார்.

இந்து மதத்தின் லட்சிய சமூக அமைப்பில், ஒவ்வொரு வர்ணமும் மரணத்திற்குக் கூட அஞ்சாமல் முன்னரே தீர்மானிக்கப்பட்ட தனது கடமையைச் செய்ய வேண்டும். கர்மாவும் தர்மமும் ஒன்றிணைக்கப்பட்டுள்ளன, மதத்தைப் பொருத்த வரையில் அவற்றுக்கு இடையில் வேறுபாடு இல்லை. ஒரு தனிநபரைப் போலவே தேசமும் தனது சுயதர்மத்தைப் – வாழ்க்கைத் தொழிலில் இருந்து தோன்றும் கடமை என்று கோல்வால்கர் இதனைக் குறிப்பிடுகிறார் - பற்றி நிற்கும் போது மட்டுமே அது வளர்ந்து முழுமையான பெருஞ்சிறப்பை அடையவும் சாதிக்கவும் முடியும் என்று அவர் நம்புகிறார். ஒருவரது சுயதர்மத்தின் வேர்களைப் பிடுங்கி எறிந்து வேறொன்றைக் கொண்டு பதிலீடு செய்வது ஒட்டுமொத்தக் குழப்பம் மற்றும் சீரழிவுக்கு மட்டுமே வழிவகுக்கும் என்று அவர் கருதுகிறார்.

தனிப்பண்புகளைத் தக்கவைத்துக் கொள்வது (sustaining the individualistic traits) பற்றிய கோல்வால்கரின் பார்வையானது மாறாநிலை (static) மதச் சிந்தனை ஆகும். ஒவ்வொரு தனிநபரும் மரணத்திற்கு அஞ்சாமல் மதம் அனுமதித்துள்ளபடித் தொடர்ந்து பணியாற்ற வேண்டும் என்று அது கூறுகிறது. அவர் பகவத் கீதையை மேற்கோள் காட்டுகிறார்.

“சுயதர்மத்தை மேற்கொள்ளும் போது ஒருவன் மரணம் அடைந்தால் அதுவும்கூடப் போற்றத்தக்கது. பிறரது தர்மத்தை மேற்கொள்வது பயங்கரமான பின்விளைவுகளைக் கொண்டுள்ளது”

மதத்தின் இந்த மாறாநிலைப் பார்வையை கோல்வால்கர் அங்கீகரிக்கிறார். அவர் தனது கருத்துகளை ஆன்மிகவாதத்தின் அடிப்படையில் கட்டமைக்கிறார். ஆனால் இந்த அணுகுமுறையில் வளர்ச்சி பற்றிய கருத்து நிலையானதாக இருக்கிறது. எனவே, இந்த ஆன்மிகவாதத்தையும் அதன் அணுகுமுறையையும் ஆய்வு செய்வது அவசியமாகும்.

இந்தியச் சமூகம் தனது சுயதர்ம (swadharma) நடத்தை முறைகளை விட்டுவிட்டதை இப்போது நாம் காண்கிறோம். சூத்திரர்கள், விவசாயிகள் மற்றும் தொழிலாளர்கள் ஆகியோர் தங்களது பரம்பரைத் தொழில்களை விட்டுவிட்டனர். அவர்கள் தேர்தல்களில் போட்டியிடுகிறார்கள், அதனால் அவர்கள் சத்திரியர்கள் ஆகிவிட்டனர். பணக்கார பிராமணர்கள் தங்கள் புரோகிதத் தொழிலை விட்டுவிட்டு சாமர்களின் (chamar)

தொழிலை மேற்கொள்கின்றனர் - காலணி தயாரிக்கும் தொழிற்சாலைகளைத் திறந்துள்ளனர், அதன் காரணமாக சூத்திரர்கள் ஆகி விட்டனர். பகுஜன் சமூகத்தைச் சேர்ந்தவர்கள் தங்கள் வாழ்க்கைத் தொழிலை விட்டுவிட்டனர், கல்வித் துறையில் பணியாற்றத் தொடங்கி விட்டனர், அறிவை வழங்கும் பணி செய்கின்றனர். இஸ்லாமிய மற்றும் யூரோப்பிய நாகரிகங்களில் இருந்தும் நாம் உத்வேகம் பெற்றுள்ளோம், அது சமூக மாற்றத்தை நோக்கி நம்மை இட்டுச் சென்றது. இந்த மாற்றம் நல்லதா அல்லது கெட்டதா? செயலூக்கம் (dynamism) மற்றும் கலாச்சாரப் பரிமாற்றம் ஆகியவை நமது காலத்தின் தனித்துவம் மிக்க பண்புகள் ஆகும்.

இருப்பினும் கோல்வால்கர் இதனை ஏற்றுக் கொள்ளவில்லை. அவர் கூறுகிறார்:

"சுய மறதியும் பிறரைப் பார்த்துப் பின்பற்றுவதும் இந்துக்களின் மனதில் பன்னெடுங்காலமாகக் கனன்றுகொண்டிருக்கும் சாம்பலைப் போல மூடி மறைத்துக் கொண்டுள்ளன. அவற்றை நீக்கினால் மட்டுமே, இந்தப் புனித தேசத்தின் உண்மையான தேசியத்தின் (National Self) தூயநெருப்பு சுடர் விட்டு எறியும். எனவே, இந்தக் கடமையே தேசிய சுயதர்மத்தின் அறைகூவல் ஆக நம் முன்னே எழுந்துள்ளது".

இந்த இந்து நோக்கு (perception) இந்துஸ்தானுக்கு நல்லது என்று கோல்வால்கர் அறிவித்துவிட்டார். நம் தேசத்தின் பண்டைய அடையாளம் இன்னும் முற்றிலுமாக அழிக்கப்படவில்லை என்று அவர் மீண்டும் வலியுறுத்திக் கூறுகிறார். இந்த மாபெரும் லட்சியத்தையும் இன உணர்வையும் மீண்டும் கட்டியெழுப்ப அவர் விரும்புகிறார். எனவே, அவர் மாபெரும் ஆன்மிக மற்றும் தேசிய நாயகர்களின் சகாப்தத்தைப் புதுப்பிக்க விரும்புகிறார். அவர் பின்வருமாறு கூறுகிறார்:

"தொன்மையான அந்த உணர்வு இன்னும் மடிந்து விடவில்லை என்பதை நினைவுகொள்வோம். பல நூற்றாண்டுக் கால ஆக்கிரமிப்புகளைத் தாண்டிப் பிழைத்து, அவ்வப்போது ஆன்மிக மற்றும் தேசிய வீரர்களை வழங்கியுள்ள அந்த இன உணர்வு, மீண்டும் எழுவது உறுதி. நமது நாட்டின் கலாச்சார வெளிச்சங்கள் ஆக இருக்கும் அந்த பழங்கால வழிகாட்டிகளைப் பின்பற்றி, நமது வாழ்க்கையை நாம் வடிவமைத்துக் கொள்வோம். வசிஷ்டரையும், விசுவாமித்திரரையும், சாணக்கியரையும்,

வித்யாரண்யரையும், சமர்த்த ராமதாசரையும் உருவாக்கி, ஸ்ரீராமர், சந்திரகுப்தர், கிருஷ்ணதேவராயர் மற்றும் சிவாஜி ஆகியோர் மூலம் மலர்ந்த அந்தப் பெருமைமிகு மரபைப் புதுப்பிப்போம்"

இந்த மரபை அவர் போதுமான அளவு ஆய்வு செய்து புரிந்து கொண்டிருக்க வேண்டும். புத்தர், மகாவீரர், சாருவாகர், பசவண்ணா, துகாராம், அசோகர், மற்றும் அக்பர் உள்ளிட்ட பலர் இந்தப் பட்டியலில் இடம் பெறவில்லை. அவர் குறிப்பிடுகிற மரபு பிராமண மரபே ஆகும். அவரது பெயர்ப்பட்டியல் மரபுகளின்மீதான பிராமண மேலாதிக்கத்தைக் காட்டுகிறது, மேலும் இந்த மேலாதிக்க பிராமணப் பாரம்பரியத்தைப் புதுப்பிப்பதே ஆர்.எஸ்.எஸ்.ஸின் முக்கியச் செயல்பாடு ஆகும். ஆர்.எஸ்.எஸ்.ஸின் தன்மை மற்றும் பொறுப்பை அவர் விளக்குவது குறித்த விசயத்தில் இதுவே கோல்வால்கரின் சிந்தனை செயல்முறை ஆகும்.

ஆர்.எஸ்.எஸ்.ஸின் அணுகுமுறைகள், குறிக்கோள்கள் மற்றும் நோக்கங்கள் (aims and objectives) ஆகியவை குறித்து விரிவாக விவாதித்திருக்கிறோம். ஹெட்கேவர், கோல்வால்கர் மற்றும் பாலாசாகேப் தேவரஸ் ஆகியோர் அர்ப்பணிப்பு உணர்வுடன் (missionary zeal) ஆர்.எஸ்.எஸ்.ஸுக்காகத் தமது வாழ்க்கையைத் தியாகம் செய்தனர். அவர்களின் அர்ப்பணிப்பு, தனிமனித குணம் மற்றும் அமைப்பின் மீதான விசுவாசம் ஆகியவை, அமைப்புக்காகப் பணியாற்றுவதற்கும் அதன் வளர்ச்சியில் செயலூக்கம் மிக்க பங்கு வகிப்பதற்கும் இளைஞர்களை ஈர்த்துள்ளன. இந்த மோகம் நம் நாட்டு இளைஞர்களிடையே தொடர்ந்து நீடிக்கிறது. அதன் தொடக்கம் முதலே, ஆர்.எஸ்.எஸ்.ஸின் தீவிர ஆளுமைகளின் தனிப்பட்ட குணாதிசயங்கள் மற்றும் பண்புகள் ஆகியவற்றை முன்னிறுத்தி நால்வருண முறையைப் பரப்புவதிலும் அதற்குப் புத்துயிர் ஊட்டுவதிலும் ஆர்.எஸ்.எஸ். அமைப்பு மும்முரமாக ஈடுபட்டு வந்துள்ளது. விமரிசனபூர்வமான ஆய்வு முறை தேவை என்று இளைஞர்களுக்குத் தோன்றவே இல்லை. கோல்வால்கர் ஆன்மிக வெளிப்பாடின் மூலம் இந்திய வரலாறு குறித்த ஒரு சித்திரத்தை முன்வைத்தார். இளைஞர்களிடமும் மற்றவர்களிடையும் நிலவிய பொருள்முதல்வாதத் தத்துவம் குறித்த அறியாமை மற்றும் தப்பெண்ணம் ஆகியவற்றைப் பயன்படுத்திக் கொண்டு, ஜனநாயக சோசலிசத்தை அவர் நிரந்தரமாக நிராகரித்தார். இருப்பினும், அந்த முயற்சிக்கு அவரையோ அல்லது ஆர்.எஸ்.எஸ்.ஸையோ ஒருவர் குற்றம் சொல்ல முடியாது.

முற்போக்கு இயக்கங்கள் நம் நாட்டில் சுமார் 150 ஆண்டுகளுக்கு முன்னர் தோன்றின. இருப்பினும் ஜனநாயக விழுமியங்களில் நம்பிக்கை வைத்தவர்கள் இந்தியப் பொருள்முதல்வாத மரபுகளை இளைஞர்களுக்கு அறிமுகப்படுத்தத் தவறி விட்டனர். இந்தியப் பொருள்முதல்வாத மரபுகள் திறன்மிக்கதும் வலுவானதும் ஆக இருந்த போதிலும் அவை ஏன் அவதூறு செய்யப்பட்டன, ஆன்மிக வாதத்திற்கும் பொருள்முதல்வாதத்திற்கும் இடையிலான வேறுபாடுகள் யாவை? இந்தக் கேள்விகள் குறித்து நாம் விரிவாக விவாதிக்கவில்லை, இதுகுறித்து ஆழமான ஆய்வுகளும் நடத்தப்படவில்லை. இந்திய சோசலிஸ்டுகளும் கம்யூனிஸ்டுகளும் பொருள்முதல்வாதச் சித்தாந்தத்தைத் தழுவிக் கொண்டார்கள் என்ற போதிலும், இந்திய வரலாற்றைப் பொருள்முதல்வாதப் பார்வையில் விவாதிப்பது குறித்த விசயத்தில் அவர்கள் மத்தியில் நிறையக் குழப்பங்கள் உள்ளன. அது அவர்களுக்குக் கடினமான பணியாக இருந்து வருகிறது. சோசலிஸ்டுகளால் இதனை விரிவாகச் சாதிக்க முடியவில்லை, இந்த விசயத்தில் சாதிக்கப்பட்டவையும் கூட இளைஞர்களைச் சென்றடையவில்லை. இதன் விளைவாக, இந்நாட்டு இளைஞர்கள் கோல்வால்கர் முன்வைக்கும் சிதைக்கப்பட்ட வரலாற்றுச் சித்திரத்தால் ஈர்க்கப்படுகிறார்கள். எனவே, வரலாற்றைச் சரியாகச் சொல்லாததற்கு நாம் குற்றம் சாட்ட வேண்டியது கோல்வால்கரை அல்ல, மாறாக; சோசலிஸ்டுகள் மற்றும் கம்யூனிஸ்டுகளையே குற்றம் சாட்ட வேண்டும்.

தனது ‘சிந்தனைக் கொத்து’ நூலில் இந்திய வரலாற்றைக் கவர்ச்சிகரமான மற்றும் ஈர்க்கத்தக்க வகையில் முன்வைக்கிறார் கோல்வால்கர். இருப்பினும் அவர் அதனை விஞ்ஞானபூர்வமான மற்றும் சார்பற்ற (objective) வகையில் விவாதிக்கவில்லை. சோசலிசம் வரலாற்றை ஒரு சோசலிச வழியில் பகுப்பாய்வு செய்வதற்கான ஒரு சிறந்த ஆய்வுமுறையைக் கொண்டுள்ளது, ஆனால் அது கோல்வால்கருக்கு ஏற்புடையதாக இல்லை. ஏனெனில் பொருளாதார சமத்துவம் என்னும் கொள்கையை அவர் நம்பவில்லை. இந்திய வரலாற்றைப் பொருள்முதல்வாதக் கண்ணோட்டத்தில் விமரிசனம் செய்வது சாத்தியமே என்ற போதிலும் அந்த சாத்தியப்பாட்டை அவர் முற்றிலுமாக மறுத்தார், பொருள்முதல்வாத சித்தாந்தத்தின் ஆய்வுமுறைகளை அவர் மறுத்தார். அதில் அவர் ஒரு அபாயத்தைக் கண்டார். சோசலிசப் பொருள்முதல்வாதத்தின் விதைகள் விதைக்கப்பட்டு விடலாம்

என்று அவர் அஞ்சினார் என்பதே இதற்கு முக்கிய காரணம் ஆகும்.

எனவே, வரலாற்றை மதிப்பீடு செய்வதற்குப் பதிலாக, வரலாற்று நிகழ்வுகள் மீது அவர் அழுத்தம் கொடுத்தார். ஈர்ப்பு தரும் மற்றும் ஆர்வத்தைத் தூண்டும் முன்வைப்புகளின் உதவியுடன் அவர் வரலாற்றைத் திரிபு செய்தார். எனவே, அதனை விரிவாக ஆய்வு செய்வது அவசியமாகும். கோல்வால்கர் இந்தியாவின் வரலாற்றுச் சட்டகத்தைக் கட்டியமைத்ததற்கு அடிப்படையாக இருந்த மதிப்புகள், மற்றும் அதன்மீதான விமரிசன ஆய்வு ஆகியவை ஆர்.எஸ்.எஸ்.ஸின் தோற்றத்திற்குப் பின்னணியில் இருந்த முக்கியக் காரணங்களை நோக்கி நம்மை இட்டுச் செல்லும்.

அதன் தோற்றத்திற்கான மூலங்களைக் கண்டுபிடிப்பது அதன் மாற்றத்திற்கான வாய்ப்புகள், அதன் வரம்புகள் மற்றும் இந்திய தொழிலாளர் வர்க்கம் அதனிடம் இருந்து என்ன எதிர்பார்க்கலாம் போன்றவற்றைக் கண்டறிவதற்கு இட்டுச் செல்லும். இவ்வகை ஆய்வின் மூலம் நமது கேள்விகளுக்கு பதில் தேடலாம்.

❑

2

வரலாற்றுச் சட்டகம்

வரலாறு குறித்த எம்.எஸ்.கோல்வால்கரின் கருத்து, முழுமையாகக் கருத்துமுதல்வாதக் கண்ணோட்டத்தைச் சார்ந்தே அமைந்துள்ளது. ஆன்மிகவாதம் மற்றும் பொருள்முதல்வாதம் ஆகியவற்றின் விளக்கவுரைகளுக்கு (discourses) இடையிலான மோதல், உலகம் முழுவதும் ஒரு பெருத்த சர்ச்சையாக இருந்து வந்துள்ளது, இந்தியத் தத்துவவியல் மரபிலும் கூட அதற்கு ஒரு முக்கிய இடம் உண்டு. இந்தியத் தத்துவத்தில் ‘பிரம்மம்’ என்பது ‘அறுதியான உண்மை’ மற்றும் ‘அறுதியான யதார்த்தம்’ ஆகியவற்றைக் குறிக்கிறது. அது உருவமற்றதும், எங்கும் நிறைந்திருப்பதும், மாற்றமில்லாததும், பிரபஞ்சத்தை இணைக்கிற பிரபஞ்ச ஆன்மாவும் (cosmic spirit) ஆகும்.

அதற்கு மாறாக, பருப்பொருளின் இருப்பு (presence of matter) உணர்வுக்கும் (consciousness) அதன் மூலம் ஆன்மிக உணர்வுகள் அல்லது உணர்ச்சிகள் ஆகியவற்றுக்கும் ஒரு முன்நிபந்தனையாக அமைகிறது என்றும் பொருள்முதல்வாதம் நம்புகிறது.

இந்தியப் பொருள்முதல்வாதத் தத்துவஞானிகளாகிய சாருவாகர்கள் பொருள்முதல்வாதம் என்பதை ‘பூதேப்ய சைதன்யம்’ அதாவது உணர்வு என்பது பருப்பொருளின் விளைபொருள் (product) ஆகும் என்று வரையறுத்தனர். சைதன்யவாதம் அல்லது ஆன்மிகவாதம் – இது அப்பாலைத் தத்துவத்திற்கு (metaphysics) இணையாகப் பார்க்கப்பட்டது – என்பது ஒரு நிலைப்புத் தத்துவம் (static philosophy) ஆகும்.

சைதன்யவாதம் ஆன்மாவை ஒரு புதிர் பொருளாகவும் (mystic substance), புனிதமானதாகவும் அபௌருஷேய அல்லது மனிதனால் உருவாக்கப்படாதது என்றும் கருதுகிறது. இந்த விழுமியங்கள் ஆன்மிகவாதத்துடன் இணைக்கப்பட்டபிறகு, இந்திய ஸ்மிருதிகாரர்கள் (மனுஸ்மிருதியைப் பின்பற்றுபவர்கள்) [ஸ்மிருதி எனப்படும் பல்வேறு சட்ட நூல்களை எழுதியவர்கள் என்று இதற்குப் பொருள் கொள்ளலாம் – மொழி பெயர்ப்பாளர்] வேதாந்தத்தை தர்மசாஸ்திரங்கள் அல்லது மத நூல்களின் நிலைக்கு உயர்த்தி, சைதன்யவாதத்தை ஒரு தத்துவமாக வளர்த்தனர் (வேதாந்தம் அல்லது வேதங்களின் முடிவு என்பது, நான்கு வேதங்களிலும் உள்ள தத்துவவியல் ஊகங்களைக் குறிக்கிறது.

அவை உபநிடதங்கள் என்று அழைக்கப்படுகின்றன. செவ்வியல் காலத்தில் தோன்றிய பல்வேறு தத்துவவியல் போக்குகளைக் குறிக்க இது பயன்படுத்தப்படுகிறது. அத்தகைய தத்துவப் போக்குகள் இதர நூல்களுடன் கூடவே பெரும்பாலும் உபநிடதங்களை அடிப்படையாகக் கொண்டிருந்தன). அது வேதாந்தத்தின் செயலூக்கத் தன்மைக்கு (dynamic character) முடிவு கட்டியது. மனுஸ்மிருதி மற்றும் வேதாந்தம் ஆகியவை சாதி மற்றும் வர்க்கச் சுரண்டலைப் பரப்புவதற்கான வலிமையான தத்துவவியல் ஆயுதங்களாக வடிவமைக்கப்பட்டன (fashioned), அது இந்துச் சமூகத்தைத் தேக்கநிலைக்குக் கொண்டு சென்றது.

'பொருள்முதல்வாதம்' என்பது செயலூக்கம் கொண்ட தத்துவம் ஆகும். அது பிரபஞ்சம் பற்றிய புதிர்களையும் அவற்றின் பரிணாமத்தையும் புரிந்து கொள்வதற்கான (decipher) கருவிகளை வடிவமைத்துக் கொடுத்தது. மனிதகுல வரலாற்றின் தனித்துவமிக்க நிலைகளைப் புரிந்து கொள்வதற்கு அது நமக்கு உதவியது.

இருப்பினும், ஆன்மிகத்தில் இதுபோன்ற ஒரு விமரிசனபூர்வமான விசாரணை (critical inquity) என்பது சாத்தியமில்லை, ஏனெனில் ஆன்மிக தத்துவத்தின் அடிப்படை நிலையானது (static) ஆகும். அப்படி இருக்கும் போது, மாறும் உலகத்தின் இயங்குதன்மையை (dynamics) அது எப்படி விளக்க முடியும்? வேதாந்தவாதிகள் ஆன்மிகவாதத்தை ஏற்றுக் கொண்டனர் என்ற போதும், அவர்களது கருத்துமுதல்வாதத்தால் சமூகத்தில் ஏற்படும் மாற்றங்களை விளக்க முடியவில்லை. எனவே தான் வேதாந்தங்களில் எந்த ஒரு பொருள் குறித்தும் பல்வேறு விளக்கங்கள் (multiple interpretations) உள்ளன, அவற்றில் பல ஒன்றுடன் ஒன்று முரண்பட்டவை ஆகவும் உள்ளன. அவை முரண்பட்டவை ஆக இருப்பதால் வேதாந்தங்களால் யதார்த்தத்தை விளக்க முடியாது. யதார்த்தம் என்பது இயங்குதன்மை உடைய ஸ்தூலமான உலகத்தால் (dynamic physical world) ஆனது, எனவே, எந்த நிலையான தத்துவமும் அதை விளக்க முடியாது.

இந்த உலகத்தை விளக்க முற்பட்ட வேதாந்தவாதிகள் சுய எதிர்ப்பு கொண்ட அணுகுமுறைகளை மேற்கொண்டனர். இருப்பினும் அவர்கள் பொருள்முதல்வாதத் தத்துவத்தை அங்கீகரிக்கவில்லை. எனவே தான் ஆன்மிகவாதம் பற்றி பகவத் கீதை, பக்தி இலக்கியம் மற்றும் சாணக்கியா, சங்கராச்சாரியார், மகாத்மா காந்தி மற்றும் லோகமான்ய திலகர், வேதாந்தம் பற்றிய காலனிய கால விளக்கங்கள் ஆகியவை ஒன்றுடன் ஒன்று

முரண்பட்டவையாக இருக்கின்றன. வேதங்களின் புகழ்பாடி இந்து கலாச்சாரத்தைப் பெருமைப்படுத்தி, நவீன சித்தாந்தங்களை எதிர்க்கிற அதே சமயம், கோல்வால்கர் முற்றிலும் குழம்பிப் போயிருந்தார் என்று தெரிகிறது. அடிமைப்படுத்தல் மற்றும் சுரண்டல் ஆகியவை இல்லாத சமூகத்தை லட்சியமாகக் கொண்ட சோசலிசக் கோட்பாடுகள், இந்து மரபுக்கு பொருத்தமற்றவை என்று கோல்வால்கர் வாதிடுகிறார். தனது 'சிந்தனைக் கொத்து' நூலில், இந்தியத் தத்துவம் மனிதச் சமூகத்தின் மிக உயர்ந்த நிலையைச் சித்தரித்து உள்ளது என்று கூறும் கோல்வால்கர், அதற்குச் சான்றாக மகாபாரதத்திலிருந்து மேற்கோள்காட்டி அதற்கான ஒரு தெளிவான (cogent) விளக்கத்தை அளித்தார்:

"அரசு இல்லாத, அரசன் இல்லாத, தண்டனைகள் இல்லாத, குற்றவாளிகள் இல்லாத ஒரு நிலை; ஒரு சமூக நிலை இருந்தது. தர்மத்தின் உதவியால் ஒருவரை ஒருவர் பாதுகாத்துக் கொண்டனர்"

இந்தப் பார்வையில், அரசு முறையோ அரசோ கிடையாது, குற்றவாளிகளோ அவர்களுக்கு தண்டனை வழங்குவதற்கான அதிகாரிகளோ கிடையாது. மதமே அத்தகைய அரசு முறையாக இருக்கிறது. மகாபாரதத்தில் தர்மம் மற்றும் கர்மம் ஆகிய இரண்டுமே முக்கியமாக விளங்கும். மனித சமூகத்தின் அதி உன்னத நிலை என்று புராதன கம்யூனிசத்தின் இந்த நிலை பற்றிக் குறிப்பிடப்பட்டுள்ளது. இந்தக் கற்பனைச் சித்தரிப்பு சில காலத்திற்கு நம்மை மகிழ்விக்க முடியும் என்றாலும் அது சமூக மாற்றத்திற்கு ஊக்கமளிப்பதாக இருக்காது. ஆன்மிக வேதாந்தத்தின் அணுகுமுறையைத் தழுவும் ஆர்.எஸ்.எஸ் வேத நால்வருண முறைக்குப் புத்துயிர் ஊட்ட முயற்சிக்கிறது. வேதாந்த அணுகுமுறையை விட்டொழித்தால், அவர்களால் எத்தனை விளக்கங்களை வேண்டுமானாலும் தர முடியும்.

அவற்றில் ஒன்று கூட முற்போக்கானது ஆக இருக்காது. மக்களின் கண்ணில் மண்ணைத் தூவி அவர்களைக் குருடர்கள் ஆக்குவதன்மூலம் சாதிய மேலாதிக்கத்தைத் தொடர்ந்து நிலைநிறுத்த ஆர்.எஸ்.எஸ். விரும்புவதாக நான் நினைக்கிறேன். நமது நாட்டின் கடந்தகால வரலாற்றில் அத்தகைய முயற்சிகள் பல முறை மேற்கொள்ளப்பட்டுள்ளன. முற்போக்கு ஜனநாயக அமைப்புகள் அத்தகைய முயற்சிகள் நடைபெறும் போதே அவற்றைப் பற்றித் தெரிந்து வைத்திருக்க வேண்டும்.

வேத சித்தாந்தத்தைப் புதுப்பித்து, அதன்படி ஒரு புதிய சமூக அமைப்பை உருவாக்குவது என்பதே ஆர்.எஸ்.எஸ்.ஸின் முக்கிய நோக்கம் - இதுவே கோல்வால்கரின் தெளிவான அறிவிப்பாக இருந்தது. ஆர்.எஸ்.எஸ்-ஸின் மூன்றாவது மற்றும் தற்போதைய தலைவராக உள்ள மதுகர் தத்தாத்ரேய பாலாசாஹேப் தேவரஸ்சும் கோல்வால்கரின் திட்டத்தை மாற்றவே இல்லை [இந்த நூல் எழுதப்பட்ட காலத்தில் தேவரஸ் அதன் தலைவராக இருந்தார் - மொழிபெயர்ப்பாளர்].

ஆர்.எஸ்.எஸ் அமைப்பு மாறப் போகிறது என்று அவர் சொன்ன போதிலும், அது எத்தகைய மாற்றம் என்பதை அவர் விளக்கவே இல்லை. இந்த ராஜதந்திர யுக்தியை ஆர்.எஸ்.எஸ் பயன்படுத்துகிறது, மேலும் தன் கருத்துகளைப் பரப்புவதற்கு வானொலி, தொலைக்காட்சி மற்றும் பிற ஊடகங்களைப் பயன்படுத்திக் கொள்கிறது.

இந்திய வரலாற்றில் ‘ரிக்வேத காலம்’ என்பது புராதனப் பழங்குடி கம்யூனிச காலம் ஆக இருந்தது, குடும்பம் என்னும் அமைப்பு முழுமையாக நிறுவப்படாமல் இருந்தது. தாசர்கள் மற்றும் தஸ்யுக்கள் ஆகியோர் ஆரியர்களால் கொல்லப்பட்டனர். ஆரியர் அல்லாத இந்த சமூகங்களிடம் இருந்து பெண்களும் கால்நடைகளும் பறிக்கப்பட்டன (தாசர்கள் மற்றும் தஸ்யுக்கள் என்பவை இந்தோ-ஆரியர்களை எதிர்த்துப் போரிட்ட பூர்வ பழங்குடிகளுக்கு வழங்கப்பட்ட பெயர்கள் ஆகும். இந்தச் சொற்கள் பிற்காலத்தில் எதிரி, பணியாளன், உழைப்பாளி, கருத்து தோல் உடையவன் ஆகியவற்றைக் குறிப்பதாக ஆகின). எனவே, கொள்ளைப் பொருட்களை நுகர்ந்த ரிக்வேத ஆரியர்கள் ஆடம்பரமாக வாழ்ந்தனர். சங்கிகளும், வேதவாதிகளும், இந்துவாதிகளும் தங்களுக்குத் தோதான வரலாற்றைப் பெருமைப்படுத்துவதற்காக அபௌருஷேய அல்லது இறையருளால் தோன்றியது என்று சொல்லப்படுகிற ரிக் வேதத்தில் கூறப்பட்டுள்ள கதைகளை வலியுறுத்திச் சொல்கிறார்கள் (பி.ஆர்.தேஷ்முக் அவர்கள் எழுதிய சிந்துவெளி நாகரீகம், ரிக்வேதம் மற்றும் இந்து கலாச்சாரம், நாக்பூர் சரோஜ் பிரகாஷன், 1982, என்ற நூலை வாசிப்பது ஆர்வமூட்டுவதாக இருக்கும். தேஷ்முக் சிக்கலான பிரச்சினைகள் குறித்து வெளிச்சம் பாய்ச்சுவதற்குப் பெரும் முயற்சிகளை மேற்கொண்டுள்ளார், மேலும் ஆரியர்கள் அல்லாதவர்கள் மீது ஆரியர்கள் எவ்வாறு தமது ஆதிக்கத்தை நிலைநிறுத்தினர் என்பது பற்றிய ஒரு மதிப்பீட்டை வழங்குகிறார்).

சோசலிஸ்ட்கள் யாரும் மதத்தின் வரலாற்று முக்கியத்துவத்தைப் புறக்கணித்து விடவில்லை. இந்தியாவில் ராம் மனோகர் லோகியா முதல் ஜெயபிரகாஷ் நாராயணன் வரை, சர்வதேச அளவில் காரல் மார்க்ஸ் முதல் மாசே துங் வரையில் – அவர்கள் ஒவ்வொருவரும் இதைப் பற்றி நன்கு அறிந்திருந்தனர். லோகியா இந்தியாவில் நிலவும் வர்ண மற்றும் சாதி முறையை ஒழிப்பதற்கான இயக்கத்தை உருவாக்கினார். ஜெயபிரகாஷ் நாராயணன் பிராமணர்களுக்குப் புனிதமானதாக இருக்கும் பூணூலைக் கண்டிக்கும் போராட்டம் ஒன்றைத் துவக்கினார். இந்துக் கலாச்சாரம் என்பது இழிவுபடுத்துவது என்பதைத் தனது ஏராளமான ஆவணங்கள் மூலம் நிரூபித்தார் டாக்டர் பி.ஆர். அம்பேத்கர். மார்க்ஸ் மற்றும் மாவோ ஆகியோர் மதத்தை சுரண்டலுக்கான வழிமுறை என்று கருதினர்.

மனிதர்கள் மத நம்பிக்கையின் மூலம் ஆறுதலும் திருப்தியும் அடைகிறார்கள் என்பது உண்மை தான். அடிமைத்தளையில் சிக்கி மூச்சுத் திணறும், அதைப் பொறுத்துக் கொள்ள முடியாத மனிதன், தனது தனிப்பட்ட ஆறுதலுக்காக மாயைகளைத் தழுவிக் கொள்கிறான். இருப்பினும் அத்தகைய மாயைகளை ஒருவன் கைவிட்டு விட வேண்டுமா என்று கேட்பதே பொருத்தமானதாக இருக்கும். உண்மையான மகிழ்ச்சியைப் பெற வேண்டுமானால், நாம் பொய்யான ஆறுதலைக் கைவிட வேண்டும்.. பின்னர், இது போன்ற மாயையை ஏற்படுத்தும் சூழ்நிலைகளுக்கு நிரந்தரமாக முடிவு கட்ட வேண்டும் என்பதைப் புரிந்து கொள்ளலாம். சோசலிஸ்டுகளின் வாதம் இது தான். அத்தகைய திட்டத்தை ஏற்றுக் கொள்ள ஆர்.எஸ்.எஸ் தயாராக இருக்கிறதா?

அரசாங்க நிறுவனங்கள் இல்லாத காலத்தில் சமூக மாற்றத்தில் மதம் ஒரு முக்கிய பங்கு வகித்தது மற்றும் அது சமூகத்திற்குப் பங்களிப்பு செய்தது. இருப்பினும் ஒரு மாமனிதன் (superman) பற்றிய தோற்றம் மக்களுக்குத் தரப்பட்டது. அதிகாரத்தில் இருந்தவர்கள் மக்களைச் சுரண்டிச் செல்வத்திலும் சுகபோகத்திலும் திளைத்தனர். இவ்வுலக சுகங்கள் அனைத்தையும் துறந்துவிட்ட ஒரு முனிவருக்கு மன்னர் வணக்கம் செலுத்துவது என்பது இந்திய மரபாக இருந்தது. கோல்வால்கர் இந்த மரபைப் பெருமையுடன் போற்றுகிறார். ஆனால், கொள்ளைகள்மூலம் திரட்டப்பட்ட செல்வம் அனைத்தையும் துறப்பதற்கு எந்த மன்னனாவது தயாராக இருந்தானா? மன்னர்கள் முற்றும் துறந்த முனிவர்களை வணங்கினார்கள் என்பதற்காகவே இந்துக் கலாச்சாரம் உயர்ந்ததா?

ஞானத்தைப் பெறுவதற்காகச் சண்டையிட்டுக் கொண்ட முனிவர்கள் மன்னர்களால் சிரச்சேதம் செய்யப்பட்டனர் என்றால், அத்தகைய மன்னர்கள் எப்படிப்பட்ட கலாச்சாரத்தை உருவாக்கினார்கள்? கோல்வால்கரைப் பின்பற்றுபவர்கள் இந்துக் கலாச்சாரத்தில் அத்தகைய மன்னர்களைக் காண முடியாது என்று சொல்ல விரும்புகிறார்களா? ஆனால் அது போன்ற கேள்விகளுக்கு அவர்கள் பதில் தருவதில்லை. மதம் சார்ந்த சக்திகள், புரோகிதர்கள் மற்றும் அரசியல்வாதிகள் ஆகியோர் சாதாரண மக்களை அடிமைப்படுத்திய ஒரு வர்க்கத்தை உருவாக்கினார்கள். இந்து மதம் இதற்கு விதிவிலக்கு அல்ல.

வரலாற்றுப் போக்கில் மக்களைச் சுரண்டிய குழுக்களுக்கு இடையில் பல்வேறு மோதல்கள் நடைபெற்றுள்ளன. கதா, கேன, சாந்தோக்ய, பிரகதாரண்யக மற்றும் முண்டக போன்ற உபநிடதங்கள், அவை இயற்றப்பட்ட காலத்தில் பிராமணர்களுக்கும் சத்திரியர்களுக்கும் இடையில் நடைபெற்ற மோதல்களுக்குச் சாட்சி அளிக்கின்றன. புத்தர் மற்றும் மகாவீரரின் காலத்திற்குப் பிறகு, பிரச்சினைகளைத் தீர்ப்பதற்கு பகவத் கீதை பயன்படுத்தப்பட்டது, மீண்டும் பிராமணர்களின் மேலதிகாரத்தை நிறுவுவதில் மனுஸ்மிருதி வெற்றி பெற்றது. மனுஸ்மிருதி மற்றும் கீதை ஆகியவற்றின் மூலம் இந்துக் கலாச்சாரத்தின் ஆதிக்கத்தை நிலைநிறுத்துவதே நவீன காலகட்டத்தில் இந்துவாதிகளின் பிரதான அக்கறைக்கு உரியதாக இருந்தது. இதைச் செய்வதற்கு, வரலாற்று நாயகர்களின் வீரதீர சாகசச் செயல்களைப் போற்றிப் பாடும் ஒரு தளம் அவர்களுக்குத் தேவைப்பட்டது. 1925ஆம் ஆண்டு ஆர்.எஸ்.எஸ் அமைப்பை நிறுவியதன் மூலம் இந்தப் பிரச்சினை தீர்க்கப்பட்டது. இவ்வாறாக ஆர்.எஸ்.எஸின் தோற்றம் என்பது, பிராமணர் அல்லாதவர்களைச் சுரண்டுவதற்கு மதவியல் மற்றும் கலாச்சார அடித்தளம் ஒன்றை வழங்க வேண்டியதன் தேவையை அடிப்படையாகக் கொண்டிருந்தது.

ஆர்.எஸ்.எஸ் அமைப்பின் தோற்றத்தை அது உருவான காலத்துடன் தொடர்புபடுத்திப் புரிந்து கொள்ள வேண்டும். அந்த அமைப்பு உருவானபோது, மோகன்தாஸ் காந்தியின் தலைமையின் கீழ் நன்கு ஒழுங்கமைக்கப்பட்ட விடுதலை இயக்கம் நடைபெற்று வந்தது. அப்படி இருக்கும்போது, 1925 ஆம் ஆண்டில் இந்துவாதிகள் ஏன் ஆர்.எஸ்.எஸ்.ஸைத் துவங்க வேண்டி இருந்தது? இந்தக் கேள்விக்கு பதிலளிக்க வேண்டுமானால், அது எடுத்த மாறுபட்ட பாத்திரங்கள் மற்றும் அவ்வப்போது அது பின்பற்றிய முறைகள்

ஆகியவற்றைக் கவனத்தில் எடுத்துக் கொள்ள வேண்டும். ஒவ்வொரு இந்துவாதியும் ஆர்.எஸ்.எஸ் ஆதரவாளராக இருக்க வேண்டிய அவசியம் இல்லை தான்.

காலனியாதிக்கச் சுரண்டலானது, பிரிட்டிஷ் இந்தியாவில் இருந்த பல்வேறு வகுப்பினரை எதிர்மறையாகப் பாதித்தது. பிரிட்டிஷ்காரர்களால் புறக்கணிக்கப்பட்ட அதிகார மையங்களில் பிராமண வகுப்பினர் அதிகாரம் செலுத்தினர். விடுதலைக்குப் பிறகும்கூட அத்தகைய அதிகார மையங்களைத் தொடர்ந்து தங்கள் பிடியில் வைத்திருக்க வேண்டும் என்று பிராமணர்கள் முன்பைவிட அதிகமாகக் கவலைப்பட்டனர், அவற்றைத் தக்க வைத்துக் கொள்வதற்குப் போராடினர். சுதந்திரம் கிடைத்த போது அரசியல் அதிகாரத்தைக் கைப்பற்றிக்கொள்ள வேண்டும் என்று அவர்கள் பேராவல் (ambition) கொண்டிருந்தது இயற்கையானதே. இந்தப் பணியில் வெற்றி பெறுவதற்கு ஏற்கனவே இருந்த நிலப்பிரபுத்துவ அரசர்கள், நிலஉடைமையாளர்கள் மற்றும் சுதந்திரத்திற்கு முந்தைய இந்தியாவில் புதிதாக வளரத் தொடங்கிய முதலாளிகள் ஆகியோரை ஒன்றுதிரட்டுவது அவசியமாக இருந்தது. நிலப்பிரபுத்துவ வர்க்கத்தினர் மற்றும் புதிய முதலாளித்துவ வர்க்கத்தினர் ஆகியோரை அணிதிரட்டுவதில் இந்துவாதிகள் வெற்றி பெற்றனர்.

ஆனால் மகாத்மா காந்தி தலைமையிலான இயக்கம் அவர்கள் பாதையில் மிகப் பெரிய தடைக்கல்லாக இருந்தது. உண்மையைச் சொல்வதானால், இந்திய விடுதலை இயக்கமே ஆர்.எஸ்.எஸ்.ஸுக்குப் பிரச்சினையாக இருந்தது. ஏனெனில் 1885 மற்றும் 1920ஆம் ஆண்டுகளுக்கு இடையில் வலுவான சமூக இயக்கங்களுக்கு எதிர்வினையாக பிரிட்டிஷ் அரசால் இயற்றப்பட்ட சமூக சீர்திருத்தச் சட்டங்கள் இதற்குக் காரணமாக இருந்தன. 1909ஆம் ஆண்டு இந்தியக் கவுன்சில்கள் சட்டம் (மின்டோ-மார்லி சீர்திருத்தம்), இந்திய அரசாங்கச் சட்டம் 1919 (மாண்டேகு-செம்ஸ்போர்டு சீர்திருத்தம்) ஆகியவை இந்தியாவில் பாராளுமன்ற ஜனநாயகம் நிறுவப்படுவதற்கான வாய்ப்பை ஏற்படுத்தின.

மேலும் அதிக சீர்திருத்தங்கள் மேற்கொள்ளப்பட்டால், அது பாராளுமன்ற ஜனநாயகத்தின் கொள்கைகளின் வழியில் இந்திய அரசியலமைப்பை உருவாக்க வழிவகுக்கும் என்பது 1920களில் தெளிவாகத் தெரியத் தொடங்கியது. பாராளுமன்றத் தேர்தல்கள் மூலம் அதிகாரத்தைப் பெறுவது ஆர்.எஸ்.எஸ்.ஸுக்கு சாத்தியமானதாக இருக்காது. இந்திய மக்கள் அல்லது

பெரும்பான்மை (பகுஜன்) சமூகத்தின் அரசியல் விழிப்புணர்ச்சி என்பது அவர்களது இன்னொரு முக்கியக் கவலையாக இருந்தது. கோல்வால்கர் ஜனநாயக சோசலிசத்தைக் கடுமையாக எதிர்ப்பதற்கான காரணங்களை நாம் இங்கே காணலாம்.

1919ஆம் ஆண்டு இந்திய அரசாங்கச் சட்டம், 1920ஆம் ஆண்டு லோகமான்ய பாலகங்காதர திலகரின் மரணம் ஆகியவை இந்துவாதிகளை அவநம்பிக்கை கொள்ளச் செய்தது. 1919 சட்டம் இந்திய மக்களிடையே ஜனநாயக உணர்வை வளர்ப்பதற்கு ஒரு ஊக்கமளித்தது. அதே சமயம் திலகரின் மரணம் இந்திய தேசிய காங்கிரஸ்மீது பிராமணர்களின் பிடியைத் தளரச் செய்தது. காந்தியின் தலைமையில் 1920ஆம் ஆண்டு தொடங்கிய ஒத்துழையாமை இயக்கம், இந்திய மக்களுக்கு உத்வேகமூட்டி, அவர்களுக்கு அரசியல் அபிலாசைகளை (aspirations) ஏற்படுத்தியது. ஆனால், முஸ்லிம்கள் மற்றும் தீண்டத்தகாதவர்கள் (இனிமேல் தலித்துகள் என்று குறிப்பிடப்படுகிறது) ஆகியோரைச் சுதந்திரப் போராட்டத்தில் பங்கெடுக்கத் தூண்டியதன்மூலம் காந்தி இந்துவாதிகளுக்குச் சிரமத்தை உண்டாக்கினார். அவர் கிலாபத் இயக்கத்தை ஆதரித்தார். மேலும் தலித்துகளின் பிரச்சினைகளில் மிக அதிகமான ஆர்வம் காட்டினார். அவரது மிதவாதக் கொள்கை நாடு முழுவதும் ஜனநாயகத்தை வேர்விடச் செய்து, இந்திய மக்களைச் சென்றடைய வைத்துவிடும் என்று இந்துவாதிகள் நம்பினர்.

எனவே, அவர்கள் காந்தி என்னும் பெரும் பிரச்சினையை எதிர்கொண்டனர், அவர்களின் அரசியல் அபிலாசைகளுக்கு அவர் ஒரு தடையாக இருந்தார். காங்கிரசின் தலைமையிலான போராட்டம் மற்றும் மிதவாத பிரிட்டிஷ் கொள்கைகள் இந்தியர்களின் விடுதலைக்கு இட்டுச் செல்லும் என்பது அவர்களுக்குத் தெளிவாகத் தெரிந்தது. அது பாரதமாதாவுக்கு, புனிதத் தாய்நாட்டுக்கு, எந்த நன்மையும் பயப்பதாக இல்லை, ஆகவே விடுதலைக்கான கோரிக்கை என்பது அவர்களுக்குக் கோழைத்தனமானதாகத் தோன்றியது. அவர்களைப் பொருத்த வரையில், காந்தியின் அகிம்சை வழிமுறைகள் மற்றும் சத்தியாகிரகம் ஆகியவற்றை ஏற்றுக் கொள்வது என்பது பலவீனம் மற்றும் கையாலாகத் தலைமை ஆகியவற்றின் அறிகுறி ஆகும். தீவிரத்தின் எல்லைக்குச் சென்ற இந்துவாதிகள், காந்தி இந்து சமூகங்களின் எதிரி என்ற கருத்தை ஊக்குவித்துப் பரப்பினர். நாட்டில் அமைதியற்ற சூழலை உருவாக்குவதற்காக அவர்கள்

காந்தி குறித்து இதுபோன்ற தீய கருத்துகளைப் பரப்பினார்கள்.

தங்கள் லட்சியத்தை நிறைவேற்றுவதற்காக ஆர்.எஸ்.எஸ் அமைப்பை உருவாக்கிய இந்துவாதிகள், ஒரு தீவிரவாத இளைஞர்கள் குழுவையும் உருவாக்கினார்கள். அந்தக் குழு வன்முறையின் மொழியைப் பயன்படுத்தத் துவங்கியது – ரத்தம் சிந்தாமல் யார் சுதந்திரம் பெற்றிருக்கிறார்கள்? என்பது போன்ற வெற்றுக் கூக்குரல்கள் மூலம் அது வெளிப்படுத்தப் பட்டது. ஜெர்மனி, இத்தாலி மற்றும் ஜப்பான் போன்ற நாடுகளில் இருந்த பாசிஸ்ட் அமைப்புகளின் உதவியுடன் பிரிட்டிஷ் அரசுக்கு எதிராகப் போராடுவதை அவர்கள் முன்மொழிந்தனர். அடால்ப் இட்லர் அவர்களது நாயகனாக இருந்தான். பாசிசத்திற்கு எதிராக ஜனநாயகம் நிறுத்தப்பட்டிருந்த உலகில் ஆர்.எஸ்.எஸ் பாசிஸ்டுகளுடன் நின்றது. இன்றும்கூட இந்துக்கள் மத்தியில் முஸ்லிம்களுக்கு எதிராக வெறுப்பையும் அவமதிப்பையும் பரப்புவதற்காகவே ஆர்.எஸ்.எஸ் அமைப்பு தோன்றியது என்று நினைக்கும் மிகப்பெரும் தவறைச் செய்து கொண்டிருக்கிறோம்.

காந்தி எவ்வாறு முஸ்லிம்களுக்கு இடம் ஏற்படுத்திக் கொடுத்து அவர்களுக்குச் சலுகைகள் அளிக்கிறார் என்பதை முன்னிலைப் படுத்துவதன் மூலம் அவர்கள் அதைத் தான் செய்தார்கள்...... இருப்பினும், ஆர்.எஸ்.எஸ்.ஸின் முக்கிய நிகழ்ச்சி நிரல் முஸ்லிம்களுக்கு எதிரான வெறுப்பு அல்ல. மாறாக, பாசிச சித்தாந்தத்தின் மூலம் அதிகாரத்தைப் பெறுவதே ஆகும். இதனை நாம் ஒருபோதும் மறக்கக் கூடாது. காந்தி தலைமையிலான காங்கிரஸ் கட்சி, நாடு முழுவதும் தனது தீவிரவாதத்தைப் பரப்புவதற்கு ஆர்.எஸ்.எஸ்.ஸை அனுமதிக்கவில்லை. இதனால் மத்தியில் அதிகாரத்தைப் பெறுவதற்கான சாத்தியம் மற்றும் நம்பிக்கையை இழந்தது ஆர்.எஸ்.எஸ்.

இருப்பினும் அது இளைஞர்களிடையே பாசிச உணர்வை உருவாக்குவதில் வெற்றி பெற்றது. இதன் விளைவாக காந்தி படுகொலை செய்யப்பட்டார். அவர்கள் பாதையில் இருந்து ஒரு தடையை அது நீக்கியது. இருப்பினும் அவரால் விதைக்கப்பட்ட ஜனநாயகம் என்னும் சித்தாந்தத்தையும் அதன் கருவாக விளங்கும் மதிப்புகளான சுதந்திரம், சமத்துவம் மற்றும் சகோதரத்துவம் ஆகியவற்றை அழிப்பதில் அவர்களால் வெற்றி பெற முடியவில்லை. ‘சுதந்திரத்திற்காக ரத்தம்’ என்று வசனம் பேசியவர்கள் காந்தியின் ரத்தத்தைச் சிந்தினார்கள், ஆனால் பிரிட்டிஷ்காரர்களின் ரத்தத்தைச் சிந்துவது அவசியம் என்று அவர்கள் நினைக்கவே இல்லை.

ஆர்.எஸ்.எஸ் அமைப்பு அரசியலில் இருந்து விலகியே இருக்கும் என்று அதன் தலைவர் பாலாசாகேப் தேவரஸ் கூறியிருக்கிறார். இந்த அறிக்கையின் பொருள் என்ன என்பதைக் கவனமாகப் புரிந்துகொள்ள வேண்டும். ஒரு அரசியல் கட்சியாக தேர்தலில் போட்டியிட்டு அதன்மூலம் அதிகாரத்தைப் பெறுவதற்கு ஆர்.எஸ்.எஸ் விரும்பவில்லையா? ஆர்.எஸ்.எஸ் ஒரு அரசியல் கட்சியாக மாறினாலும் அது தேர்தல்கள் மூலம் ஆட்சிக்கு வருமா? அந்த வழியில் அதிகாரத்தைப் பெற முடியாது என்பது ஆர்.எஸ்.எஸ்.ஸுக்கு நன்றாகவே தெரியும். எனவே, ஒரு அரசியல் கட்சியாக செயல்படுவதற்கு பதிலாக, தேசிய அரசியலில் ஒரு அழுத்தக் குழுவாக (pressure group) இருக்கவே ஆர்.எஸ்.எஸ் விரும்புகிறது. ஒரு அழுத்தக் குழு என்பது கிடைக்கிற சந்தர்ப்பங்களைச் சாதகமாகப் பயன்படுத்திக் கொண்டு, அரசியல் கட்சிகள்மீது தாக்கம் செலுத்துகிறது. தன் சுயநல நோக்கங்களுக்கு ஏற்ற வகையான முடிவுகளை எடுக்கும்படி அது அரசாங்கத்தையே கட்டாயப்படுத்தலாம். ஒவ்வொரு அழுத்தக் குழுவும் கட்டாயப்படுத்தும் செயல்களில் (coercive actions) ஈடுபடுகின்றன. ஆர்.எஸ்.எஸ்.ஸும் அதே கொள்கையைப் பின்பற்றுகிறது. ஆர்.எஸ்.எஸ் தனக்கு எதிரானவர்களுடன் வினையாற்றும்போது பல சமயங்களில் அது குழப்பம் தருவதாக இருக்கிறது – தான் விரும்பும்போது அது அரசியல் செய்கிறது. மற்ற தருணங்களில் வசதியாக, தான் அரசியல் சார்பற்ற அமைப்பு என்று சொல்லிக் கொள்கிறது.

இதுபோன்ற இருமைத்தன்மை (dichotomy) மற்றும் அதன் வெளிப்படையற்ற (serpentine) நோக்கங்கள் மற்றும் குறிக்கோள்கள் ஆகியவை காரணமாக ஆர்.எஸ்.எஸ் அமைப்பு தன்னுடைய அடிப்படைத் தன்மையை (core character) ஒருபோதும் மாற்றிக் கொள்ளாது. ஆர்.எஸ்.எஸ் அமைப்பு தன்னைத் தானே மாற்றிக் கொள்ள வேண்டும் என்று முடிவு செய்தால், தேசிய அரசியலில் அது தனக்கென ஒரு சுயாதீனமான இருப்பைக் கொண்டிருக்க முடியாது. தேவரஸ்சின் நேர்காணல்களைக் கவனமாகப் படித்தால், அவர் ஆர்.எஸ்.எஸ்.ஸின் பங்கு மற்றும் அரசியல் ஆகியவற்றில் எந்தவிதமான தீவிரமான மாற்றங்களையும் கொண்டு வரவில்லை என்பது தெளிவாகிறது. மாறாக, மற்றவர்களைக் கைகாட்டும் அவர், ஆர்.எஸ்.எஸ் குறித்த மக்களின் தப்பெண்ணங்கள் (prejudices) குறையவே இல்லை என்கிறார். ஆர்.எஸ்.எஸ் அவ்வளவு சுலபமாக மாறாது என்பதை முற்போக்கு சக்திகள் நினைவில்

கொள்ள வேண்டும். அது முஸ்லிம்களைத் தனது அமைப்பில் சேர்த்துக் கொள்ளாது, அப்படிச் செய்தாலும் அவர்கள் இந்து மதத்தைத் தழுவ வேண்டும் என்ற நிபந்தனையின் அடிப்படையில் மட்டுமே இருக்கும். முஸ்லிம்களைச் சேர்த்துக் கொள்வது இருக்கட்டும், பகுஜன் மற்றும் தாழ்த்தப்பட்ட சமூகங்களைக் சேர்ந்த இந்துக்கள் கூட ஆர்.எஸ்.எஸ்.ஸை ஒருபோதும் அடைய முடியாது. ஆர்.எஸ்.எஸ் அமைப்பு தன்னை விரிவுபடுத்திக் கொள்வதற்குத் தேவையான வெளியை உருவாக்க முடியாது என்பதே இதற்கு முக்கிய காரணமாகும்.

1977ஆம் ஆண்டு ஜனதா கட்சி அரசு அமைக்கப்பட்ட போது, ஆர்.எஸ்.எஸ் தனது வலைப் பின்னலைப் பரவலாக்கிக் கொள்ளும் என்று முற்போக்கு சக்திகள் கவலை அடைந்தன. ஆனால், ஆர்.எஸ்.எஸ் தன்னை விரிவுபடுத்திக் கொள்வது சாத்தியமில்லை, அப்படிச் செய்ய அது விரும்புவதும் கிடையாது. ஆர்.எஸ்.எஸ் தன்னுடைய வரையறுக்கப்பட்ட ஆனால் ஒழுங்கமைக்கப் பட்ட சக்தியைத் தக்க வைத்துக் கொள்ள விரும்புகிறது. ஒரு அழுத்தக் குழுவானது, தாழ்த்தப்பட்ட மற்றும் பகுஜன் சமூகங்களைத் ஒழுங்கமைக்கப்பட்ட முறையில் சுரண்டுவது மற்றும் மேலாதிக்கத்தைத் தக்க வைப்பது ஆகியவற்றில் முக்கியப் பங்கு ஆற்றுகிறது. அது மேல்சாதியினரின் ஆதிக்கத்தைப் பராமரிப்பதற்காகச் சுரண்டலை உயிர்ப்புடன் வைக்கிறது. சுரண்டல் மூலமாகத் தனது ஆதிக்கத்தைத் தக்க வைத்துக் கொள்ள விரும்பும் ஆர்.எஸ்.எஸ் போன்ற அழுத்தக் குழுவின் முக்கிய நோக்கமே அது தான்.

சுரண்டலற்ற சமுதாயத்தை அமைப்பதற்கான இயக்கத்தில் ஈடுபட்டுள்ள இந்த நாட்டிலுள்ள முற்போக்கு சக்திகள் - அதற்காக ஒரு வர்க்கப் போராட்டத்தை அவர்கள் நடத்த வேண்டி இருக்கும் – ஆர்.எஸ்.எஸ்.ஸின் அரசியல் போர்த்தந்திரங்களைத் தெளிவாகப் புரிந்து கொள்ள வேண்டும். மேலாதிக்கம் என்பது உயர்சாதி மற்றும் வர்க்கத்தினரின் நோக்கமாக இருக்கும் வரையில் ஆர்.எஸ்.எஸ்.ஸின் இருப்பு என்பது தவிர்க்க இயலாதது. அவர்களது சித்தாந்தம் மற்றும் சமரசமற்ற மனநிலையானது வெவ்வேறு வடிவங்களில் வெளிப்படுகின்றது என்றாலும் அப்படியேதான் தொடரும்.

தத்துவவியல், சமூக, அரசியல் பொருளாதாரச் சிந்தனைகளில் முற்போக்கு, ஜனநாயக மற்றும் சோசலிச சக்திகளுக்கும் ஆர்.எஸ்.எஸ்.ஸுக்கும் இடையில் அடிப்படை வேறுபாடுகள்

எப்போதுமே இருந்து வரும். ஜனதா கட்சி அரசு பாரதீய ஜனசங்கத்துடன் செய்து கொண்ட பல சமரசங்கள், பெருங்குழப்பத்திற்கு இட்டுச் செல்லாது என்று நம்பப்படுகிறது. இருப்பினும் ஜனநாயக சோசலிசம் குறித்த விசயத்தில் பாரதீய ஜனசங்கத்துடன் சமரசம் செய்து கொள்வது என்பது சுயஅழிவை ஏற்படுத்துவதாக இருக்கும் என்பதைப் புரிந்து கொள்ள வேண்டும். இந்திரா காந்தியின் பாசிச மனநிலைக்கு எதிர்வினையாக எதிர்க்கட்சிகள் ஒன்றுசேர்ந்து ஜனதா கட்சியை நிறுவின. அதே சமயம் ஆர்.எஸ்.எஸ்.ஸின் பாசிச மனநிலை தான் ஜனதா கட்சி உடைந்து சிதற வழிவகுத்தது. எனவேதான், ஒவ்வொரு பிரச்சினையிலும் ஆர்.எஸ்.எஸ்.ஸை எதிர்த்து நிற்கவும் போராடவும் முற்போக்கு சக்திகள் அனைத்தும் ஒன்றுசேர வேண்டும்.

• • • •

மூல நூலில் உள்ள குறிப்புகள் (...) அடைப்புக் குறிக்குள் தரப்பட்டுள்ளன. தமிழ் மொழிபெயர்ப்பாளர் குறிப்புகள் அடைப்புக் குறிக்குள் [....] தரப்பட்டுள்ளன. ஆங்கிலச் சொற்களும் (...) அடைப்புக் குறிக்குள் தரப்பட்டுள்ளன.

❑

3

இந்துயிசமே தேசியம் ஆக

ராஷ்டிரிய சுயம்சேவக் சங் (ஆர்.எஸ்.எஸ்) அமைப்பு தன்னை ஒரு 'தேசியவாத அமைப்பு' என்றும், நாட்டின் வரலாற்றில் முக்கியப் பங்காற்றி உள்ளதாகவும் பலமுறை கூறிக் கொள்கிறது. இந்தச் சூழலில், ஆர்.எஸ்.எஸ்.ஸின் தேசியவாதம் பற்றிப் புரிந்து கொள்ள வேண்டுமானால், ஒரு தேசம் என்பது என்ன, தேசியவாதத்தின் முக்கிய வரம்புகள் என்ன என்பதுபோன்ற கேள்விகளை எழுப்பி விவாதிக்க வேண்டும்.

மேலைநாடுகளில் உருவாக்கப்பட்ட 'தேசம்' என்னும் கருத்தாக்கத்தை மறுக்கும் கோல்வால்கர், அதனைத் தனது சொந்த வழியில் பின்வருமாறு வரையறுக்கிறார்.

"மக்கள் வெறும் மனிதர்கள் கூட்டமாக, முரண்பட்ட தனிநபர்களின் ஒன்றுதிரட்டல் ஆக இருக்கக் கூடாது. வாழ்வின் லட்சியங்கள், கலாச்சாரம், மனஉணர்வுகள் (feelings), உணர்வுகள் (sentiments), நம்பிக்கை மற்றும் மரபுகள் ஆகியவற்றின் தொகுப்பில் வார்த்தெடுக்கப்பட்ட ஒரு திட்டவட்டமான வாழ்க்கை முறையை அவர்கள் படிப்படியாக உருவாக்கியிருக்க வேண்டும். பொதுவான மரபுகள் மற்றும் அபிலாசைகள், தங்களது கடந்த கால வாழ்க்கை பற்றிய மகிழ்ச்சியான மற்றும் மகிழ்ச்சியற்ற பொதுவான நினைவுகள், நட்பு மற்றும் பகைமை பற்றிய பொதுவான மனஉணர்வுகள் (feelings) மற்றும் அவர்களது நலன்கள் ஆகியவை பின்னிப் பிணைந்து ஒற்றை அடையாளமாக இருந்தால், அம்மக்கள் ஒத்திசைவான மற்றும் நன்கு ஒழுங்கமைக்கப்பட்ட சமூகமாக ஒருங்கிணைகிறார்கள், அந்தக் குறிப்பிட்ட பிரதேசத்தின் மைந்தர்களாக வாழும் மக்களை ஒரு தேசம் என்று அழைக்கலாம்".

இந்தியா என்பது ஒரு தேசமா? இந்தக் கேள்விக்கான பதிலை பின்னால் பார்க்கலாம். ஆனால் அதற்கும் முன்னர், கோல்வால்கர் எழுதிய சிந்தனைக் கொத்து (Bunch of Thoughts) நூலின் உதவியுடன் இந்தியாவை ஒரு தேசம் என்று எந்தப் பொருளில் அவர் அடையாளம் காண்கிறார். தேசியவாதம் என்ற கருத்தை அவர் எவ்வாறு இந்தியாவுக்குப் பயன்படுத்துகிறார் ஆகியவற்றை முதலில் ஆராய வேண்டும். அவரது கருத்துப்படி, வடக்கில் இமயமலைப் பகுதியிலிருந்து, மேற்கில் ஈரான், கிழக்கே

சிங்கப்பூர் மற்றும் தெற்கே இலங்கை வரை - மூன்று பக்கங்களில் கடலால் சூழப்பட்ட மற்றும் மேலே உள்ள மலைகள் கொண்ட ஒருங்கிணைந்த பகுதியில், ஒரு சமூகம் வளர்த்தெடுக்கப் பட்டது. அண்மைக் காலத்தில் இந்துக்கள் என்று அடையாளம் காணப்பட்ட மக்களே அதனை வளர்த்தவர்கள் ஆவர்.

இந்த இந்துக்களின் மூதாதையர்களே, இந்த நிலப்பிரதேசத்தின் மீதும் மண்ணின் மீதும் அன்பு மற்றும் பக்தி ஆகியவற்றை வளர்த்துக் கொண்டனர், அவர்களே இதன் மரபுகளை உருவாக்கினர். கோல்வால்கர் இந்தப் பிரதேசத்தைத் தாய்நாடு என்று வர்ணித்துள்ளார். இந்த மண் புனிதமானது என்ற உணர்வை உருவாக்கும் நோக்கத்துடன், இந்து மூதாதையர்களால் புனிதக் கடமைகள் மற்றும் மத சடங்குகள் ஆகியவை பரிந்துரைக்கப்பட்டன. காசி (வாரணாசி) முதல் கன்னியாகுமரி வரை இங்கு வசிக்கும் அனைவரும், பழங்குடிகள் முதல் நகரவாசிகள் வரை, அனைவரும் ரத்தத்தாலும், பக்தி உணர்வாலும் இணைக்கப்பட்டுள்ளனர் என்று கோல்வால்கர் வாதிடுகிறார். இந்த வாதத்தை ஆதரிக்க அவர் வேதங்களை மேற்கோள் காட்டுகிறார்:

“இந்த பூமியே என் தாய்
நான் அவளது மகன்”

“கடல்களுக்கு வடக்கிலும் இமயத்திற்குத் தெற்கிலும்
உள்ள நிலப்பகுதியே பாரதவர்ஷம் என்றழைக்கப் படுகிறது.
பாரதீயர்கள் அனைவரும் அவளது குழந்தைகள்”
சாணக்கியரின் சித்தரிப்பை அவர் மேற்கோள் காட்டுகிறார்:
“கடல்களுக்கு வடக்கில் இருந்து இமயமலை வரையில், இந்நாடு ஆயிரம் யோசனை தூர நீளம் உடையது”

புனிதமாகக் கருதப்படும் ஆறுகள் குறித்த பாடலை (verse) மேற்கோள் காட்டும் கோல்வால்கர், அவையும் கூட “... பக்திக்கு ஒரு படிப்பினை ஆகும், ஏனென்றால் இந்தப் புனித நதிகளில் இருந்து ஒரு சொட்டு நீர் கூட நமது அனைத்துப் பாவங்களையும் துடைத்து அழிக்கும் ஆற்றல் உடையது என்பதை நாம் உணர முடிகிறது” என்று கூறுகிறார்.

“இந்த நீரில், கங்கை, யமுனை, கோதாவரி, சரஸ்வதி, நர்மதா, சிந்து மற்றும் காவேரி நதிகளின் புனித நீரை நான் வழிபடுகிறேன்”

இவ்வாறு நிலத்தைப் பற்றி உணர்ச்சிபூர்வமான அறைகூவல்கள் விடுக்கப்படுகின்றன. படுக்கையிலிருந்து இறங்கிய உடன், தனது

கால்களால் அவளைத் தொட்டதற்காக அன்னை பூமியின் மன்னிப்பைக் கோரும் இந்து வழக்கத்தை அவர் பதிவு செய்கிறார்:

"தாயே, சர்வ வல்லமை உடைய தெய்வீகத் துணைவியே, கடல் உனது வேலைப்பாடு போலவும், மலைகளை உனது மார்பகங்கள் ஆகவும் கொண்டவளே, என் கால்களால் உன்னைத் தீண்டியதற்காக என்னை மன்னிப்பாயாக"

பண்டைய சமஸ்கிருத இலக்கியங்களில் இடம்பெற்றுள்ள நம் நாடு குறித்த பாடல்கள் மற்றும் கவிதைச் சித்தரிப்புகள் வசீகரிக்கும் தன்மை கொண்டவை ஆகும். தாய்நாட்டைப் பெருமைப்படுத்தும் பொருட்டு, மேலே குறிப்பிட்டது போன்ற பல்வேறு மூலங்களில் இருந்து அவற்றின் பகுதிகளை கோல்வால்கர் மேற்கோள் காட்டுகிறார்.

நிலம் பற்றிய புவியியல் வர்ணனைக்குப் பிறகு, தேசம் பற்றிய கருத்தை ஆதரிப்பதில் பக்தியை ஒரு முக்கியக் கூறு ஆகக் கொள்கிறார். புவியியல்ரீதியாக வரையறுக்கப்பட்ட ஒரு பிரதேசத்திற்கு தாய்நாடு என்ற அந்தஸ்தைக் கொடுப்பதற்கு பக்தி என்ற கருத்தை வளர்ப்பதைத் தவிர கோல்வால்கருக்கு வேறு வழியில்லை, ஏனெனில் அவர் பொருள்முதல்வாதத் தத்துவத்தை ஏற்க மறுக்கிறார்.

பக்தி இல்லாமல் ஒருவர் எப்படி தாய்நாடு குறித்த உணர்ச்சிகளுக்குத் தூபமிட முடியும்? கோல்வால்கர் இந்தியர்களை நோக்கி இந்தக் கேள்விகளை எழுப்புகிறார். மதவியல் பக்தியில் பயன்படுத்தப்படும் வழிபாட்டு முறைகளை செயலற்றவை என்று குறிப்பிடும் அவர், இந்தியர்களிடையே இயங்குதன்மை கொண்ட பக்தியை (dynamic kind of devotion) உயிரோடு வைத்திருக்க வேண்டியது அவசியம் என்று வாதிடுகிறார்:

"பக்தியின் துடிப்பாற்றல்மிக்க (dynamic) அம்சமானது, நடைமுறை தேசிய வாழ்க்கையில் இந்தத் தாய்நாட்டின் ஒவ்வொரு அங்குலத்தின் சுதந்திரம் மற்றும் கவுரவத்தின் பாதுகாப்பிற்காக நம்முடைய அனைத்தையும் தியாகம் செய்யத் தயாராக இருக்கும் மனப்பான்மையை வெளிப்படுத்துவது ஆகும். இந்த செயலூக்கம் உடைய வெளிப்பாடே, கடினமான உண்மை உலகில் கணக்கில் கொள்ளப்படுகிறது. அத்தகைய பக்தியால் புடம் போடப்பட்ட ஒரு இதயம், அத்தகைய பக்தியின் மையப்பொருளாக விளங்கும் தாய்நாட்டுக்குச் சிறிதளவு அவமதிப்பைக் கூட ஒருபோதும் பொறுத்துக்கொள்ள முடியாது. அத்தகைய இதயத்தில் கடந்த கால அவமானங்கள் மற்றும் அவமரியாதைகள் அனைத்தையும் துடைத்து அழிக்க ஒரு தெய்வீக அதிருப்தி பற்றி எரிகிறது"

இந்தியத் தலைவர்களிடம் தாய்நாடு மீதான பக்தி இல்லாதது தான் இந்திய-பாகிஸ்தான் பிரிவினைக்குக் காரணம் என்று அவர் கூறுகிறார். சுதந்திரத்தை கொண்டாடியதற்காக தலைவர்களையும் மற்றவர்களையும் குற்றம் சாட்டிய அவர், படாடோபக் (rhetorical) கேள்விகள் மூலம் தனது விரக்தியை வெளிப்படுத்துகிறார்:

"இப்படிப்பட்ட வீரக்கனல் தெறிக்கும் தாய்நாட்டுப் பற்று நமது மனங்களில் இன்று உயிர்த்துடிப்புடன் விளங்குகிறதா? அந்த உணர்வு நமது தலைவர்களிடமும், பொது மக்களிடமும் இருந்திருந்தால், தேசப்பிரிவினை நடைபெற்றிருக்க முடியுமா?

"நம் தாய்நாடு மீதான பக்தியின் இந்த உக்கிரமான மற்றும் வீரம் மிகுந்த அம்சம் இன்று நம் இதயங்களில் உயிரோடு இருக்கிறதா? அந்த உணர்வு நம் தலைவர்களிடமும், நம் பொது மக்களிடமும் இருந்திருந்தால், இந்தியா பாகிஸ்தான் பிரிவினை நடந்திருக்க முடியுமா?"

நிலப்பரப்புக்கும் பக்திக்கும் பிறகு, மதத்தை தேசியவாதத்திற்கு அசாதாரண முக்கியத்துவம் வாய்ந்ததாக கருதுகிறார் கோல்வால்கர். உலகின் அனைத்து மதங்களிலும் இந்து மதமே மிக உயர்ந்தது என்று அவர் அறிவிக்கிறார். அவரைப் பொருத்தவரையில், ரிக் வேதத்தில் சித்தரிக்கப்பட்டுள்ள நால்வருண அமைப்பு, உயர்ந்த கடவுளின் நான்கு பரிமாண வடிவத்தைக் குறிக்கிறது :

"சமூகம் என்பது இறைவனின் நால்வகை வெளிப்பாடு ஆகவும், ஒவ்வொருவரும் தனக்குரிய வழியில், தத்தமது திறனுக்கு ஏற்ற வகையில் வழிபட வேண்டிய ஒன்று எனவும் கருதப்பட்டது. பிறருக்கு அறிவை வழங்குவதன் காரணமாக ஒரு பிராமணர் உயர்ந்தவர் ஆகிறார் என்றால், எதிரிகளை அழிப்பதற்காக ஒரு சத்திரியரும் சமஅளவு புகழப்பட்டார். விவசாயம் மற்றும் வர்த்தகம் ஆகியவற்றின் மூலம் சமூகத்திற்கு உணவளித்துப் பராமரித்த வைசியரும், தனது கலைகள் மற்றும் கைவினை ஆகியவற்றின் மூலம் சமூகத்திற்குச் சேவை செய்த சூத்திரரும் எந்த விதத்திலும் குறைந்த முக்கியத்துவம் உடையவர்கள் அல்ல. ஒன்று சேர்ந்தும், அடையாள உணர்வுடன் கூடியவகையில் பரஸ்பரம் ஒருவரை ஒருவர் சார்ந்திருப்பதன் மூலமும் அவர்கள் சமூக முறையை (social order) உருவாக்கினர்"

நால்வருண அமைப்பு சமத்துவமின்மையை உருவாக்கி உள்ளது என்பதை ஒப்புக் கொண்ட போதிலும், அதைத் தாங்கிப் பிடிக்கிறார்:

"வருண அமைப்பில் நுழைந்துவிட்ட உயர்ந்தோர் மற்றும் தாழ்ந்தோர் என்னும் ஏற்றத்தாழ்வு உணர்வு, ஒப்பீட்டு அளவில் அண்மைக்காலத்தில் தோன்றியதே ஆகும். ஆனால், அதன் உண்மை வடிவத்தில், அந்த சமூக முறையில் நிலவிய வேறுபாடுகள், அதன் உறுப்பினர்கள் மத்தியில் பெரியவர் மற்றும் சிறியவர் அல்லது உயர்ந்தவர் மற்றும் தாழ்ந்தவர் போன்ற எந்தவொரு பாகுபாட்டையும் கொண்டிருக்கவில்லை"

சாதி அமைப்பை 'சமூகத்தின் மிக உயர்ந்த வளர்ச்சியடைந்த நிலை' என்று அழைக்கும் கோல்வால்கர், சாதியை அழித்தொழிப்பது என்ற கருத்து பற்றி ஒரு சுவாரசியமான விளக்கத்தை முன்வைக்கிறார்:

"எல்லாவற்றையும் அன்னியத் தத்துவங்களின் ஊடாகவே பார்த்துப் பழகிவிட்ட காரணத்தாலும், சமத்துவம் போன்ற அவர்களது படாடோப கோஷங்களில் மனதைப் பறிகொடுத்து விட்டதாலும் இக்கால மக்கள் இந்தத் தனித்துவமிக்க சிறப்பம்சத்தைப் ('சமூகத்தின் மிக உயர்ந்த வளர்ச்சியடைந்த நிலை') புரிந்துகொள்ளத் தவறி விட்டனர். நமது வாழ்வின் பன்முகத் தன்மைகளை, வேற்றுமைகளுக்கான பல்வேறு மூலங்கள் என்று கருதி அவை ஒழிக்கப்பட வேண்டும், வர்க்கங்கள் அற்ற சமூகம் உருவாக்கப்பட வேண்டும் என்று கருதிக் கூக்குரல் இடுகின்றனர். நமது உடலின் உறுப்புகள் வெவ்வேறாகத் தெரிகின்றன, அவற்றுக்கே உரித்தான செயல்களைச் செய்கின்றன என்பதால் அவற்றைப் பல்வேறு வர்க்கங்கள் என்று கூறி அவற்றை அகற்றிவிட்டு வர்க்கங்கள் அற்ற உடலை உருவாக்கலாமா? அப்படிச் செய்தால் அது பரிணாமமா அல்லது படுகொலை ஆக இருக்குமா?"

கோல்வால்கர் இந்தியச் சமூகத்தின் சாதிமுறையை ஒரு வரம் (Blessing) என்று குறிப்பிடுகிறார். பழங்காலத்தில் நம் நாடு வெளிநாட்டு ஆட்சியாளர்களின் கைகளுக்குச் செல்லாமல் தடுத்தது சாதி அமைப்புதான் என்று அவர் வாதிடுகிறார். தனது வாதத்தை விளக்குவதற்கு, அவர் ஒரு விசித்திரமான கருத்தைக் கூறுகிறார்:

"கடந்த ஆயிரம் ஆண்டுகளில், நமது நாடு அன்னியத் தாக்குதல்களுக்கு ஆளாகி வீழ்ந்தபோது கூட, சாதி வேறுபாடுகள் நமது தேசிய ஒற்றுமையின்மைக்கு மூலகாரணமாக இருந்தன, அது அன்னியப் படையெடுப்பாளர்கள் நம்மை வெற்றி கொள்ள உதவியது என்பதைக் காட்ட எந்த ஒரு சான்றும் கிடையாது.

சாதி அமைப்பு உண்மையில் நமது பலவீனத்திற்கு அடிப்படைக் காரணமாக இருந்திருந்தால், நம் மக்கள் சாதிகள் இல்லாத

மக்களை விட மிக எளிதாக அன்னியப் படையெடுப்புகளுக்கு அடிபணிந்திருக்க வேண்டும்"

கடந்த காலத்தில் இருந்து எடுத்துக்காட்டுகளை முன்வைத்து இந்தக் கருத்தை விளக்குகிறார் கோல்வால்கர் :

"டெல்லியை ஆண்டு வந்த இந்து மன்னரான பிருதிவிராஜன் முகமது கோரியிடம் தோல்வி அடையக் காரணமாக இருந்தது அவனது சொந்தச் சாதி உறவினராக இருந்த ஜெயச்சந்திரன் தான். ராணா பிரதாப்பை காடு காடாகத் துரத்தி வேட்டையாடியவர் அவரது சொந்தச் சாதியைச் சேர்ந்த ராஜா மான்சிங் தான். சிவாஜியையும் அவரது சொந்த சாதியைச் சேர்ந்தவர்களே எதிர்த்தனர். 1818ஆம் ஆண்டு பூனாவில் இந்துக்களுக்கும் பிரிட்டிஷாருக்கும் இடையிலான கடைசிப் போரில் கூட, பேஷ்வாக்களின் சாதியைச் சேர்ந்த நாது என்பவனே இந்துக் கொடியை இறக்கி பிரிட்டிஷ் கொடியை ஏற்றினான். இவ்வாறு ஒரு இழிவான துரோகப் பரம்பரை இங்கு இருக்கத் தான் செய்தது. ஆனால் அவர்கள் வேறு கவர்ச்சிகள் மற்றும் காரணங்களுக்கு இரையாகி விட்ட காரணத்தால் தான் அப்படி இருந்தார்களே தவிர சாதி என்பது எப்போதும் காரணமாக இருக்கவில்லை"

வரலாற்றின் இத்தகைய பகுதிகளை விவரிக்கும் கோல்வால்கர், அந்தக் காலங்களில் இருந்த 'துரோகிகள்' கூட்டத்தைக் குற்றம் சாட்டுகிறார். அவர்களை ஒரு இனம் என்று முத்திரை குத்துவதுடன், அவர்களுக்கு சாதி அமைப்புடன் எந்த உறவும் இல்லை என்று அவர் கூறுகிறார். சாதியற்ற ஒரு சமூகம், அன்னியப் படையெடுப்பாளர்களால் இதைவிட எளிதாக பலியாகி இருக்கும் என்று அவர் கூறுகிறார். இவ்வாறு, சாதி அமைப்பானது இந்தியா அன்னியப் படையெடுப்புகளுக்கு பலியாகாமல் தடுத்தது என்று கோல்வால்கர் அனுமானிக்கிறார் (infers). இந்த நிகழ்வுகளை ஆராயும்போது, அவர் வரலாற்றைப் பின்வருமாறு விளக்குகிறார்:

"பவுத்த மதத்தின் செல்வாக்கினால் சாதிமுறை அழிக்கப்பட்டு இருந்த நமது நாட்டின் வடமேற்கு மற்றும் வடகிழக்குப் பகுதிகள் தான் இஸ்லாமியத் தாக்குதலுக்கு எளிதில் இரையாகின என்பது வரலாறு நமக்குக் காட்டும் உண்மையாகும். தற்போது காண்டகார் என்று அழைக்கப்படும் காந்தாரம் முற்றிலும் முஸ்லிம் மயமாகியது. கிழக்கு வங்காளத்திலும் மதமாற்றம் பெருத்த பாதிப்பை ஏற்படுத்தியது. ஆனால் சாதிக் கட்டுப்பாடுகளைப் பொருத்த வரையில் பழமைவாதம் மற்றும் சாதிய இறுக்கம் நிலவியதாகக் கருதப்படும் டெல்லி மற்றும் உத்திரப் பிரதேசம்

ஆகிய பகுதிகள், சில நூற்றாண்டுக் காலம் வரை இஸ்லாமிய ஆட்சியதிகாரம் மற்றும் மதவெறி ஆகியவற்றின் கோட்டையாக விளங்கிய போதிலும் பெருமளவுக்கு இந்துக்களைக் கொண்டதாகவே இருக்கிறது. அண்மையில் சிவாஜி காலம் வரையில், கீழ்சாதியினர் என்றழைக்கப்பட்ட மக்களும்கூட சுயராஜ்ஜியப் புத்தெழுச்சியில் வீரமிக்க பங்காற்றினர் என்பது நமக்குத் தெரியும்".

கோல்வால்கர் இந்துயிசத்தை இந்திய தேசியத்திற்கு இணையாகப் (equates) பார்க்கிறார். ஆகவே, தேசியம் என்பதை அவர் இந்துயிசம் என்று வரையறுக்கிறார்.

கடந்த நூற்றாண்டில் நாட்டில் செயல்பட்டு வந்த பல்வேறு சமூக மற்றும் அரசியல் குழுக்களை விட ஆர்.எஸ்.எஸ் மிகவும் மாறுபட்ட ஒரு அமைப்பு ஆகும். அதனுடன் தொடர்புடையவர்கள் மாறுபட்ட அணுகுமுறை கொண்டுள்ளனர் என்பது அந்த அமைப்பு நிறுவப்பட்ட காலத்தில் இருந்தே கவனிக்கப்பட்டு வந்துள்ளது. இதர தேசியவாத அமைப்புகளுடன் ஒப்பிடும்போது அவர்களின் தேசியவாத உணர்வு விசித்திரமானது மற்றும் தீவிரமானது ஆகும். ஆர்.எஸ்.எஸ் அமைப்பினரின் தினசரி செயல்பாடுகள் மற்றும் நடவடிக்கைகள் ஆகியவற்றில் - குறிப்பாக அவர்கள் இடதுசாரி அமைப்புகளைக் கடுமையாக விமர்சிக்கும்போது மற்றும் பொருள்முதல்வாதத் தத்துவத்தை தேசவிரோதம் என்று முத்திரை குத்தும்போது - இந்த தனித்துவமிக்க வேறுபாட்டைக் காணலாம். தங்களது தேசிய உணர்வு மட்டுமே உண்மையானது என்றும் அது மட்டுமே உண்மையில் இருக்கக் கூடிய ஒரே தேசியவாதம் என்றும் அவர்கள் வலியுறுத்துகின்றனர். மிக அதிகபட்சமான உயர்வு மனப்பான்மை கொண்ட இந்த தலைக்கனம் பிடித்த அணுகுமுறை, ஆர்.எஸ்.எஸ்.ஸின் செயல்பாடுகளில் வெளிப்படுகிறது. ஆர்.எஸ்.எஸ்ஸைப் பொறுத்த வரையில் இந்துயிசம் என்பதே தேசியவாதத்தின் குறியீடு ஆகும்.

கோல்வால்கரின் கூற்றுப்படி, இந்தியாவின் புவியியல் பகுதியின் ஒவ்வொரு துகள்களும், சாதாரண தூசி கூட தெய்வீகம் பொருந்தியது, ஆகவே இந்த நாடு நமக்குப் புனிதமானது ஆகும். அவர் கூறுகிறார்:

"நமக்குப் புனிதமான இந்நாட்டைவிடப் புனிதமானது எதுவுமில்லை. ஒவ்வொரு தூசித் துகளும், உயிருள்ளவை மற்றும் உயிரற்றவை அனைத்தும், கல்லும் மண்ணும், மரமும் ஓடையும் அனைத்தும் நமக்குப் புனிதமானவை ஆகும். இந்த மண்ணில்

பிறந்த ஒவ்வொரு குழந்தையின் மனதிலும் இத்தகைய ஆழ்ந்த பக்தியுணர்வை என்றும் உயிர்ப்புடன் இருக்க வைப்பதற்காகக் கடந்த காலத்தில் பல்வேறு வழிமுறைகளும் மரபுகளும் உருவாக்கப்பட்டன".

இந்தியன் என்பதை கோல்வால்கர் எப்படி உணருகிறார் என்பதை அறிவது ஆர்வமூட்டுவது ஆக இருக்கும். அவரது நூலை வாசிக்கும் போது, மலைகள், சிகரங்கள், மரங்கள் மற்றும் பெருங்கடல்கள் போன்ற இயற்கையின் வெளிப்பாடுகள் தேசியம் குறித்த கருத்தாக்கத்தை வரையறுப்பதற்கான அடையாளப் புள்ளிகள் ஆக இருப்பதை நாம் காண்கிறோம். ஆனால் இங்கு வசிக்கும் மக்கள்?

ஒரு தேசம் என்பது மக்களுக்கானது - அது மக்கள் தங்கள் வாழ்க்கையை வளப்படுத்திக் கொள்வதற்கான ஒரு இடம் ஆகும். தேசியம் என்பதை மக்களின் உளவியல் ஒருங்கிணைப்பின் வெளிப்பாடு என்று புரிந்து கொள்ள முடியும். வேறு சொற்களில் கூறுவதானால், மக்களின் சிந்தனை, அவர்களின் துன்பம், அவர்களின் அணுகுமுறைகள் ஆகியவற்றை ஒரு தேசத்தின் தொகுப்பில் காணலாம். தேசத்தை வரையறுக்கும்போது நாம் மக்களை மறந்துவிடப் போகிறோமா? தேச உருவாக்கத்திற்கு மக்களை உளவியல்ரீதியாக ஒருங்கிணைப்பது அவசியமாகும். இந்து மதத்தில் அவர்களுக்கு எத்தகைய இடம் இருக்கிறது? அது அவர்களுக்கு என்ன செய்யப்போகிறது? இந்து தேசியம் குறித்த தனது கருத்தை வரையறுக்கும்போது, கோல்வால்கர் இந்த மக்களைப் பற்றிச் சிந்திக்க விரும்பவில்லை. உண்மையில், இந்துவாதிகளால் இதைப் பற்றி ஒருபோதும் சிந்திக்க முடியாது. ஏனெனில் சங்கராச்சாரியாரின் நித்ய-அநித்ய-வஸ்து-விவேக தத்துவமே (பொருட்களின் மெய்மை மற்றும் மாயை ஆகியவற்றை வேறுபடுத்திப் பார்க்கும் அறிவாற்றல்) இந்துயிசத்தின் அடித்தளமாக இருக்கிறது என்று அவர்கள் நம்புகிறார்கள். தேசமே நிரந்தரமானது, எனவே அது மக்களைவிடப் பெரியது என்ற கருத்தை வலியுறுத்துவதற்கு கோல்வால்கர் இதைப் பயன்படுத்துகிறார். பரம வைபவத்தை அதாவது தேசிய பெருஞ்சிறப்பை (national glory) அடைவதே தத்துவத்தின் குறிக்கோள் என்று அவர் விளக்கும் அவர், தேசியவாதத்தை வரையறுக்க அந்தக் கருத்தை நீட்டிக்கிறார். ஒரு மனிதனது இன்ப துன்பங்கள், கோபம், பேராசை, அன்பு, வெறுப்பு, வீரம், கோழைத்தனம், ஆர்வம் மற்றும் காமம் ஆகியவற்றை வெளிப்படுத்துவதற்கு சமூகம்,

தேசம் மற்றும் மதம் போன்ற நிறுவனங்கள் தேவைப்பட்டாலும், அத்தகைய உணர்ச்சிகள் பயனற்றவை மற்றும் அற்பமானவை என்று கோல்வால்கர் கருதுகிறார். அவரது கருத்துப் படி, பக்தி மட்டுமே போற்றத்தக்க ஒரே உணர்வு ஆகும், ஏனெனில் பக்திக்கு மட்டுமே உயர்ந்த இடம் உண்டு; இதர உணர்வுகள் தனி மனிதர்களால் நிராகரிக்கப்பட வேண்டும். அவர் பின்வருமாறு கூறுகிறார் :

"தனிமனித வளர்ச்சியை சமூக ஒருமைப்பாடு மற்றும் சமூக நலன் ஆகியவற்றுடன் இரண்டறக் கலப்பது என்பதை மற்றொரு கோணத்தில் இருந்தும் காணலாம். நிரந்தரமானவற்றை நிரந்தரமற்றவைகளில் இருந்து வேறுபடுத்திக் காண வேண்டும் என்று நமது மாபெரும் சிந்தனையாளர்கள் நமக்குச் சொல்லி இருக்கிறார்கள். சங்கராச்சாரியர் இதனை நித்ய-அநித்ய-வஸ்து-விவேக என்று குறிப்பிட்டுள்ளார். தற்போதைக்கு, அதன் உயர்ந்த தத்துவ விளக்கங்களை ஒதுக்கி விட்டு, அதை நமது தேசிய வாழ்க்கைக்குப் பயன்படுத்திப் பார்ப்போம். தனிமனிதர்கள் வந்து போகிறார்கள், எண்ணிறந்த தலைமுறைகள் தோன்றி மறைந்துள்ளன. ஆனால் தேசம் இருந்து வருகிறது..... ஆகவே, தேசிய வாழ்க்கையே 'நிரந்தரமானது'. தனிமனித வாழ்க்கை 'நிரந்தரமற்றது'. எனவே நிரந்தரமானதை அதாவது சமூக நன்மையை அடைவதற்கான ஒரு கருவியாக, நிரந்தரமற்றதை – தனிமனிதனை – மாற்றியமைப்பதே சிறந்த ஏற்பாடு ஆக இருக்க முடியும். அதே நேரத்தில் இது தனிமனிதனை வளப்படுத்தவும் அவனுக்குள் புதைந்து கிடக்கும் தெய்வத் தன்மையை மலர வைக்கவும் உதவி செய்யும்".

லட்சியங்களுக்கும் அவற்றை அடைவதற்கான வழிமுறைகளுக்கும் (means and ends) இடையிலான உறவு குறித்து சங்கராச்சாரியாரின் தத்துவவியல் நுண்ணறிவுகளை இந்துவாதிகள் ஏற்றுக் கொண்டுள்ளனர். இது குறித்து ஜனநாயக சோசலிஸ்டுகளின் நிலைப்பாடு கோல்வால்கரின் புரிதலுக்கு முற்றிலும் மாறானது. லட்சியங்கள் யாவை? அதற்குத் தேவையான கருவிகள் எவை? தேசம் தனிநபர்களுக்காக இருக்கிறதா அல்லது தேசத்திற்காகத் தனிநபர்கள் இருக்கிறார்களா? தேசம் என்பது லட்சியமாகவும் தனிநபர்கள் அதற்கான வழிமுறைகளாகவும் இருக்கிறார்களா? சமூகம் என்பது தனிநபர்களை வளப்படுத்துவது மற்றும் சிறப்படையச் செய்வது (enrichment and excellence of individuals) ஆகியவற்றுக்கு ஆதரவாக நிற்கிறதா, அல்லது சமூகத்திற்காகத் தனிநபர்களா? இந்த இரண்டு துருவமுனைகளுக்கும்

இடையிலான வேறுபாடு, அடிப்படையானதும் மற்றும் எல்லா நேரத்திலும் பொருத்தமானதாகவும் இருக்கும்.

நூறாண்டுகளுக்கும் மேலாக, இந்தியாவில் ஜனநாயக சோசலிச இயக்கங்கள் தனிமனிதனுக்கு முக்கியத்துவம் அளித்து, ஜனநாயகத்தின் நான்முகக் கொள்கையை *(fourfold principle)* ஆதரித்தன, தனிநபர்களே இறுதி லட்சியமாக இருக்கிறார்கள் என்று இது கூறுகிறது *(individuals are ends in themselves)*; ஒரு தனிநபர் அனுபவிக்கும் உரிமைகளை மாற்றவோ அல்லது விட்டுக் கொடுக்கவோ முடியாது; ஒரு தனிநபர் மற்றவர்கள் மீது ஆளுகை செய்யக்கூடாது; நமது நடைமுறை வாழ்க்கையில் பெறப்பட்ட உரிமைகளை விட்டுக் கொடுக்கக் கூடாது. இந்துயிசம் தனிநபரை ஒரு வழிமுறையாக *(means)* மட்டுமே கருதுகிற அதே சமயம், ஜனநாயக சோசலிசம் அந்தக் கொள்கையைக் கடுமையாக எதிர்க்கிறது. எனவே, கோல்வால்கர் ஜனநாயக சித்தாந்தத்திற்கு எதிரானவர் ஆக இருக்கிறார். ஜனநாயகக் கொள்கைகள் பொருள்முதல்வாதத் தத்துவத்தை அடிப்படையாகக் கொண்டவை என்பதற்காக அவற்றை அவர் நிராகரிக்கவில்லை, மாறாக ஜனநாயகச் சிந்தனை என்பது தனிநபரையும் மற்றும் தனிமனிதவாதத்தையும் மையமாகக் கொண்டுள்ளது என்பதற்காக அதனை நிராகரிக்கிறார்.

ஜனநாயக சோசலிச இயக்கங்கள் தேச விரோதமானவை என்ற கருத்தை ஆர்.எஸ்.எஸ் பரப்பி வருகிறது. பல ஆண்டுகளாக, தான் மட்டுமே ஒரு தேசியவாதக் குழுவாக இருப்பதாக அது கூறி வருகிறது. உணர்ச்சிபூர்வமான இந்தக் கருத்து ஆயிரக்கணக்கான இளைஞர்கள் மீது தாக்கம் செலுத்தி இடது இயக்கங்களை அழிப்பதற்காக மட்டுமே பயன்படுத்தப் படுகிறது. எனவே, தேசியம் பற்றிய கருத்தாக்கத்தை விமர்சனரீதியாக ஆராய வேண்டியது அவசியமாகும். தனிமனிதன் என்பவன் ஒரு மாயை அல்ல மாறாக ஸ்தூல உருவம் கொண்டவன், அது ஒரு லட்சியமே தவிர வழிமுறை அல்ல என்று நம்புகிற ஜனநாயக சோசலிஸ்டுகள் எப்படி தேச விரோதிகளாக இருக்க முடியும்? மேலும், தேசம் என்பதை (இது ஒரு கருத்துவடிவம் மட்டுமே) லட்சியம் ஆகவும், தனிநபர்களை அதற்கான வழிமுறையாகவும் கருதும் சங்கிகளும் ஒட்டுமொத்த இந்துவாத முகாமும் எப்படி தேசியவாதிகள் ஆக முடியும்? இது குறித்து ஒரு முழுமையான விவாதம் நடத்தப்பட வேண்டும். இது ஆர்.எஸ்.எஸ்.ஸின் பொய்யான, சிதைக்கப்பட்ட மற்றும் வினோதமான கருத்துகளைப் புரிந்துகொள்ள உதவும்.

அதைப்போலவே, தேசியவாதிகளின் பாத்திரத்தைத் தனதாக்கிக் கொள்ள முயற்சிக்கும் மனநிலையையும் அது வெளிச்சத்திற்குக் கொண்டு வரும்.

தேசிய இனத்தின் தோற்றம் என்பது ஒரு தேசத்தை உருவாக்குவதற்கான ஒரு முன்நிபந்தனை என்று நவீன அரசியல் விஞ்ஞானம் நம்புகிறது. அதே நேரத்தில், ஒரு தேசம் பல தேசிய இனங்களைக் கொண்டிருக்க முடியும் என்பதையும் இது விளக்குகிறது. இந்திய சமுதாயம் பல மொழிகள், மாறுபட்ட பழக்கவழக்கங்கள், வெவ்வேறு மதங்கள், எண்ணற்ற சாதிகள், முரண்பாடான சித்தாந்தங்கள் மற்றும் அவற்றின் தனித்துவமான வரலாறுகள் ஆகியவற்றைக் கொண்டுள்ளது. மாறுபட்ட மற்றும் தனித்துவமான பண்புகளின் சங்கமமாக உள்ள இத்தகைய சமூகம், ஒரு தேசியஇனம் என்று அழைக்கப்படுவதற்குத் தகுதியானதா? இது ஒரு முக்கியமான கேள்வி ஆகும். மொழிகள், பிராந்தியங்கள், மதங்கள், சாதிகள் ஆகியவற்றின் அடிப்படையிலான வேறுபாடுகளும் பல்வேறு இசங்களும் நம்மிடையே உள்ளன. எனவே, எத்தனை இசங்கள் அல்லது வேறுபாடுகள் இருந்தாலும், அந்த அத்தனை தேசிய இனங்களும் இணைந்து வாழ முடியும் என்று வாதிடலாம். சமூகமானது பல சாதிகள் மற்றும் மதங்களின் ஒருங்கிணைப்பாக இருக்கிற ஒரு தேசத்தில், தேசியவாத சித்தாந்தம் என்பது ஆதிக்கம் செலுத்தும் தேசிய இனத்தால் தீர்மானிக்கப்படுகிறது. ஒரு தேசத்தில் இரண்டு இனங்கள் இருந்தால், ஆதிக்கம் செலுத்தும் இனம் தேசமாக மாறும். அதிகாரத்தையும் பொருளாதார வலிமையையும் பெறும் சாதி அல்லது மொழி, தேசமாக மாறும். மீதமுள்ளவர்கள் அந்தக் குடையின் கீழ் வாழ வேண்டும், மென்மையான தேசிய இனங்கள் வலுவான தேசிய இனத்திற்குச் சேவை செய்து வணங்கி வாழ வேண்டும் என்று எதிர்பார்க்கப்படும். ஜெர்மனியில் ஹிட்லர் யூதர்களை என்ன செய்தான்? பாகிஸ்தானில் முஸ்லிம்கள் இந்துக்களை என்ன செய்தார்கள்? இந்த வரலாறு அண்மையது மற்றும் புதியது ஆகும்.

ஆர்.எஸ்.எஸ் வடிவமைக்க நினைப்பது என்ன வகையான தேசியம்? அவர்களது தாரக மந்திரத்தைக் கொண்டே அதைத் தெளிவாகப் புரிந்து கொள்ள முடியும்: அது இந்துயிசமே தேசியம் என்பதே ஆகும். நமது தேசத்தில் பெரும்பான்மையான மக்கள் இந்துக்கள் ஆவர், அவர்களில் பலர் வறுமைக் கோட்டுக்குக் கீழே பரிதாபகரமான வாழ்க்கையை வாழ்ந்து வருகின்றனர்.

ஆர்.எஸ்.எஸ்.ஸின் தேசத்தால் ஏழை மக்களுக்கு என்ன பயன்? இந்தக் கேள்விக்குப் பதிலளிக்க, நாம் மீண்டும் மீண்டும் இந்திய வரலாற்றுக்குத் திரும்ப வேண்டும். உண்மையில், 'இந்து' என்ற சொல் இந்திய சமூகத்தைக் குறிக்கும் வகையில் மிக அண்மைக் காலத்தில் தான் பயன்படுத்தப்பட்டது. அது பாரசீக படையெடுப்பாளர்கள் பயன்படுத்திய சொல்லாகும். சிந்து என்றும் அறியப்பட்ட இந்து நதிக்கரையில் அமைந்திருந்த மக்கள் 'சிந்து' என்று குறிப்பிடப்பட்டனர். ஆனால் பாரசீகர்களின் மொழியில் 'ச' என்ற மெய்யெழுத்து இல்லாத காரணத்தால் அதனை அவர்கள் 'ஹ' என்று உச்சரித்தனர். எனவே நாம் சிந்து என்பதற்குப் பதிலாக இந்து என்று அழைக்கப்பட்டோம். இந்த விளக்கங்கள் வரலாற்றாசிரியர்களால் அளிக்கப் பட்டவை ஆகும். ஆனால் இந்து என்ற சொல் அண்மைக்காலத்தில் தோன்றியது என்றோ, வெளிநாட்டினர் அதை உருவாக்கினர் என்றோ சொல்வது வரலாற்றுரீதியாக சரியானது அல்ல என்று கோல்வால்கர் கூறுகிறார். இந்து என்பது அடிப்படையில் பிராந்திய அடையாளம் என்கிறார் அவர் :

"உலகின் மிகப் பழமையான ஆவணம் ஆகிய ரிக் வேதத்திலேயே சப்த-சிந்து என்ற பெயரைக் காண்கிறோம் - இது நமது நிலத்தையும் நமது மக்களையும் குறிப்பிடும் ஒரு அடைமொழிப் பெயராகும். சமஸ்கிருதத்தில் உள்ள 'எஸ்' என்ற எழுத்து, நமது பிராகிருத மொழிகளில் சிலவற்றிலும் – சில ஐரோப்பிய மொழிகளிலும் கூட - சில நேரங்களில் 'எச்' என்று மாற்றப்பட்டுகிறது என்பதும் நன்கு அறியப்பட்ட ஒன்று தான். இவ்வாறு தான் ஹப்த-ஹிந்து என்ற பெயரும், பின்னர் இந்து என்ற பெயரும் பழக்கத்திற்கு வந்தது. ஆகவே இந்து என்பது நம்முடைய தோற்றத்தின் பெருமைமிகு பெயராகும், மற்றவர்கள் பின்னாளில் மட்டுமே அந்தப் பெயரால் நம்மைக் குறிக்க கற்றுக்கொண்டனர்".

'பாரதீய' என்ற சொல் 'இந்து' என்பதற்கு மாற்றுச் சொல் என்று கோல்வால்கர் சரியாகவே குறிப்பிடுகிறார், வேதங்களும் கூட இந்தக் கூற்றை உறுதிசெய்கின்றன. ரிக் வேதத்தில் சப்த சிந்து என்று குறிப்பிடப்பட்டுள்ளதே தவிர இந்து என்று அல்ல. 'இந்து' என்ற பெயர், இந்தியர்கள் ஆகிய நம்மை - அல்லது பாரதமக்களை – குறிப்பிடும் விதமாக அன்னியப் படையெடுப்பாளர்களால் பயன்படுத்தப்பட்டது. கோல்வால்கர் இந்தப் பெயரிடு முறையின் தோற்றத்தை ஏற்றுக் கொள்கிறார் என்ற போதிலும், 'இந்து' என்ற சொல்லைப் பயன்படுத்த வேண்டும் என்று வலியுறுத்துவது ஏன்? அவரது வாதம் மிகவும் ஆர்வமூட்டுவது ஆகும்.

“பாரதீய என்ற பழைய பெயரும் மிகப் பழங்காலம் தொட்டே நம்முடன் தொடர்பு உடையது. பாரதம் என்ற பெயர் வேதங்களில் கூட இடம் பெற்றுள்ளது. நமது புராணங்களும்கூட நமது தாய்நாட்டை பாரதம் என்றும் நம் மக்களை பாரதியர்கள் என்றும் குறிப்பிட்டன, இது 'இந்து' என்ற அதே பொருளைக் குறிக்கிறது. ஆனால் இன்று ‘பாரதீய’ என்ற சொல் குறித்தும் தப்பெண்ணம் நிலவுகிறது. இது பொதுவாக 'இந்தியன்' என்ற சொல்லின் மொழிபெயர்ப்பாகப் பயன்படுத்தப்படுகிறது: அது இந்த மண்ணில் வசிக்கும் முஸ்லிம்கள், கிறிஸ்தவர்கள், பார்சிக்கள் போன்ற அனைத்துச் சமூகங்களையும் உள்ளடக்கியது ஆகும். எனவே, 'பாரதீய' என்ற சொல்லும் நமது குறிப்பிட்ட சமூகத்தைக் குறிப்பிட விரும்பும்போது நம்மைத் தவறாக இட்டுச் செல்லக்கூடும். 'இந்து' என்ற சொல் மட்டும் நாம் தெரிவிக்க விரும்பும் பொருளை சரியாகவும் முழுமையாகவும் குறிக்கிறது.”

அப்படியானால் 'இந்து' என்ற சொல்லின் சரியான மற்றும் முழுமையான விளக்கம் என்ன? கோல்வால்கர் பயன்படுத்திய சொல் பற்றிய குறிப்புகள் கவனமாக ஆராயப்பட வேண்டும்.

அண்மைக் காலங்களில் சிந்துச் சமவெளி நாகரிகம் குறித்த புதிய ஆய்வுகள் வெளிவந்து கொண்டிருகின்றன. மொகஞ்ச-தாரோ மற்றும் ஹரப்பாவில் மேற்கொள்ளப்பட்ட அகழ்வாராய்ச்சியின் மூலம் கிடைத்த உள்நோக்குப் பார்வைகள் (insights), வேதங்கள் பற்றிய பழமைவாத விளக்கங்களுக்குச் சவால் விடுத்துள்ளன. வேத காலம் முதற்கொண்டு, நமது நாகரிகத்துடைய பரிணாம வளர்ச்சியின் வெவ்வேறு கட்டங்களும் வெளிச்சத்திற்கு வந்துள்ளன. இதைத் தவிர, வேதங்கள், புனைகதைகள் மற்றும் புராணங்கள் போன்றவற்றின் மறு விளக்கம் கலாச்சாரத்தின் பரிணாம வளர்ச்சிப் போக்கை வெளிப்படுத்தியுள்ளது. வரலாற்று அடிப்படையில் இந்திய வாழ்க்கையின் பரிணாம வளர்ச்சிப் போக்கில் உள்ள சிக்கல்களைப் பற்றியும், பல்வேறு சமூகங்கள் எவ்வாறு சவால்களை எதிர்கொண்டனர், தங்களது பிரச்சினைகளுக்கு எதிராகப் போராடினார்கள் என்பதையும் பற்றிய புதிய கருத்துகளைப் பல சிந்தனையாளர்களும் அறிஞர்களும் முன்வைக்கின்றனர். எனவே, இந்த வரலாற்று விவரங்கள் அனைத்தும் தற்போது கிடைக்கின்றன. இருப்பினும், வரலாறு குறித்தும் தங்களது நாகரிகம் மற்றும் கலாச்சாரம் பற்றியும் அறியாதவர்கள், தங்களது மூதாதையர்கள் மற்றும் கடந்த காலம் ஆகியவை குறித்த போலிக் கருத்துகளை உருவாக்கிக்

கொள்ளுகிறார்கள். இத்தகைய பொய்மையின் மூலமே மேலாதிக்கம் வளர்த்தெடுக்கப்படுகிறது. இது சுய செருக்கின் (self-pride) வடிவத்தை எடுக்கிறது, அடிப்படையில் அகங்காரம் மற்றும் இன மையவாதம் ஆகியவற்றுக்கு இட்டுச் செல்கிறது.

1906 ஆம் ஆண்டில், இந்த நாட்டு முஸ்லிம்கள் அதிகாரத்தைப் பெறும் நோக்கத்துடன் முஸ்லிம் லீக் என்ற அரசியல் அமைப்பை நிறுவினர். அந்த அமைப்பு இஸ்லாமிய வரலாற்றைச் சிதைத்து, வறட்டுவாதத்தை ஊக்குவித்தது. முஸ்லிம் லீக்கிற்கு பதிலளிக்கும் விதமாக இந்துவாதிகள் அரசியலுக்கு வந்தனர். அவர்களும் முஸ்லிம் லீக் போன்றே வரலாற்றைச் சிதைத்தனர். இது நம் நாட்டில் மட்டும் நடக்கவில்லை - உலகில் முற்போக்கு இயக்கங்கள் ஒரு குறிப்பிட்ட வர்க்கத்தின் மேலாதிக்கத்திற்குச் சவால் விடுக்கும் எல்லா இடங்களிலும் அநேகமாக இதே நிலைமைதான். தங்களது ஆதிக்கத்தைத் தக்க வைத்துக் கொள்வதற்காக, புரோகித வர்க்கம் கலாச்சார மேலாதிக்கம் என்னும் விஷத்தைப் பரப்பியது. இந்த ஒரே நோக்கத்திற்காக வரலாறு சிதைக்கப்பட்டது.

மதத்தின் எழுச்சியானது உலக வரலாற்றில் ஒரு முக்கியமான பரிணாம கட்டத்தைக் குறிக்கிறது. ஆனால் இந்த நிகழ்வு குறித்துப் போதுமான அளவு கவனம் செலுத்தப்படவில்லை. மதங்களின் வறட்டுத்தனமான அணுகுமுறை காரணமாக, மத நம்பிக்கைகள், வேதங்கள், கலை, புராணங்கள் மற்றும் வரலாற்று நூல்கள் பற்றிய விமர்சனப் பகுப்பாய்வுகளை அறிஞர்கள் புறக்கணித்தனர் என்பது உண்மைதான். இதன்விளைவாக, ஒரு குறிப்பிட்ட வர்க்கம் அல்லது சாதி, மதம்மீது தனது அதிகாரத்தைத் பாதுகாத்துக் கொண்டது. மதத்தின்மீதான இந்த ஆதிக்கம், இந்திய வரலாற்றில் ஒரு தனித்துவமான இடத்தைக் கொண்டுள்ளது, உலகின் பிற பகுதிகளின் வரலாறுகளைவிட இது ஒப்பீட்டளவில் மிகவும் சிக்கலானதும் நுண்ணியதும் ஆகும்.

இந்துவாதிகள் இந்திய வரலாற்றைப் பெரிதும் புறக்கணித்தனர். இந்திய மக்களின் வளர்ச்சிக் கட்டங்கள் குறித்து அவர்கள் போதுமான அளவு கவனம் செலுத்தவில்லை. ஆகவே, மற்ற நாடுகளின் வரலாறுகளுடன் ஒப்பிடும்போது, இந்திய வரலாறு கேலிக்குரியதாகவும், தெளிவற்றதாகவும் தோன்றத் தொடங்கியது. இந்திய வரலாறு திரிக்கப்படுவதற்கு ஆர்.எஸ்.எஸ் மற்றும் பிற இந்து அமைப்புகள் மட்டுமே முழு பொறுப்பு ஆவர். அதனை அவர்கள் கேலிக்கிடமான அளவுக்கு எடுத்துச் சென்றுள்ளனர்.

இந்துத்துவ அமைப்புகளின் பார்வையில், பாரதீய அதாவது இந்திய நாகரிகம் என்பது இந்து நாகரிகம் மட்டுமே. இது வரலாற்றுக் காட்சிகள் குறித்த திருகல் விளக்கங்களுக்கு வழி வகுத்தது. ஆர்.எஸ்.எஸ் மற்றும் பிற இந்து அமைப்புகள், நம் நாட்டின் வரலாற்றைத் தவறாகச் சித்தரிப்பது மற்றும் பொய்யாக (misreporting and falsifying) எழுதுவது ஆகியவற்றில் மும்முரமாக ஈடுபட்டுள்ளன. வரலாற்று உண்மைகளைத் திரித்துக் கூறுவதன் மூலம் அவர்கள் தொடர்ச்சியாக மக்கள் மத்தியில் பல தப்பெண்ணங்களை உருவாக்கி, இந்த திரிக்கப்பட்ட வரலாற்றை நாட்டின் அரசியலில் பரப்பியுள்ளனர்.

ரிக் வேதத்தில் ஆரியர்களின் தோற்றம் மற்றும் ஆரியர்களுக்கு முந்தைய கலாச்சாரங்களை அவர்கள் எவ்வாறு தோற்கடித்தார்கள் என்பது பற்றிய விளக்கமான குறிப்புகள் உள்ளன. ஆரியர்களின் எதிரிகளாக இருந்த தாசர்கள், தஸ்யுக்கள் மற்றும் பணிக்கள் ஆகியோர் ஆரியர்களைவிட நாகரிகமாக இருந்ததை அதன் பக்கங்களில் இருந்து நாம் அறிகிறோம். பேராசிரியர் டி.டி.கோசாம்பி தனது எழுத்துகளில், வேதங்களில் பிரதிபலிக்கும் கடந்தகால உண்மைகளை ஆராய முயன்றார். சி.ஆர்.தேஷ்முக் அவர்கள் மொகஞ்சதாரோ மற்றும் ஹரப்பா அகழ்வாராய்ச்சியை எடுத்துக்காட்டும் விதமாக ‘சிந்து சமவெளி நாகரிகம், ரிக்வேதம் மற்றும் இந்துக் கலாச்சாரம்’ என்ற தலைப்பில் ஒரு முக்கியமான புத்தகத்தை எழுதினார். டாக்டர் சுமந்த் கே.முரஞ்சன் அவர்களின் ‘இந்தியாவின் புரோகித வர்க்கத்தின் மேலாதிக்கம் மற்றும் இந்தியாவின் சமூக வரலாறு 1973 என்னும் நூல் வரலாற்று வரைவியலின் பகுப்பாய்வுக் கொள்கைகளை நமக்கு வழங்குகிறது. இருப்பினும், சாதிய மேலாதிக்கம் (supremacy) குறித்த புராதனக் கருத்தை வெறித்தனமாகப் பற்றி நிற்கும் ஒருவரால், அத்தகைய படைப்புகளின் மதிப்பை உணர முடியாது. ஆனால் இந்த நாட்டை 'ஒரே தேசமாக' மாற்ற விரும்பும் இளம் தலைமுறையினர் இந்தப் புத்தகங்களைப் படிக்க வேண்டும், இல்லையெனில் அவர்களின் தேசியவாதமும் ஆர்.எஸ்.எஸ் உடையது போன்ற சாதியவாதமாக மாறக்கூடும்.

ஆரியர்கள் ஒரு காட்டுமிராண்டித்தனமான சமூகம் ஆக இருந்தனர். அவர்கள் அன்னியப் படையெடுப்பாளர்கள் ஆவர். இதற்கு நேர்மாறாக, இந்த நாட்டின் பூர்வகுடிகள் மென்மையானவர்களாகவும் நாகரிகமானவர்கள் (gentle and civilized) ஆகவும் இருந்தனர். இவ்விரு குழுக்களின் வரலாறு

மோதலின் வரலாறு ஆகும். அதே சமயத்தில் இது ஒத்துழைப்பின் வரலாறும் ஆகும். இந்த இரு குழுக்களுக்கு இடையேயான மோதலும் நட்புறவும், குழுக்களுக்கு இடையேயான திருமணங்களுக்கும், சித்தாந்தங்களின் பரிமாற்றத்திற்கும் இட்டுச் சென்றது. இந்தக் குழுக்கள் ஒவ்வொன்றும் மற்ற குழுவின் கடவுளர்கள் மற்றும் மதச் சடங்குகள் ஆகியவற்றை ஏற்றுக்கொண்டன. இரு குழுக்களுக்கு இடையேயான பரஸ்பரத் தொடர்பு மற்றும் பரஸ்பரக் கலப்பு ஒரு ஒருங்கிணைவுக்கு வழிவகுத்தது. இது பாரதீய (இந்திய) கலாச்சாரம் என்று அழைக்கப்படும் ஒரு கூட்டுக் கலாச்சாரத்தை உருவாக்கியது. அந்த வரலாற்றுத் தொடர்புகளிலிருந்து வேத மதம் வளர்ந்தது. வேத காலத்தின் வருகையானது, புராதனக் கலாச்சாரத்திற்கு முற்றுப்புள்ளி வைத்தது.

இந்தக் காலகட்டத்தில்தான் இயற்கை வழிபாடு குறைந்தது, படிநிலைப் படுத்தப்பட்ட சமூகம் உருவானது, அடிமை முறை நிறுவப்பட்டது. இயற்கைத் தெய்வங்கள் அக்னி (நெருப்பு), வருணா (வானம்) மற்றும் உஷா (விடியல்) போன்ற கடவுள்களாக மாறின. அவை அனைவரும் அணுகக்கூடியவை ஆக இருந்தன. இது தேச-அரசுகள் உருவாகுவதற்கு முந்தைய ஒரு காலமாக இருந்தது. மதம் சமுதாயத்தை ஒழுங்குபடுத்தியது.

கோல்வால்கர் அந்த வாழ்க்கை நிலை மீது பெருத்த அபிமானத்தை வெளிப்படுத்துகிறார். ஆனால் அந்தக் காலம் புராதனமானது, அல்லது மனிதர்கள் இன்னும் காட்டுமிராண்டிகள் போல வாழ்ந்த ஒரு கட்டம் என்பதை அவர் மறுக்கிறார். அது அரசு, தேசம் மற்றும் அரசாங்கம் ஆகியவை உருவாகுவதற்கு முந்தைய மனிதகுலத்தின் காலமாகும். அது வேத சகாப்தம் ஆக இருந்தது இந்துக்களின் சகாப்தமாக அல்ல, அது வேத மதம் ஆக இருந்தது, இந்து மதமாக அல்ல. வேத காலத்தின் முடிவுக்கு எண்ணிறந்த ஆண்டுகளுக்குப் பிறகு இந்து மதத்தின் சகாப்தம் தொடங்கியது, அச்சமயத்தில் சமூகம் முழுமையான படிநிலைச் சமூகமாக மாறி இருந்தது. வேத சகாப்தத்துடன் புராதன கம்யூனிச காலகட்டம் முடிவடைந்தது.

இந்த நேரத்தில்தான் ஒரு வர்க்கம் மற்ற வர்க்கங்கள்மீது தனது மேலாதிக்கத்தை திணிக்கத் தொடங்கியது. பிராமண வர்க்கம் தனது அதிகாரத்தை உயர்த்திப் பிடிக்க இந்து மதத்தை பெற்றெடுத்தது. சாணக்யரின் அர்த்தசாஸ்திரத்திலும், மனுஸ்மிருதி மற்றும் பிற ஸ்மிருதிகளிலும் இந்த சகாப்தம் பிரதிபலிக்கப் படுகிறது. வேத

மதம் மாற்றப்பட்டு, குறுகியது ஆக்கப்பட்டது. வர்க்கமற்ற துவக்ககால வேத சமுதாயத்தின் உள்ளடக்கிய (inclusive) ஆண் மற்றும் பெண் கடவுளர்கள், இந்து மதத்தில் விலக்கி வைப்பவை (exclusive) ஆக மாறின. அவை கோவில் வளாகங்களில் அடைத்து வைக்கப்பட்டன, அதற்குள்ளே நுழையவும் வழிபடவும் அனுமதிக்கப்பட்ட குறிப்பிட்ட சிலரது களமாக இருந்தன.

மதத்தின் பெயரால், தட்சிணைகள் (நன்கொடைகள்) மூலம் ஏராளமான நிதி திரட்டப்பட்டது. புரோகிதர்கள் பித்தலாட்டங்கள் மற்றும் அறிவுசார் ஆணவத்தின் மூலம் ஏராளமான செல்வத்தைச் சேகரித்தனர், அதனுடன் அவர்கள் அரசியல் அதிகாரத்தையும் பெற்றனர். இவ்வாறு இந்து மதத்தின் பெயரால் பிராமண அதிகாரம் தொடங்கப்பட்டது. பிராமண அதிகாரம் இன்றும் எந்த இடையூறும் இல்லாமல் செயலில் இருக்கிறது - நன்கு நிறுவப்பட்ட இந்த அமைப்பை மாற்ற பிராமணர்கள் விரும்பவில்லை. அவர்கள் எல்லா வகையிலும் பிராமணிய மேலாதிக்கத்தைப் பாதுகாக்க விரும்புகிறார்கள். உண்மையில், நவீனகால இந்துவாத அமைப்புகள் முந்தைய பிராமண அதிகாரத்தின் மறுபிறப்பு மட்டுமே. இதுவே ஆர்.எஸ்.எஸ்.ஸின் வகுப்புவாத வேராகும்.

கோல்வால்கர் 'பாரதீய' என்பதற்குப் பதிலாக 'இந்து' என்ற சொல்லைப் பயன்படுத்துவதை ஏன் வலியுறுத்தினார் என்பதை இது தெளிவுபடுத்துகிறது. 'பாரதீய' என்பது வேத கலாச்சாரத்துடனும், அரசு என்பது ஒரு நிறுவனமாக இல்லாத காலத்துடனும் தொடர்புடையது. 'பாரதீய' என்ற சொல் மற்றவற்றை அதிகம் உள்ளடக்கியது (more inclusive), மேலும் அது பிராமண மேலாதிக்கத்தைக் குறிக்கவில்லை. 'இந்து' என்ற சொல் அடிப்படையில் பிராமண சமய மரபு மற்றும் அதன் மேலாதிக்கம் ஆகியவற்றுடன் அடிப்படைத் தொடர்பு உடையது ஆகும். 'இந்து' என்ற சொல்லைப் பயன்படுத்துவது அரசியல் அதிகாரத்தைக் கட்டுப்படுத்த பிராமண வர்க்கத்திற்கு ஒரு பயனுள்ள முறையை வழங்குகிறது. எனவே கோல்வால்கர் மற்றும் இந்துவாத அமைப்புகளுக்கு 'பாரதீய' என்ற சொல்லுடன் தொடர்பு உடையவர்களாக இருப்பது கடினமாக இருக்கிறது. மாறாக, கோல்வால்கரைப் பொறுத்தவரை, 'இந்து' என்பது இந்திய சமூகத்தைக் குறிக்கிறது. எனவே, கோல்வால்கர் ஏன் 'இந்து' என்ற சொல்லைத் தேர்வு செய்கிறார் (assigns) என்பதைப் புரிந்து கொள்வதில் யாருக்கும் எந்தப் பிரச்சனையும் இருக்க முடியாது.

இந்தச் சூழலில், நால்வருண முறையைக் குறிப்பிடும் ரிக் வேத புருஷ சூக்தத்தின் 11 மற்றும் 12 வது ஈரடிச் செய்யுள்களைப் பற்றி விவாதிக்க வேண்டியது அவசியம். இந்த ஈரடிச் செய்யுள்கள் வேத காலத்தில் இயற்றப்பட்டிருப்பது சாத்தியமில்லை. இந்திய சமூகத்தில் தங்கள் ஆதிக்கத்தை வளர்த்துக் கொள்வதற்குச் சாதகமான சூழ்நிலைகளை பிராமணர்கள் உருவாக்கிய பின்னரே அவை ரிக் வேதத்தில் செருகப்பட்டன என்று நம்பிக்கையுடன் நாம் கூறலாம். இந்த ஈரடிச் செய்யுள்களுக்கு, அவற்றுக்கு முன்னரும் பின்னரும் இடம்பெற்றுள்ள புருஷ சூக்தச் செய்யுள்களுடன் எந்த தொடர்பும் இல்லை. இவை வேதத்தில் இடைச்செருகல் ஆக இணைக்கப்பட்டன என்று சில அறிஞர்கள் நம்புகிறார்கள். இருப்பினும், இதுகுறித்து திருப்தி அளிக்கும் விதமான விமர்சன ஆய்வு எதுவும் இன்றுவரை முயற்சிக்கப் படவில்லை.

ஆர்.எஸ்.எஸ் மற்றும் பிற இந்துவாத அமைப்புகள், இந்திய தேசியம் பற்றி விவாதிக்கும் போது ‘பாரதீய’ என்பதற்கு பதிலாக இந்து என்ற சொல்லைப் பயன்படுத்துகின்றன, அவை இந்துயிசத்தை தேசியம் என்று வரையறுக்கின்றன. எனவேதான், ஆர்.எஸ்.எஸ் மற்றும் இந்துவாத அமைப்புகளின் ஒட்டுமொத்த முகாமும் ஒரு தீவிர நிலைப்பாட்டை எடுக்கின்றன, மேலும் இந்துக்கள் அல்லாத அனைவரையும் 'தேச விரோதிகள்' மற்றும் 'துரோகிகள்' என்று அவர்கள் அழைக்கிறார்கள்: இந்த அமைப்புகள் ஏன் இப்படிப்பட்ட வெறித்தனமான நிலைப்பாட்டை எடுக்கின்றன என்பதை அறிந்துகொள்வதும் அவசியம். அதைப் போலவே, இந்த நிகழ்வை ஆராய்வதும் புனைகதைகளில் இருந்து உண்மையை பிரித்துக் காண்பதும் முக்கியமாகும்.

கோல்வால்கர் தனது நூலில், இந்து முறையின் தன்மைகுறித்து விரிவாக விவாதித்து இருக்கிறார். அதைப்போலவே, நன்கு அறியப்பட்ட புரட்சியாளரான லாலா ஹர்தயாள் ஒரு முறை நாட்டில் எத்தகைய இந்து சமுதாயம் நிலவ வேண்டும் என்பதை விளக்கும் வகையில் கோல்வால்கரிடம் ஒரு கதையைச் சொன்னார். கோல்வால்கர் தனது ‘சிந்தனைக் கொத்து’ நூலில் இதனை மேற்கோள் காட்டுகிறார். இந்துவாதிகள் அமைக்க விரும்பும் சமுதாயம் எப்படிப்பட்டது என்பதை விளக்குவதால், அதனை இங்கே மேற்கோள் காட்டுவது பயனுள்ளதாகும் :

“நமது மாபெரும் புரட்சியாளர்களில் ஒருவரான லாலா ஹர்தயாள் ஒரு சம்பவத்தை விவரித்து இருக்கிறார். தெற்கில் ஒரு

ஆங்கில அதிகாரி இருந்தார், ஒரு உள்ளூர் நபர் – அநேகமாக நாயுடு வகுப்பைச் சேர்ந்தவர் - அவரது உதவியாளராக இருந்தார். ஒரு பிராமணர் அந்த ஆங்கிலேயரின் வேலையாள் ஆக இருந்தார். ஒரு நாள், அந்த ஆங்கிலேயர் தனது வேலையாள் பின்தொடர ஒரு தெருவில் நடந்துபோய்க் கொண்டிருந்தார். அப்போது அவரது உதவியாளர் எதிர் திசையில் வந்து கொண்டிருந்தார். இரு அதிகாரிகளும் ஒருவருக்கு ஒருவர் வணக்கம் சொல்லிக் கை குலுக்கிக் கொண்டனர். ஆனால் உதவி அதிகாரி அந்த வேலையாளைப் பார்த்ததும், தனது தலைப்பாகையை கழற்றி, அவரது கால்களைத் தொட்டு வணங்கினார். அந்த ஆங்கிலேய அதிகாரி வியப்படைந்தார். நான் உங்கள் மூத்த அதிகாரி, ஆனால் நீங்கள் நிமிர்ந்து நின்று கொண்டு என்னுடன் கைகுலுக்குகிறீர்கள். அதே சமயம் அவர் என்னுடைய பியூன் மட்டுமே, ஆனால் போக்குவரத்து நிறைந்த இந்தச் சாலையில் நெடுஞ்சாண்கிடையாக விழுந்து அவரை வணங்குகிறீர்கள், என்ன தான் விசயம் என்று அந்த ஆங்கிலேய அதிகாரி கேட்டார். நீங்கள் எனது அதிகாரியாக இருக்கலாம், ஆனால் நீங்கள் ஒரு மிலேச்சர். அவர் ஒரு பியூனாக இருக்கலாம், ஆனால் எனது மக்களால் பல நூற்றாண்டுகளாக பெருமதிப்புக்குரியதாகக் கருதப்படும் வகுப்பைச் சார்ந்தவர், அவருக்கு முன்னால் தலைவணங்குவது என்னுடைய கடமை என்றார் அந்த உதவி அதிகாரி"

கோல்வால்கர் மேற்கோள் காட்டிய கதை, இலட்சிய இந்து சமூக அமைப்பை சித்தரிக்கிறது, மேலும் இந்துவாதிகள் உண்மையில் போற்றி வளர்க்க விரும்பும் சமூகக் கட்டமைப்பை முன்வைக்கிறது. இது இந்து பிராமணர்களுக்கும், பிராமணர் அல்லாத சமூகங்களுக்கும் இடையிலான விரும்பத்தக்க பரஸ்பர உறவையும் சித்தரிக்கிறது. இது லட்சிய இந்து சமூக அமைப்புக்குத் தேவையான மனநிலையை எடுத்துக்காட்டுகிறது (highlights). அத்தகைய ஒரு சமூக அமைப்பை உருவாக்க வேண்டும் என்று ஆர்.எஸ்.எஸ் விரும்புகிறது, அதைத் தீவிரமாக எதிர்ப்பதற்காக ஜனநாயக சோசலிஸ்டுகள் தங்கள் உயிரையும் விடத் தயாராக இருப்பார்கள் என்பது வெளிப்படையாகும். எனவே, இன்றும் கூட இருவருக்கும் இடையிலான மோதல் தவிர்க்க முடியாதது.

சமூகத்தில் பிராமணர்கள் வகித்த அந்தஸ்து மற்றும் நிலை ஆகியவற்றைக் குலைப்பதற்காக பிரிட்டிஷ் காலனியவாதிகள் பிராமணர்களைக் கெடுத்துவிட முயற்சி செய்தனர் என்று கோல்வால்கர் நம்புகிறார். இது முழுமையாக உண்மை கிடையாது.

உண்மையில், புரோகித வர்க்கமே வேத மதத்திற்கு எதிராக இந்து மதத்தை ஊக்குவித்தது. மதத்தின் பெயரில் பகுஜன் சமூகங்கள் மீது மனிதாபிமானமற்ற மற்றும் தீய பழக்கவழக்கங்களையும் மரபுகளையும் திணிப்பதன் மூலம் பிராமண அதிகாரம் நிறுவப்பட்டது. அப்போது முதல், பிராமணர்கள் சீரழிந்து போயினர், உண்மையான பொருளில் சொல்வதானால் மனச்சோர்வு அடைந்துள்ளனர். அவர்கள் மற்ற சமூகங்களின் மீது எப்போது தங்கள் கட்டுப்பாட்டைக் காட்டத் தொடங்கினார்களோ, அப்போதே அவர்களது சுய அழிவின் விதைகள் விதைக்கப்பட்டன. இதற்கு யார் பொறுப்பு ஆவர்? புரோகித வர்க்கம் பல லட்சக் கணக்கான இந்தியர்களை அறியாமை இருட்டில் தள்ளியது. இந்திய வரலாறு முழுவதும் பிராமணிய அரசியலின் இந்தத் தீய சதித்திட்டம் பற்றிய மறுக்கப்பட முடியாத ஆதாரங்களால் நிரம்பியுள்ளது. ஆளும் வர்க்கம் ஆக இருந்த சத்திரியர்கள் மீது கூர்மையான பார்வை வைத்திருப்பதிலும், தங்களது வசதிக்கேற்ப அவர்களது அதிகாரத்தைக் கட்டுப்படுத்துவதிலும் பிராமணர்கள் வெற்றி பெற்றனர்.

இந்தக் கட்டுப்பாட்டை அடைவதற்காக, பல லட்சக்கணக்கான இந்திய தலித் மற்றும் பகுஜன் சமூகங்களின் அறியாமை மற்றும் மத உணர்வுகளை அவர்கள் பயன்படுத்திக் கொண்டனர். இந்தக் கலாச்சார அரசியல், அவர்களுக்கு எதிராக எழும் கலக இயக்கங்களை நசுக்க அவர்களுக்கு உதவியது. இது உண்மையில் உலக வரலாற்றில் ஒரு அதிர்ச்சியளிக்கும் அத்தியாயமாகும். அவர்களின் சொந்தமான வீரர்களைப் பாதுகாப்பதன் மூலமும், மற்ற சாதிகள்மீது தங்கள் பிடியை உறுதிப்படுத்துவதன்மூலமும், பிராமணர்கள் ஒரு முழு தேசத்தையும் அழித்தனர். தங்களது சொந்த நலன்களைப் பாதுகாப்பதன்மூலமும், இதர சாதிகள்மீது தங்கள் பிடியை உறுதிப்படுத்துவதன்மூலமும், பிராமணர்கள் ஒட்டுமொத்த தேசத்தையும் அழித்தனர்.

பிறப்புடன் சாதியை இணைக்கும் கருத்து பிராமணர்களால் அறிமுகப்படுத்தப்பட்டது, அப்படி இருந்தும், ஒட்டுமொத்த பிராமண முகாமும் மேலாதிக்க அரசியலில் ஈடுபடவில்லை. பிராமண சமுதாயத்தில் பிராமண ஆதிக்கத்திற்காக போராடும் தலைவர்கள், சிந்தனையாளர்கள் மற்றும் படைப்புத் திறன் கொண்ட எழுத்தாளர்கள் இருப்பதைப் போலவே, பிராமண மேலாதிக்கத்தை முறியடிக்க உழைத்த எண்ணற்ற பிராமணர்களும் உள்ளனர். மேலும், நாட்டின் சாதாரண மக்களுக்கு சமத்துவம்,

சமூக மற்றும் பொருளாதார நீதி ஆகியவை வேண்டிப் பலர் போராடியுள்ளனர். பிறப்பால் பாரம்பரிய பிராமணர்கள் ஆக இருந்த போதிலும், சில சமயங்களில் அவர்கள் சீர்திருத்த இயக்கங்களை வழிநடத்தியுள்ளனர்.

எந்த ஒரு சாதியும் இதர சாதிகள் மீது ஆதிக்கம் செலுத்துவதை ஆட்சேபித்த பல பிராமணர்களும் உள்ளனர். இருப்பினும், சாதாரண மக்களுக்கு ஆதரவாக செயல்பட்ட பிராமணர்கள், இந்துவாதிகளால் பரிகசிக்கப்பட்டனர்! கோபால் கணேஷ் அகர்கர், தோழர் ஸ்ரீபத் அம்ருத் டாங்கே, எஸ்.எம். ஜோஷி போன்ற தலைவர்கள் கடுமையான விமர்சனங்களைச் சந்தித்தனர். எனவே, தங்களது சாதியின் ஆதிக்கத்தைப் பாதுகாத்துக் கொண்ட பிராமணர்களுக்கும், மேலாதிக்கத்தை மறுத்தவர்களுக்கும் இடையில் வேறுபாடு காணப்பட வேண்டும். அது மட்டுமின்றி, பிராமணர் அல்லாதவர்கள் பலரும், தங்களது சுயநலத்திற்காக பிராமணர்களுடன் சேர்ந்து கொள்வதையும், மேலும் முற்போக்கான பிராமணர்களுடன் சமத்துவம் மற்றும் சமூக மற்றும் பொருளாதார நீதிக்காக பிரச்சாரம் செய்யும் பலரையும் நாம் காண்கிறோம். மேலாதிக்கத்தைப் பற்றிய நமது விரிவுரையில் இந்த வேறுபாட்டை நாம் எப்போதும் நினைவில் வைத்திருக்க வேண்டும்.

இந்தியாவில் அரசியல் மிகவும் சிக்கலானதாகவும் குழப்பமானதாகவும் மாறிவிட்டது. சாதியால் பிராமணராக இருக்கும் தலைவர்கள் ஒரே வகையினத்திற்குள் அடைக்கப்படுகிறார்கள். இது நமது தேசிய அரசியலில் உணர்வுபூர்வமாக விதைக்கப்பட்ட ஒரு விஷப் போக்கு ஆகும். சாதியவாதத்தைக் கொண்டே சாதியவாதத்தை எதிர்கொள்வதற்காக இந்த செயல் தந்திரம் (strategy) வடிவமைக்கப்பட்டுள்ளது. மகாராஷ்டிராவில், மிக உயர்மட்ட அரசியலில் இத்தகைய நகர்வுகள் தெளிவாகக் காணப்படுகின்றன. சாதியவாதத்தைக் கடைப்பிடிப்பதன் மூலம் சாதியை ஒழிக்க முடியாது. மாறாக, அத்தகைய முயற்சியானது ஒரு புதிய வடிவிலான சாதியவாதம், ஒரு புதிய கும்பல் ஆட்சி மற்றும் புதிய பாசிச உணர்வுநிலை ஆகியவற்றுக்கு வழிவகுக்கிறது. இந்த சாதியவாதம், பிராமணர் அல்லது மராட்டியர், தலித் அல்லது ஜாட், நம்பூதிரி அல்லது நாயுடு என்ற பெயரில் இருந்தாலும் சரி, அது ஒன்றே தான். அவர்கள் அனைவரும் ஒரே வகையைச் சேர்ந்தவர்கள் தான். அவர்களில் யாருமே உண்மையான தேசியவாதிகளோ அல்லது தேசத்தை நேசிப்பவர்களோ அல்ல. அவர்கள் ஒவ்வொருவரும்

சுயநலவாதிகளும் மற்றும் முற்றிலும் சாதியவாதிகளும் ஆவர். அவர்களது மனநிலையானது பணக்கார வர்க்கத்தின் அல்லது ஒரு குறிப்பிட்ட ஆளும் சாதியின் சொந்த நலன்களைப் பாதுகாப்பதே ஆகும்.

கோல்வால்கர் வரலாற்றைத் திரிக்கிறார்; மற்றும் வஞ்சகமான முறையில் நால்வருண அமைப்பிற்குச் சாதகமான ஒரு அடிப்படையை அளிக்கிறார். இதன்மூலம் அவர் சாதி அமைப்பு குறித்து பெருமித உணர்வைத் தூண்ட முற்படுகிறார். இது வெற்று ஆரவாரக் கூச்சல் மட்டுமே ஆகும். சாதி அமைப்பு பண்டைய காலத்தில் நடைமுறைக்கு வந்தது என்றும் அது எதையும் அழிக்கவில்லை என்றும் முக்கியமாக அவர் வாதிடுகிறார். மாறாக, வரலாற்றுப் போக்கில் சாதி அமைப்பு நன்மை பயப்பதாக இருந்தது என்று அவர் கூறுகிறார். இன்றைய சாதி அமைப்பு சீரழிந்து உள்ளது என்று கூறும் அவர், அசலான வர்ண முறையைப் பின்பற்றாததே இதற்குக் காரணம் என்று வாதிடுகிறார். (வர்ணம் அல்லது சாதி கெட்டது என்று கூறுவதன் மூலம், வர்ணம் (வர்க்கம்) மற்றும் சாதி ஆகியவற்றுக்கு இடையே வேறுபடுத்திக் காண முயற்சிக்கிறார். ஆனால் வர்ணமே சாதி அமைப்பின் தாய் என்பதை அவர் புறக்கணித்து விடுகிறார்). இருப்பினும், சாதி அமைப்பை முடிவுக்குக் கொண்டுவர வேண்டும் என்று அவர் தன்னுடைய சுயம்சேவக்குகள் அல்லது தொண்டர்களுக்குக் கட்டளையிடவில்லை - ஏனென்றால், அவரைப் பொறுத்தவரை, ஒரு சாதியற்ற சமூகம் என்பது அபத்தமானது மற்றும் நினைத்துக்கூடப் பார்க்க முடியாதது ஆகும். கோல்வால்கர் சாதி அமைப்பு சீரழிந்த ஒன்று என்பதை ஒப்புக்கொண்டாலும், சாதியை நியாயப்படுத்துவதற்கு புதிதாக வரலாற்றைக் கண்டுபிடிக்கிறார். இது வரலாறுகுறித்த உண்மையான விளக்கம் அல்ல, ஏனெனில் கோல்வால்கர் வரலாற்றை மதிப்பீடு செய்ய முயற்சிக்கவில்லை. மாறாக, அவர் பிராமண மேலாதிக்கத்தை நிலைநிறுத்துவதற்காக வரலாற்றைப் பயன்படுத்திக் கொள்கிறார்.

பகுஜன் மற்றும் தலித் சமூகங்களைச் சேர்ந்த பல லட்சக்கணக்கான மக்கள் அறியாமை மற்றும் வறுமையின் உலகிற்குள் தள்ளப்பட்டுள்ளனர். பிராமணர்களால் அவர்களின் வசதிக்கு ஏற்ப விளக்கம் அளிக்கப்பட்டுள்ள நால்வருணக் கோட்பாடு இதற்கு ஒரு முக்கியக் காரணம் ஆகும். மேலும், தங்களது சுயநல நோக்கங்களைத் தக்க வைத்துக் கொள்வதற்காக அவர்கள் இன்னும் வசதியான விளக்கங்களைச் சேர்த்ததுடன், பகுஜன் சமூகங்களை

முடிந்தவரை சுரண்டினார்கள். நாட்டின் சீரழிவுக்கு இதுவே முக்கியக் காரணம் ஆகும். மக்கள் நலனுக்காக சமூக மற்றும் பொருளாதார நீதியின் பாதையில் நடைபோடும் முற்போக்கு மக்களுக்கு இது முக்கியத் தடையாகும். மகாத்மா காந்தி படுகொலை செய்யப்பட்டபோது இது தெளிவாகத் தெரிந்தது. பல வரலாற்றாசிரியர்களும் சிந்தனையாளர்களும் இதற்கு ஒப்பான வாதங்களை முன்வைக்கின்றனர். மிகப்பெரியதாக உள்ள இந்தத் தடையை நாம் அகற்றியாக வேண்டும், அல்லது அதன் விளைவுகள் அபாயகரமானதாக இருக்கும். ஒரு நாள், இந்தத் தடை எதிர்வினைகளை ஏற்படுத்தும் (boomerang), பிராமணர்கள் அதனால் நசுக்கப்படுவார்கள். இன்று சுரண்டப்படுபவர்கள் இதற்கு முன் நிகழ்ந்திராத இந்தப் பணியைச் செய்வார்கள். இந்தத் தீவிர அழிவைத் தவிர்க்க நாம் விழிப்புடன் இருக்க வேண்டும். இந்த வகையான சாதியவாதத்தின் மீது தாக்குதல் நடத்த, மற்றுமொரு சாதிய செயல்தந்திரம் (strategy) பயன்படுத்தப்படும்.

இந்த வகை அரசியலின் மிகவும் கலங்க வைக்கும் அம்சம் என்னவென்றால், அது சமூகத்தின் மிக ஏழ்மையான பிரிவைக் குறிவைக்கிறது. பணக்கார மற்றும் சக்திவாய்ந்த மராட்டியர்கள் ஏழை மராட்டியர்களை மற்ற ஏழை பிராமணர்களின் வீடுகளை இடிக்கப் பயன்படுத்தினர், அதைப் போலவே சக்திவாய்ந்த பிராமணர்கள் வலுவான மராட்டியர்களை எதிர்க்க ஏழை பிராமணர்களைப் பயன்படுத்தினர். எந்தவொரு சாதியையும் சேர்ந்த பணக்காரர்களும் சக்திவாய்ந்தவர்களும் எப்போதும் பாதுகாப்பாகவே இருந்துள்ளனர். தாக்கப்பட்ட போதுகூட, அத்தகைய தாக்குதல்கள் அவர்களைப் பாதிக்கவில்லை. கசப்பான உண்மை என்னவென்றால், இந்தியாவின் அடிமைப்படுத்தப்பட்ட வர்க்கங்களால் தங்கள் எதிரிகளை அடையாளம் காண முடியவில்லை என்பதே கசப்பான உண்மையாகும். ஆனால் கோல்வால்கர் பகவத் கீதையில் இருந்து மேற்கோள் காட்டுவதையும், நால்வருணக் கட்டமைப்பிலிருந்து மகிழ்ச்சியைப் பெறுவதையும் நாம் காணலாம்:

“சுயகர்மத்தைச் செய்வதன்மூலம், மனிதன் இறைவனை வழிபடுகிறான், முழுமை அடைகிறான்”

(சமூகம் என்பது எல்லாம் வல்ல இறைவனின் நால்வகை வெளிப்பாடு ஆக, ஒவ்வொருவராலும் அவரவர் வழியில் அவரவர் தகுதிக்கு ஏற்ப வணங்கப்பட வேண்டியது ஆகக் கருதப்பட்டது)

நால்வருண முறையின் இந்த வடிவம் எந்த சகாப்தத்தில்

நடைமுறைக்கு வந்தது? கோல்வால்கரோ அல்லது இந்துவாதிகளோ இது குறித்து எந்த விவரங்களையும் தரவில்லை. சமூக அந்தஸ்தைத் தீர்மானிப்பதற்கான அளவுகோல்கள் ஆக இருந்தவை எவை? இதுபோன்ற கேள்விகளுக்குப் பதிலளிப்பதை ஒரு பிரச்சினை என்று இந்துவாதி கருதுகிறார். ஒரு மனிதனின் சமூக அந்தஸ்து அவரிடம் குவிந்துள்ள செல்வத்தால் தீர்மானிக்கப்படவில்லை என்ற தவறான கருத்தை இந்தியச் சிந்தனையாளர்கள் ஏற்றுக் கொள்ளத் துவங்கினர். இது மக்களிடையே சாதிய மோதல்களை உருவாக்குவதற்கும், வர்க்கப் போராட்டத்தைத் தவிர்ப்பதற்கும் பயனுள்ளதாக இருந்தது. இதுபோன்ற கருத்துகளுக்கு உயிர் கொடுப்பது (give currency to) சமுதாயத்தின் உயர்வகுப்பினருக்குப் பயனுள்ளதாக இருந்தது, ஏனெனில் அது அவர்களது சுயநல நோக்கங்களைப் பாதுகாத்தது.

கோல்வால்கர் மற்றவர்களை அதாவது பிராமணர் அல்லாதவர்களைக் குறை கூறுகிறார். ஆனால் வர்ண அமைப்பு சாதியவாதம் என்று ஏமாற்றும் வகையில் ஒப்புக்கொள்கிறார் :

“வர்ண அமைப்பு நமது சமுதாயத்தை வேறுபடுத்திக் காட்டிய மற்றொரு முக்கிய அம்சம் ஆக இருந்தது. ஆனால் இன்று அது 'சாதியவாதம்' என்று அழைக்கப்பட்டுக் கேலி செய்யப்படுகிறது. வர்ண முறையைப் பற்றிக் குறிப்பிடுவதே அவமானகரமான ஒன்று என நமது மக்கள் உணரத் தொடங்கியுள்ளனர். அதில் குறிக்கப்பட்டுள்ள சமூக அமைப்பை, சமூகப் பாகுபாடு என்று அவர்கள் பெரும்பாலும் தவறாகப் புரிந்து கொள்கிறார்கள்.”

ஆனால் கோல்வால்கர் சாதி அமைப்பை ஒழிக்க விரும்பவில்லை. அதற்குமாறாக, அவர் சாதி முறையை ஆதரிக்கிறார், வர்ண அமைப்பு மற்றும் சாதிவெறி ஆகியவை ஒன்றே என்று மக்கள் நம்பவைக்கப் படுகிறார்கள் என்று கூறுகிறார். அதனைச் சமூகப் பாகுபாட்டுக்கான ஒன்று என மக்கள் பெரும்பாலும் தவறாகப் புரிந்துகொள்கிறார்கள் என்று அவர் கூறுகிறார்.

இந்தக் கண்ணோட்டத்தில் பார்த்தால், பிருத்விராஜ், சிவாஜி மற்றும் பேஷ்வாக்கள் போன்ற வரலாற்று ஆட்சியாளர்களின் அதிகாரப் போராட்டங்களை எடுத்துக்காட்டும் போது, வரலாற்று ஆய்வுகளில் கோல்வால்கர் இரண்டு கடுமையான தவறுகளைச் செய்துள்ளார். இந்து மன்னர்கள் ஆட்சி செய்தபோது, இந்திய சமூகம் வர்க்கங்களால் ஆனது என்ற அவரது வாதம் முதலாவது பிழை ஆகும். கோல்வால்கர் சமூகத்தின் வர்க்க முரண்பாடுகளைப் புரிந்து கொள்ளவில்லை அல்லது அத்தகைய முரண்பாடுகள்

குறித்து அவர் போதுமான கவனம் செலுத்தவில்லை. சாதி அமைப்பை நியாயப்படுத்துவதற்காக அவர் பிருத்விராஜ், சிவாஜி மற்றும் பேஷ்வாக்கள் ஆகிய ஒவ்வொருவரும் தங்கள் சொந்த சாதியைச் சேர்ந்தவர்களால் எதிர்க்கப்பட்டனர் என்று வாதிடுகிறார், இது அவரது மற்றொரு தவறு ஆகும். சாதிக்கு ஆதரவான தனது வாதத்திற்கு வலுச்சேர்ப்பதற்காக, பிருத்விராஜ், சிவாஜி மற்றும் பேஷ்வாக்கள் ஆகியோருக்கு ஆதரவு வழங்கியவர்கள் அந்தந்த ஆட்சியாளர்களின் சாதிகளைச் சேர்ந்தவர்கள் இல்லை, மாறாக மற்ற சாதிகளைச் சேர்ந்தவர்கள் என்று அவர் கூறுகிறார். மன்னர் சிவாஜியை மராட்டியர் அல்லாதவர்கள் ஆதரித்தனர், பேஷ்வாக்கள் பிராமணர் அல்லாதவர்களால் ஆதரிக்கப்பட்டனர், அதே போல் பிருத்விராஜையும் ராஜபுத்திரர் அல்லாதவர்கள் ஆதரித்தனர். இந்த அனுமானங்களின் அடிப்படையில் கோல்வால்கர் தனது நிலைப்பாட்டை நியாயப்படுத்துகிறார். இதற்கு ஆதரவாக முன்வைக்கப்படும் விவரங்கள் தவறாக இட்டுச் செல்பவை, அவை முறையான வரலாற்றுச் சான்றுகளாக ஏற்றுக் கொள்ளப்பட முடியாதவை.

இந்த மோதல்கள் வெவ்வேறு சாதிகளுக்கிடையே நடைபெற்றவையா, சாதிகளுக்குள்ளேயே நடைபெற்றவையா, அவை இந்தியாவின் ஒற்றுமைக்கு வலுவூட்டினவா? இதற்கான பதில் 'ஆம்' என்றால் அது எப்படி? இந்தக் கேள்விக்கு கோல்வால்கரும் தேவரஸும் பதிலளிக்க வேண்டும். இந்திய சமூகம் சாதி மோதல்களால் பிளவுபட்டது என்பது ஒரு உண்மை தான் என்றாலும், கோல்வால்கர் தனது 'சிந்தனைக் கொத்து' நூலில் சாதி அமைப்பை பெருமைப்படுத்துவது ஏன்? கோல்வால்கர், தேவரஸ் மற்றும் பிற இந்துவாதிகள் இந்தக் கேள்விகளையும் கருத்தில் கொள்ள மாட்டார்கள்: மவுரியப் பேரரசைக் கைப்பற்றிய பிராமணரான புஷ்யமித்ர சுங்கன், அசோக மன்னரின் சாதியைச் சேர்ந்தவனா? பிருத்விராஜின் அரசவையில் இருந்த பிராமண அறிவுஜீவிகளான ராம்தேவ் மற்றும் மஹிபால் ஜோகி ஆகியோர் அரசனுக்கு விசுவாசமாக இருந்தார்களா? அவர்கள் மன்னருடைய எதிரிகளுடன் சேர்ந்து கொள்ளவில்லையா? மன்னர் சிவாஜியை ஒரு சூத்திரர் என்று கூறி, அவருக்கு முடிசூட்டுவதை எதிர்த்தவர்கள் எந்தச் சாதியைச் சேர்ந்தவர்கள்? சத்ரபதி ஷாகுவின் சந்ததியினரை முஞ்ச் சடங்கு (பூணூல் சடங்கு) நடத்த விடாமல் தடைசெய்து, அவர்களின் சத்திரிய அந்தஸ்தைப் பறித்த பாலாஜி பேஷ்வா ஒரு மராத்தியரா? தனது அதிகாரத்திற்குச் சவால் விடுத்த மராத்தியக்

கடற்படையின் பரம்பரைத் தலைவர்களான ஆங்கிரச குலமரபினரை அடிபணியச் செய்வதற்காக, நானா சாகேப் பேஷ்வா 1740ஆம் ஆண்டு போர்ச்சுகீசியர்களுடனும் பின்னர் 1755ஆம் ஆண்டு பிரிட்டிஷ்காரர்களுடனும் உறவு கொண்டு மராத்தியக் கப்பல்படையை அழிக்க முயன்றார். அவர் மராத்தியரா, முஸ்லிமா அல்லது பிராமணரா? வங்காள நவாபிடம் இருந்து பணம் பெற்ற பேஷ்வா, போன்ஸ்லேக்களைத் தோற்கடிக்க ஐதராபாத் நிஜாமுக்கு நிதி உதவி செய்தார். அந்த பேஷ்வா ஒரு பிராமணர் இல்லையா? பேஷ்வாக்களுக்கு எதிராக பிரிட்டிஷ்காரர்களுக்கு ஆதரவு அளித்த துணிச்சல் மிக்க வீரர்கள் பிராமணர்களா? இந்துவாதிகள் இது போன்ற வரலாற்று விவரங்கள் குறித்து கவனம் செலுத்துவது கிடையாது.

சாதி அமைப்பினால் இந்த நாடு பெரிதும் பலவீனம் அடைந்துள்ளது. துணை சாதிகளுக்கு இடையேயான பரஸ்பர பகை மற்றும் அவநம்பிக்கையால் இது மேலும் மோசமடைந்து உள்ளது. இது சாதி அமைப்பின் தவிர்க்க முடியாத தோல்வி ஆகும். சித்பவன் பிராமணராகிய பேஷ்வா முதலாம் பாஜிராவ் நாசிக்கில் உள்ள கோதாவரி நதியில் குளிக்கும் போது, தேசாஷ்ட பிராமண துணைச் சாதியினர் அங்குள்ள காட் பகுதியை அவர் பயன்படுத்த முடியாமல் தடுத்தனர். தேசாஷ்ட பிராமணர்கள் சித்பவன் பிராமணர்களை மரியாதைக் குறைவாகக் கருதினர். இது ஷிரூர் என்னும் இடத்தில் உள்ள கோட் நதிக்கரையில் சித்பவன் பிராமணர்களுக்கும் தேசாஷ்ட பிராமணர்களுக்கும் இடையே ஒரு வரலாற்றுப் போருக்கு இட்டுச் சென்றது. இந்த வரலாறு அனைவருக்கும் தெரியும், ஆனால் மக்கள் ஏன் வரலாற்று உண்மைகளை மறந்துவிட்டதாக நடித்து, அவற்றைப் புறக்கணிக்கிறார்கள்? இந்தியாவின் ஒருமைப்பாட்டை நிலைநிறுத்த சாதி அமைப்பு உதவியது என்று வாதிடுவதற்காக கோல்வால்கர் ஏன் வரலாற்றைத் திரிக்கிறார்? தன்னை ஒரு தேசியவாத அமைப்பின் தலைவர் என்று அழைத்துக் கொள்ளும் ஒருவர், நமது நாட்டின் திரிக்கப்பட்ட வரலாற்றை விவரிப்பது அதிர்ச்சியாக தருவதாகும்.

சாதிகளுக்கு இடையிலான மோதல்களால் நமது நாட்டின் ஒருமைப்பாடு பாதிக்கப்பட்டுள்ளதா அல்லது சாதிகளுக்குள் ஏற்பட்ட மோதல்களால் பாதிக்கப்பட்டதா? ஆர்.எஸ்.எஸ் தலைவர் இந்தக் கேள்விக்கு பதிலளிக்க வேண்டும். சாதியானது பல அன்றாட மோதல்களை உருவாக்கி, நமது நாட்டின்

ஒருமைப்பாட்டைச் சீர்குலைத்துள்ளது. ஆனால் இதனை எதிர்கொள்வதற்குப் பதிலாக, கோல்வால்கர் சாதிக்கு ஆதரவாக வாதிடுகிறார். ஒருபுறத்தில் அவர் இந்தியாவின் ஒருமைப்பாட்டைத் தக்கவைக்க சாதி அமைப்பு உதவியது என்பதை உறுதிப்படுத்த கதைகளையும் வாழ்க்கைச் சம்பவங்களையும் விவரிக்கிறார். மறுபுறத்தில் எப்படி பிருத்விராஜ், சிவாஜி மற்றும் பேஷ்வாக்களின் எதிரிகள் அவர்களது சொந்தச் சாதியைச் சேர்ந்தவர்களாகவே இருந்தார்கள் என்பதைப் பற்றி பேசுகிறார். பேஷ்வாவுக்கு எதிரான போரில் தலித்துகள் பிரிட்டிஷாரை ஆதரித்ததற்காக கோல்வால்கர் வேதனைப்படுகிறார்.

புனேவுக்கு அருகிலுள்ள கோரேகானில், 'வெற்றித் தூண்' (*Victory Pillar*) என்று அழைக்கப்படும் ஒரு கல் தூண் உள்ளது, அதில் பேஷ்வாவுக்கு எதிராகப் போராடிய வீரர்களின் பெயர்கள் செதுக்கப்பட்டுள்ளன. தலித்துகளின் தலைவரான, பாபாசாகேப் என்று அன்பாக அழைக்கப்படும் டாக்டர் பி.ஆர்.அம்பேத்கர், 'இந்தத் தூண் பிராமணர்கள் மீது ஹரிஜன்கள் பெற்ற வெற்றியின் அடையாளமாகும்' என்று ஒருமுறை கூறினார். பிரிட்டிஷாரின் ஆதரவோடு பிராமணர்களுக்கு எதிராகப் போராடிய தலித்துகள் பேஷ்வாவைத் தோற்கடித்தனர். கோல்வால்கர் இந்த நிகழ்வை 'ஒரு வக்கிரம்' (*perversion*) என்று விவரிக்கிறார்! ஆனால் அவர் ஒருமுறை கூட பேஷ்வாவின் [பாஜிராவ் *II*] விபரீதத்தையும் தலித்துகள்மீதான அடக்குமுறையையும் பற்றிக் குறிப்பிடவில்லை. சாதி அரசியல் குறித்த கோல்வால்கரின் அணுகுமுறையை, அவரது புத்தகத்தில் இடம்பெற்றுள்ள கீழ்க்கண்ட வரிகளிலிருந்து இருந்து நாம் புரிந்துகொள்ளலாம்:

"இந்த சாதி எதிர்ப்பு ஆர்வலர்களில் மிகச்சிலரே, தற்கால வக்கிரங்களைத் தாண்டிய ஒற்றுமை உணர்வைத் தங்கள் மனதால் உணர்கிறார்கள். சாதி எதிர்ப்புக் கண்டனக் குரல்கள், அவர்கள் தங்களது சொந்தச் சாதி மக்களிடையே தங்களது நிலையை வலுப்படுத்திக் கொள்வதற்கான முகமூடியாக மாறி விட்டது. இந்த விஷம் எந்த அளவிற்கு நம் அரசியலுக்குள் ஊடுருவியுள்ளது என்பதைச் சில ஆண்டுகளுக்கு முன்பு நிகழ்ந்த ஒரு சம்பவத்திலிருந்து ஊகித்தறிய முடியும். புனேவுக்கு அருகில் ஒரு 'வெற்றித் தூண்' உள்ளது, இது 1818 ஆம் ஆண்டில் பேஷ்வாக்களுக்கு எதிரான மீதான ஆங்கிலேயர்களால் வெற்றியின் நினைவாக எழுப்பப்பட்டது ஆகும். ஒரு முறை நன்கறியப்பட்ட ஒரு ஹரிஜன் தலைவர், அந்தத் தூணுக்குக் கீழே இருந்து தனது சொந்தச் சாதி மக்களிடம்

உரையாற்றினார். அந்தத் தூண் பிராமணர்களுக்கு எதிரான தங்களது வெற்றியின் அடையாளம் ஆகும் ஏனெனில் அவர்கள்தான் பிரிட்டிஷ் தரப்பில் சண்டையிட்டு பிராமணர்களான பேஷ்வாக்களைத் தோற்கடித்தனர் என்று அவர் அறிவித்தார். சிறந்த தலைவராக உள்ள ஒருவர், அடிமைத்தனத்தின் வெறுக்கத்தக்க அடையாளத்தை வெற்றியின் சின்னமாகவும், நமது சொந்த உற்றார் உறவினர்களுக்கு எதிராக ஒரு வெளிநாட்டினரின் அடிமைகளாகப் போரிடுவதான வெறுக்கத்தக்க செயலை பெருமைக்குரிய சாதனையாக விவரிப்பதைக் கேட்பது மனதை வருத்துவதாக உள்ளது! வென்றவர் யார், தோற்றவர் யார் என்ற எளிய உண்மையைக் கூட அறிய முடியாத அளவு வெறுப்புணர்வு அவரது கண்களை எந்த அளவு மறைத்திருக்க வேண்டும்! என்ன ஒரு வக்கிரம்?".

பகுஜன் சமூகங்கள் பேஷ்வாக்களை எதிர்த்துப் போராடுவதற்கு பிரிட்டிஷ்காரர்களுடன் கைகோர்த்தது ஏன் என்பதை அறிய வேண்டுமானால், புனேவின் பேஷ்வா தப்தாரில் உள்ள ஆவணக் காப்பகத்தில் உள்ள ஆவணங்களை நாம் படிக்க வேண்டும். பேஷ்வாக்கள் தலித்துகள் மற்றும் மராட்டிய விவசாயிகளை மிகவும் மோசமான, மனிதத்தன்மையற்ற மற்றும் தீங்கிழைக்கும் வழிகளில் துன்புறுத்தினர். அதுபற்றிய விவரணைகள் கற்பனைக்கும் அப்பாற்பட்டவை. அவர்கள் தலித் மற்றும் மராத்தா சமூகத்தைச் சேர்ந்த பெண்களையும் சிறுமிகளையும் பாலியல் வன்கொடுமை செய்தனர். குழப்பம் மிகவும் கொடூரமானதாகவும், அச்சுறுத்தலாகவும் இருந்தது. அதைப் பற்றி நாம் கேட்கும்போது அல்லது படிக்கும்போது நமது ரோமங்கள் குத்திட்டு நிற்கும் அளவுக்கு மிகவும் கொடூரமானதாகவும், அச்சுறுத்துவதாகவும் இருந்தது.

ஆனால், கோல்வால்கரைப் போலவே, இன்றைய இந்துவாதிகளும் கொடூரமான பேஷ்வாக்களை நியாயப்படுத்துகிறார்கள். மற்றவர்களைக் கட்டுப்படுத்தும் வர்க்கமாக இருக்கும் தங்களின் சமூக அந்தஸ்து பாதிக்கப்படுவதை அவர்கள் விரும்பவில்லை. இரண்டாவதாக, அவர்கள் பிராமணர் அல்லாத அனைவரையும் சூத்திரர்களாகக் கருதுகின்றனர், அவர்கள்மீது தங்கள் அரசியல் மேலாதிக்கத்தை வலியுறுத்துகிறார்கள். இது இரட்டை விளையாட்டு ஆகும். நான்கு வர்ணங்களும் கடவுளின் வெளிப்பாடுகள் என்று அவர்கள் கூறுகிறார்கள். ஆனால் நவீன காலத்தில் இரண்டு வர்ணங்கள் மட்டுமே உள்ளன:

பிராமணர்களும், பிராமணர் அல்லாத சூத்திரருக்குச் சமமானவர்களும். இதற்குப் பின்னரும், தாங்கள் இந்துக்கள் என்பதால் தாங்கள் மட்டுமே உண்மையான தேசியவாதிகள் என்று அவர்கள் வாதிடுகின்றனர். அத்துடன் கூடவே, இந்துயிசம்தான் தேசியம் என்று தம்பட்டம் அடிக்கிறார்கள். இப்படிப்பட்ட ஒரு கூற்றை யார்தான் மதிக்க முடியும்? அடிமைத்தனத்தின் நிரந்தரச் சூழல் நிலவுகிற ஒரு நாட்டில், பொது மக்கள் தொடர்ந்து மதத்தின் பெயரில் தொடர்ந்து சுரண்டப்படுகிற ஒரு நாட்டில், ஒரு பணக்கார வர்க்கம் ஒட்டுண்ணித்தனமான, ஆடம்பரமான மற்றும் சிற்றின்ப (hedonistic) வாழ்க்கை நடத்துகிற ஒரு நாட்டில் தேசிய உணர்வு இருக்க முடியாது. அத்தகைய ஒரு தேசத்தில் தோன்றும் ஒரே 'இசம்' வர்க்க ஆதிக்கத்தின் 'இசம்' மட்டுமே, இந்தியச் சூழலில், அது சாதியவாதத்தின் பிரசங்கம் மட்டுமே! ஆர்.எஸ். எஸ் மற்றும் இந்துவாதிகள் ஒருங்கிணைந்த இந்தியாவை உருவாக்கத் தயாராக இருக்கிறார்கள் என்றால், ஆர்.எஸ்.எஸ் தலைவர் ஒரு தீர்மானகரமான பங்கு வகிக்க வேண்டியது அவசியம்.

வறுமையில் வாடும் கோடிக்கணக்கான இந்தியர்களை அதிலிருந்து விடுவிப்பதற்கு ஒரு திட்டத்தை அவர் உருவாக்க வேண்டும், அவர்களுக்கு சமூக மற்றும் பொருளாதார நீதி வழங்க வேண்டும். மதத்தின் பெயரில் அடிமைப்படுத்துவதை நாம் முடிவுக்கு கொண்டுவர வேண்டும், மேலும் கோடிக்கணக்கான ஏழை மக்கள் மீது ஒரு குறிப்பிட்ட வர்க்கத்தின் ஆதிக்கத்தை நாம் முடிவுக்கு கொண்டுவர வேண்டும். இதைச் செய்வதற்கு, நாம் சீர்திருத்தங்கள் மற்றும் சமூக மற்றும் பொருளாதார நீதி ஆகியவற்றுக்கான அடிப்படைத் திட்டத்தைக் கொண்டிருக்க வேண்டும். இதுபோன்ற பயனுள்ள திட்டங்களை வழங்குவதற்குப் பதிலாக, நீங்கள் இந்து மதத்தின் பெயரை ஜபித்துக் கொண்டிருந்தால், அது எவ்வாறு இந்தியாவில் தேசிய உணர்வை உருவாக்கும்?

தேசிய உணர்வு என்பது ஒரு தன்னிச்சையான உணர்வு, அது பலவந்தமாகத் திணிக்கப்படக் கூடாது. இந்தியா சமூக மற்றும் பொருளாதார நீதிக்கு ஆதரவான நிலை எடுக்கவில்லை என்றால் - சமத்துவத்தின் அடிப்படையிலான சமூக மற்றும் பொருளாதார நீதியை ஆதரிக்கும் பரந்துபட்ட இயக்கங்கள் இங்கே உள்ளன - இந்த இயக்கங்கள் வெற்றி பெறாவிட்டால், 'இந்துத்துவ நிகழ்ச்சி நிரல்' என்பது பிராமண மேலாதிக்கத்திற்கான ஒரு திட்டம் மட்டுமே. அவர்களது நிகழ்ச்சி நிரல் மாலிக் கபூர்களையும்

குஸ்ரோ கான்களையும் உருவாக்கும்; மறுபுறம், இது சுரண்டல்வாதப் பேஷ்வாக்களையும் உருவாக்கும் (அலாவுதீன் கில்ஜியின் டெக்கான் படையெடுப்புகளுக்குத் தலைமை தாங்கிய மாலிக் கபூர் அவரது ராணுவத்தில் ஒரு ஜெனரலாக இருந்தார். குஜராத்தில் சிறைபிடிக்கப்பட்ட ஒரு இந்து அடிமையும் திருநர் (eunuch) ஆகிய அவர், கில்ஜியின் ஆட்சிக் காலத்தில் ஒரு முஸ்லிமாக வளர்க்கப்பட்டார். அலாவுதீன் கில்ஜியின் மரணத்திற்குப் பிறகு அவரது மகன் குதுபுதீன் முபாரக் கான் ஷாவை சிறையில் அடைத்து, முபாரக் ஷாவின் இளைய அரை சகோதரர் ஷிஹாபுதீன் உமர் கானை சுல்தானாக நியமித்தார். தான் கொலை செய்யப்படுவதற்கு முன்பு கி.பி. 1316இல் சில மாதங்கள் வரையில் சுல்தானின் அரச பிரதிநிதியாகச் செயல்பட்டார். அவரது மரணத்திற்குப் பிறகு, ஷிஹாபுதீனை வெளியேற்றுவதன் மூலம் அரியணையைக் கைப்பற்றினார் முபாரக் ஷா. பின்னர் முபாரக் ஷா அவரது ஜெனரல் நசிருதீன் குஸ்ரோ கான் என்பவரால் கொலை செய்யப்பட்டார். இவர் கி.பி. 1320இல் டெல்லியின் சுல்தான் ஆக குறுகிய காலம் ஆட்சி செய்தார். மாலிக் கபூரைப் போலவே, அவரும் சிறுவனாக இருக்கும்போது சிறைப்பிடிக்கப்பட்டு, தனது சகோதரருடன் டெல்லிக்கு அடிமையாகக் கொண்டு வரப்பட்டவர் ஆவார்.

குஸ்ரோ கானும் ஒரு மதம் மாறியவர் தான், மதம் மாறுவதற்கு முன்பு அவர் ஒரு 'தீண்டத்தகாதவர்' ஆக இருந்தார் என்று சில வாய்மொழிக் கதைகள் கூறுகின்றன. கியாசுதீன் துக்ளக்கினால் சிறைப்பிடிக்கப்பட்டு அவர் கொலை செய்யப்பட்டார்). நமது நாடு பிராமண மேலாதிக்கத்தின் பிடியில் சிக்கிக்கொண்டால், அது முற்றிலுமாக அழிக்கப்பட்டு விடும். இந்துவாதிகள் எவ்வளவுதான் இதை தேசியவாதம் என்று அழைத்தாலும், அது உண்மையில் சாதியவாமே ஆகும். என்றாவது ஒரு நாள், இந்துவாதிகளின் ஆரவாரப் பேச்சுகளுக்குப் பின்னால் உள்ள இந்துயிசத்தின் சாதியவாத முகத்தை மக்கள் காண்பார்கள்.

இந்துவாத அமைப்புகள், அவற்றைச் சேர்ந்தவர்கள் தங்களது சாதிப் பெருமையையும், இயக்கங்களையும் மதத்தின் பெயரில் பாதுகாத்து வருவதால், தங்கள் ஆதிக்கத்தை எவ்வாறு பராமரிப்பது என்பதைப் பற்றி மட்டுமே கவலைப்படுகிறார்கள். இந்தியாவின் அழிவுக்கு இவர்களே பொறுப்பாவார்கள். இந்திய மக்களில் பெரும்பான்மையானவர்கள் அறியாமையில் மூழ்கியவர்கள் மற்றும் கல்வியறிவற்றவர்கள் ஆக இருப்பதால், அவர்கள்

அப்பாவியான மத நம்பிக்கை உடைவர்களாக இருக்கிறார்கள். கண்மூடித்தனமான நம்பிக்கையின் அடிப்படையில் மத இயக்கங்களை அணிதிரட்டும்போது பெருமையையும் ஈகோவையும் தூண்டுவது ஒரு பயனுள்ள உத்தி அல்ல. இந்துவாதிகள் மக்களின் அறியாமையும் மற்றும் அவர்களின் மதவாத மனநிலை அப்படியே இருக்கும் என்பதையும் நம்பி இருக்க முடியாது. வரலாற்றுச் செயல்முறை செயலூக்கம் (இயங்கும் தன்மை) (dynamic) உடையது, அது ஒருபோதும் நிற்பது கிடையாது.

ஒரு தொடர்ச்சியான நிலப்பரப்பின் ஒரு குறிப்பிட்ட பகுதியில் பிறந்தார் என்ற காரணத்திற்காகமட்டுமே ஒரு தனிநபர் தேசியத்தை (nationality) பெற்றுவிட முடியாது. வாழ்க்கை லட்சியங்களும் ஒரு சமூகத்தின் கலாச்சாரமும் ஒரு தனிநபரின் மனநிலையை வடிவமைக்க வேண்டும். இதனை கோல்வால்கர் ஒப்புக் கொள்கிறார் :

"ஒரு தேசத்திற்கான முதல் தேவை, முடிந்தவரையில் இயற்கையான எல்லைகளால் வரையறுக்கப்பட்ட ஒரு தொடர்ச்சியான நிலப்பரப்பு ஆகும், இது தேசம் வாழவும், வளரவும், செழித்தோங்கவும் வேண்டிய அடித்தளமாக செயல்படுகிறது. இரண்டாவது தேவை என்னவென்றால், அந்த குறிப்பிட்ட பிரதேசத்தில் வாழும் மக்கள் அதனைத் தங்கள் தாய்நாடாகவும், தங்களின் வாழ்வாதாரம், பாதுகாப்பு மற்றும் செழிப்புக்கான இடமாகவும் கருதி அதன்மீது அன்பையும் போற்றுதல் உணர்வையும் வளர்த்திருக்க வேண்டும். சுருக்கமாகக் கூறுவதானால், தாங்கள் அந்த மண்ணின் குழந்தைகள் என்பதை அவர்கள் உணர வேண்டும்."

ஒரு கேள்வியை எழுப்ப முடியும். தற்போது நிலவும் சமூகச் சூழ்நிலையானது எவ்வாறு அன்பையும் போற்றுதல் உணர்வையும் உருவாக்க முடியும்? அதற்காகத் தனிமனிதர்களிடம் பொருத்தமானதொரு மனநிலையை வளர்க்க வேண்டி இருக்கும். இந்தக் குறிக்கோளை அடைய வேண்டுமானால், விரும்பிய வகையான தேசியம் தோன்றுவதற்கு உகந்த சமூகச் சூழல் இருக்க வேண்டும். அத்தகைய சூழலை உருவாக்குவதற்கான சிந்தனையானது, ஒரு முக்கியக் கேள்வியை முன்வைக்கிறது: ஒரு நாட்டின் கட்டமைப்பானது ஒரு குறிப்பிட்ட வர்க்கத்தின் ஆதிக்கத்தை அடிப்படையாகக் கொண்டு இருக்க வேண்டுமா, அல்லது சமூக மற்றும் பொருளாதார சமத்துவச் சூழல் இருக்க வேண்டுமா? இந்து சமூக அமைப்பு மட்டுமே சிறந்த அமைப்பு,

எனவே நாம் நால்வருண மரபை ஆதரிக்க வேண்டும் என்று கோல்வால்கர் இதற்குத் தந்திரமாக பதிலளித்துள்ளார். இதுவே தேசியத்தை வளர்ப்பதற்கான ஒரே வழி என்று அவர் கூறுகிறார்.

சாதி அமைப்பின் கோட்பாடுகளையும், பல்வேறு சாதியினரிடையே உயர்வு மற்றும் தாழ்வு மனப்பான்மையையும் நிலைநாட்டுவதற்காக பிராமணர்கள் பல புராணங்களையும், புனைகதைகளையும் உருவாக்கியுள்ளனர். இந்தியச் சமூகத்தின் பல்வேறு சாதியினரிடையே ஏற்றத்தாழ்வுகளைக் கற்பிப்பதற்கு மரங்கள் மற்றும் விலங்குகள் போன்ற இயற்கையின் உருவகங்களை அவர்கள் பயன்படுத்தியுள்ளனர். தேசியத்தை ஊட்டி வளர்ப்பதில் வளர்ப்பைவிட இயற்கையே முக்கியமானது என்று விளக்க முற்படும் கோல்வால்கர், ஒரு சிங்கத்தால் வளர்க்கப்பட்ட ஒரு குள்ளநரிக் குட்டி ஒரு யானையைக் கண்ட பிறகு வளர்ப்பு பெற்றோரிடமிருந்து ஓட முயற்சிக்கும் கதையை விவரிக்கிறார். 'நீ என் பாலைக் குடித்துத்தான் வளர்ந்திருக்கிறாய், ஆனால் நீ உன் இயல்பை மாற்றிக் கொள்ள முடியாது' என்று சிங்கம் குள்ளநரிக் குட்டியைப் பார்த்துச் சொன்னது. இதற்கு பஞ்சதந்திரத் தொகுப்பில் இருந்து கோல்வால்கர் இந்தக் கதையை மேற்கோள் காட்டுகிறார்:

"நீ வீரம் மிக்கவன், கற்றுக் கொள்வதில் திறமைசாலி, பார்க்க அழகாக இருக்கிறாய் என்பதெல்லாம் உண்மைதான். ஆனால் நீ பிறந்த இனம் (species), யானையைக் கொல்லும் ஆற்றல் படைத்தது அல்ல"

உயர்வு மற்றும் தாழ்வு பற்றிய கருத்துகளை மறைமுகமாக வெளிப்படுத்தும் இந்தக் கதை, இந்தியாவில் வாழும் எந்தவொரு வெளிநாட்டவரும் இந்த நாட்டின் பண்டைய மரபுகளை உள்வாங்கிக் கொள்ள (assimilate) வேண்டும் என்ற கோல்வால்கரின் கருத்தை விளக்குகிறது. ஒப்பிடப்படும் இரண்டு விலங்குகளும் உயிரியல்ரீதியாக ஒன்றுடன்ஒன்று வேறுபடுபவை என்பதால் இந்த உருவகம் மிகவும் வினோதமானதாக இருக்கிறது. இத்தகைய பிற்போக்குத்தனமான சிந்தனையைப் பற்றி நாம் என்ன சொல்ல முடியும்? கோல்வால்கருக்கு அது புரியவில்லை என்றோ அல்லது அவருக்கு போதுமான புத்தி இல்லை என்றோ சொல்ல முடியாது. அறிவியலில் இளங்கலைப் பட்டம் பெற்றிருந்த அவர், பல ஆண்டுகளாக அதைக் கற்பித்தும் வந்தார். எனவே, ஒரு படித்த மனிதனுக்கு முறையாக ஒப்பிடும் உணர்வு இல்லை என்பதை எப்படி ஏற்க முடியும்? இந்த உண்மைகள் அவருக்குத் தெரியும்

என்ற போதிலும், அசமத்துவத்தின் ஒரு வடிவத்தை அவர் ஏற்றுக் கொள்கிறார். இதுபோன்ற தீய கருத்துகளை தேசியவாதத்தின் பெயரில் அவர் மறைக்கும் அதே சமயம் அவரது மனதில் அவை எந்த அளவிற்கு நிலைத்திருக்கின்றன?

கோல்வால்கர் அமெரிக்கா, இங்கிலாந்து, ஜப்பான், ஜெர்மனி போன்ற நாடுகளால் ஈர்க்கப்பட்டுள்ளார். இந்து தேசம் குறித்த தனது பார்வையை ஆதரிப்பதற்கு இந்த நாடுகளின் எடுத்துக்காட்டுகளை அவர் மேற்கோள் காட்டுகிறார். மேற்கத்திய நாடுகள் மதவாத தேசங்கள் (theocracies) அல்ல என்ற உண்மையை அவர் புறக்கணிக்கிறார்; அவை மதத்தின் அடிப்படையில் நிறுவப்படவில்லை. ஒரு தேசிய ஆளுமைமீது நம்பிக்கை கொள்வது என்பது மதவாத உணர்வுகள்மீதான நம்பிக்கையை அறிவிப்பதில் இருந்து வேறுபட்டது ஆகும். ஒரு நாட்டின் புரோகித வர்க்கத்திற்குத் தன்னை முழுமையாக ஒப்புவிப்பது என்பது முற்றிலும் வேறுபட்ட விஷயம் ஆகும். மகாத்மா காந்தி, ஜவஹர்லால் நேரு, மவுலானா ஆசாத், டாக்டர் பி.ஆர்.அம்பேத்கர், மட்டுமின்றி விநாயக் தாமோதர் சாவர்க்கரும் கூட மதவாதிகள் தான் என்றாலும் அவர்கள் மதவாத ஆட்சியை (theocratic rule) ஏற்றுக் கொள்ளவில்லை.

அமெரிக்காவில், ஒரு குடிமகன் ஒரு கிறிஸ்தவராக இருக்கவேண்டிய கட்டாயமில்லை. ரஷ்யாவும் சீனாவும் அதிகாரப்பூர்வமாக மதத்தை நம்பவில்லை. உண்மையில், அவை மத உணர்வுகளைத் தவிர்க்கின்றன. பிரான்ஸ், ஜெர்மனி, இங்கிலாந்து மற்றும் ஜப்பான் ஆகியவை மதச்சார்பற்ற நாடுகளாக உள்ளன. ஆனால், இந்துச் சமூக அமைப்பில் ஒரு பிராமணர் அல்லாத அதிகாரி ஒரு பிராமண கடைநிலைப் பணியாளருக்குத் தலைவணங்க வேண்டும். உலகில் இந்துக்கள் மற்றும் முஸ்லிம்கள் ஆகிய இரண்டு சமூகங்கள் மட்டுமே மத நம்பிக்கைகள் மற்றும் உணர்வுகளால் தூண்டப்பட்டு, கண்மூடித்தனமாக உள்ளனர். தங்களது தேசியம் மதத்தின் ஆதரவு பெற்றதாக இருக்க வேண்டும் என்று அவர்கள் கோருகிறார்கள். இவ்விரு மதங்களும் மாறுபட்ட சமூக மற்றும் கலாச்சாரக் கட்டமைப்புகளைக் கொண்டிருக்கலாம், ஆனால் அடிப்படையில் அவற்றுக்கு இடையே அதிக வேறுபாடு கிடையாது.

ஆர்.எஸ்.எஸ் அணிந்துள்ள தேசியவாத முகமூடி அதன் சாதியவாதத்தை மறைக்கிறது. இந்த அமைப்பு சாதாரண மக்களுக்காக எதுவும் செய்யவில்லை என்பதில் இருந்து இது

தெளிவாகத் தெரிகிறது. நவீன உலகில், தடிகளைப் பயன்படுத்துவதன் மூலமோ, அல்லது அதனைக் காற்றில் சுழற்றுவதன் மூலமோ, குரு பூர்ணிமா (ஆசிரியர்களுக்கு மாணவர்கள் மரியாதை செய்து கொண்டாடும் நாள்) போன்ற பண்டிகைகளை கொண்டாடுவதன் மூலமோ அல்லது ஒரு ராக்கி கயிறைக் (ராக்கி என்பது ரக்சா பந்தன் பண்டிகை அன்று பெண்கள் தனது சகோதரர்கள் கையில் கட்டும் ஒரு கயிறு ஆகும். தனது சகோதரியைப் பாதுகாப்பது மற்றும் பராமரிப்பது ஆகியவற்றில் சகோதரனின் பொறுப்பைக் குறிப்பதாக அது இருக்கிறது. ராக்கி கயிறு கட்டும் சடங்கின்மூலம் அப்பெண் அதனை ஒப்புக் கொள்கிறாள்) கட்டுவதன் மூலமோ தனிமனித குணாம்சத்தைக் கட்டமைக்கப்பட முடியாது. ஆர்.எஸ்.எஸ் ஆதரவாளர்கள் பலர் இந்தச் சடங்குளில் நம்பிக்கை வைக்கவில்லை, ஆனால் அவர்கள் அவற்றைப் பின்பற்றுகிறார்கள். இத்தகைய சடங்குகள் மக்களை ஒன்றிணைத்து, தேசியம் என்ற கருத்தைப் பரப்புவதற்காக வடிவமைக்கப்பட்டுள்ளன.

எனவே, தேசியம் பற்றி ஒருபோதும் முழக்கமிடாத முற்போக்குக் குழுக்கள், மக்களை அணிதிரட்ட என்ன செய்ய வேண்டும் என்பதே தற்போது எஞ்சியிருக்கும் கேள்வி ஆகும்? ஆர்.எஸ்.எஸ்.ஸின் தேசியவாதத்தை சரியாக விளக்குவதும், அவர்களது சொந்த மனிதமைய-தேசியவாதம், மதச்சார்பற்ற, சோசலிச தேசியவாதம் ஆகியவற்றை வரையறுப்பதுமே இதற்கான பதிலாகும். இந்துவாதிகளின் உணர்வுபூர்வமான அறைகூவல்கள் மற்றும் ஊடகப் பிரச்சாரங்கள் மூலம் மக்களிடையே - குறிப்பாக இளைஞர்களிடையே - தேசியம் குறித்த தவறான எண்ணங்கள் உருவாக்கப்பட்டுள்ளன.

பதினெட்டாம் நூற்றாண்டின் பிற்பகுதியில் நடைபெற்ற பிரெஞ்சுப் புரட்சிக்குப் பின்னர், தேசியம் குறித்த சித்தாந்தம் ஊக்கம் பெற்றது. இருபதாம் நூற்றாண்டை ஒட்டிய காலத்தில், இந்தக் கருத்து ஜெர்மனியில் ஒரு குறுகியக் கட்டமைப்பாகச் சுருக்கப்பட்டது, அங்கு அது இனவெறி மற்றும் இன மையவாதத்தை ஆதரிக்கும் ஒரு வறட்டுச் சூத்திரமாகப் பிறழ்ந்தது. இனவெறி நம்பிக்கைகள் அல்லது சாதியவாதத்தை ஆதரிப்பவர்கள், ஒரு குறிப்பிட்ட வர்க்கத்தைக் கட்டுப்படுத்துவதில் உறுதியான நம்பிக்கை உடையவர்கள் ஆகியோர், ஹிட்லர்மீது ஆழமான ஆர்வம் கொண்டுள்ளனர்.

மார்க்சியம் அத்தகைய தேசியத்தை மறுக்கிறது மற்றும் மதவாத, இனவாத தேசியம் ஆகியவை சுரண்டலின் அடையாளங்கள் என்று கூறுகிறது. எவ்வாறு பல கம்யூனிச நாடுகளில் தேசியத்தின் இத்தகைய வடிவங்கள் காணப்படவில்லை என்பதைக் காட்டுவதற்கு ரஷ்யா, சீனா மற்றும் [முந்தைய] யூகோஸ்லாவியா ஆகியவை சில மிகச் சிறந்த எடுத்துக்காட்டுகள் ஆகும். இந்தியாவில் உள்ள முற்போக்கு இயக்கங்களும் தேசியத்தின் இத்தகைய வடிவங்களை ஏற்பது கிடையாது. இந்த இயக்கங்கள் ஆர்.எஸ்.எஸ்.ஸைப் போன்று பாரபட்சத்தின் அடிப்படையிலான தேசியத்தை நம்பவில்லை என்பதும் உண்மையாகும். தேசியவாதச் சித்தாந்தம் என்பது உளவியல் ரீதியாகக் கையாளும் செயல்முறையை உள்ளடக்கி இருக்கிறது.

மதச் சொற்பொழிவுகள் அல்லது மதக் கல்வியின் உதவியோடு தேசபக்தி உணர்வுகளை ஒருங்கிணைப்பதன் மூலம் மக்கள் மனதில் தேசிய உணர்வுகள் உருவாக வேண்டும் என்பதை ஜனநாயக சோசலிசம் நம்பவில்லை. 'சம்ஸ்காரம்' என்று அவர்கள் குறிப்பிடும் அத்தகைய பண்புகளை விதைப்பதன் மூலம் தனிமனிதனின் குணாம்சத்தைக் கட்டமைப்பது என்ற இந்துவாதியின் கண்ணோட்டம் சோசலிஸ்டுகளுக்கு ஏற்புடையது அல்ல.

மாறாக, ஒரு தனிநபர் வாழுகின்ற சமூக அமைப்புதான் அவனது குணாம்சத்தை உருவாக்குகிறது என்று சோசலிஸ்டுகள் நம்புகிறார்கள். சமூக அசமத்துவ நிலைமைகளின்கீழ் தனிநபர் குணாம்சத்தை உருவாக்குவது என்பது கிட்டத்தட்ட சாத்தியமற்றது ஆகும். அடக்குமுறைகளின் தீவிரத்தைக் குறைப்பதற்குப் பெரும் முயற்சிகளை மேற்கொள்வதன்மூலம், சமத்துவமற்ற சமூக அமைப்பில் நல்ல தனிமனித குணாம்சத்தை உருவாக்கி விட முடியுமா? சமத்துவமற்ற சமூகச் சூழலில் தனிமனித குணாம்சத்தை உருவாக்குவது என்பது, அடிபணிதல் மற்றும் துன்புறுத்தல்களைப் பொறுத்துக்கொள்ளும் திறனை ஒரு நபருக்கு உருவாக்குவதே ஆகும்.

உயிரோட்டம் உடைய மக்கள் குழுதான் தேசத்தை உருவாக்குகிறது என்று ஜனநாயக சோசலிசம் நம்புகிறது. அங்கே தனிநபர் என்பவன் தேசத்தின் மையமாக இருக்கிறான். அநீதியை எதிர்ப்பதற்கும், சமத்துவமின்மைக்கு எதிரான கருத்துகளை நியாயமான முறையில் வெளிப்படுத்துவதற்கும், வறுமைக்கு எதிராகப் போராடுவதற்கும், அடக்குமுறையை எதிர்ப்பதற்கும் அங்கே அவர்களுக்குச் சுதந்திரம் இருக்கிறது. தனிநபரின் சுதந்திரம்

நாட்டு நலனுக்கு உதவுகிறது. சமூக நலன் குறித்த அபிலாஷை மக்கள் மத்தியில் தலைமுறைகள் தாண்டியும் நீடிக்க வேண்டும். மனித உரிமைகள் மற்றும் கடமைகளைப் பாதுகாக்கும் ஒரு நியாயமான பொருளாயத அடித்தளமும், அடிமைப்படுத்தல் இல்லாத ஒரு சமூகமும் உருவாக்கப்பட வேண்டும். அத்தகைய ஒரு அமைப்பை உருவாக்க வேண்டுமானால், சோசலிசக் கோட்பாட்டை கருத்தில் கொள்ள வேண்டும், அது மனித உழைப்பு தான் செல்வத்தை உருவாக்குகிறது என்ற கருத்தை நம்புகிறது. அங்கு உழைக்காதவர்கள் சமூகத்தில் மதிக்கப்பட மாட்டார்கள்.

குருட்டு நம்பிக்கைகளின் வளர்ச்சி மற்றும் மதச் சடங்குகளை வெகுஜனக் காட்சிப்படுத்துவதன் மூலம் மூடநம்பிக்கைகளை வளர்த்தல் ஆகியவற்றுக்கு எதிராக சோசலிசச் சிந்தனை அரணாக நிற்கிறது. மதத்தின் பெயரில் மக்களுக்கு எதிராகச் செய்யப்படும் அடக்குமுறையைத் தடுக்கவும் அது முயல்கிறது. சமத்துவம் மற்றும் சமூக பொருளாதார நீதி ஆகியவற்றின் கொள்கைகளின் அடிப்படையிலான பொருளாயத நிலைமைகளை உருவாக்குவதற்கு, அரசியல் கட்டமைப்பின்மீது சாதாரண மக்கள் உறுதியான கட்டுப்பாட்டைக் கொண்டிருக்க வேண்டியது அவசியம். அதிகாரத்தில் இருக்கும் அரசியல்வாதிகளின் மிகச்சிறிய தவறுகளையும், மிகப்பெரிய தவறுகளையும் கணக்கில் எடுத்துக்கொள்வதற்கு சமூகச் சூழலானது அச்சத்திலிருந்து விடுபட்டதாக இருக்க வேண்டும்.

இந்த நோக்கத்தை அடைவதற்கு மக்களை அரசியல்ரீதியாகப் பயிற்றுவிக்க வேண்டும், அச்சமற்ற ஒரு சமூகச் சூழல் இதற்கு அவசியமாகிறது. சமூகத்தில் தங்கள் நண்பர்களையும் எதிரிகளையும் எவ்வாறு அடையாளம் காண்பது என்பதை மக்கள் அறிந்திருக்க வேண்டும். ஒரு நாட்டில் சமூகப் பொருளாதார நீதி நிலைநாட்டப்படாவிட்டால், அங்கு பாதுகாப்பான மற்றும் மகிழ்ச்சியான வாழ்க்கை என்பது சாத்தியமில்லை. தனிநபர் பண்புகளை உருவாக்குவதற்கான வாய்ப்புகளும் இருக்க வேண்டும். அதிக எண்ணிக்கையிலான நாடுகள் சுரண்டலிலிருந்து விடுபட்டால், உலகளவில் நாடுகளுக்கிடையேயான பரஸ்பரப் புரிதலும் மேம்படும்.

இரு நாடுகளுக்கிடையிலான எல்லையில் ஊதியம் பெறும் வீரர்களாக பணிபுரியும் ஏழைக் குடும்பங்களைச் சேர்ந்த ஏராளமான அப்பாவி இளைஞர்கள், தேசியத்தின் பெயரில்

கொடூரமாகக் கொல்லப்படுகிறார்கள். சர்வதேச உறவுகளின் பெயரால், இராணுவத்தில் சேரும் ஏழைகளைக் கொல்வது நியாயமா? பணக்காரர்கள் ஏழைகளிடமிருந்து செல்வத்தைக் கொள்ளையடிக்கிறார்கள். பின்னர் அவர்களது செல்வத்தைப் பாதுகாப்பதற்காக போர்க்களத்திற்குச் சென்று எதிரிக்கு எதிராகப் போராடுவதற்கு ஏழைகளுக்கு ஊதியம் வழங்கப்படுகிறது. போருக்குப் பிறகு, கொல்லப்பட்ட வீரர்களின் பெற்றோருக்கு அற்பமான பணம் வழங்கப்படுகிறது. இது பணக்கார மக்களின் செல்வத்தைப் பாதுகாப்பதற்காக உயிரிழந்த துணிச்சல் மிக்க ஏழை வீரர்களைப் பரிகாசம் செய்கிறது.

சமூக மற்றும் பொருளாதார நீதி என்பது ஒரு தேசத்தின் அடிப்படையாக இருக்கும்போது, மக்கள் தலைமையிலான இயக்கங்கள் ஒரு விழிப்புணர்வை உருவாக்குகின்றன. அப்போதுதான் மக்கள் தங்களது தேசத்தை நேர்மறை உணர்ச்சியுடன் நேசிப்பார்கள். அத்தகைய தேசத்தில், வேலையாட்களைப் போல ஊதியம் பெறும் வீரர்கள் மட்டுமின்றி, ஒட்டுமொத்தச் சமூகமும் எதிரிக்கு எதிராகப் போராடும். தேசத்தின் மீதான அன்பு என்பது ஒருவர் இந்துவா, முஸ்லிமா, கிறிஸ்தவரா, பார்சியா அல்லது பவுத்தரா என்பதைப் பொருத்தது அல்ல. மாறாக, சமூகத்தில் நிலவும் சமூக மற்றும் பொருளாதார நீதியின் அடித்தளத்தால் இது தூண்டப்படுகிறது. மதத்திற்கான ஒரு நபரின் தேவையானது அவரது தனிப்பட்ட விருப்பம் சார்ந்த விசயம் ஆகும். ஒரு மதத்தை ஏற்றுக்கொள்வதற்கான சுதந்திரமும், அதே போலவே அதை நிராகரிக்கும் சுதந்திரமும் அவருக்கு இருக்க வேண்டும். இல்லையெனில் ஒரு சுதந்திரமான, நவீன மனிதனை உருவாக்குவது கிட்டத்தட்ட சாத்தியமற்றது.

தேசியவாதம் குறித்த இந்த விரிவான முன்னோக்கு குறுகிய இந்து தேசியவாதத்திற்கு முற்றிலும் எதிரானது, அது ஆர்.எஸ்.எஸ்.ஸில் முற்றிலும் இல்லை. பொருளாயத சமத்துவத்தின் அடிப்படையில் கட்டமைக்கப்பட்ட ஒரு தேசத்தை ஆர்.எஸ்.எஸ் விரும்பவில்லை. விஞ்ஞான மனநிலையை நம்புகிற மற்றும், மதம், பழக்கவழக்கங்கள் மற்றும் மரபுகளை நிராகரிக்கும் நபர்களை அது விரும்பவில்லை. உழைப்பின்மூலம்தான் சமுதாயத்தில் செல்வம் உருவாக்கப்படுகிறது என்ற கருத்தை அது ஒப்புக்கொள்ள விரும்பவில்லை. இந்து மதத்தைப் பொறுத்தவரையில், தேசம் என்பதே மதம் தான். அது மட்டுமின்றி,

பணக்காரச்சாதிகளிடம் செல்வம் ஒப்படைக்கப்பட்டு இருக்க வேண்டும் என்று அவர்கள் விரும்புகிறார்கள். நாட்டின் உயர் சாதிகள் மற்றும் வர்க்கங்களின் கைகளில் அதிகாரம் இருக்க வேண்டும் என்று அவர்கள் நம்புகிறார்கள்.

இவ்வாறாக, ஆர்.எஸ்.எஸ் மற்றும் இந்து அமைப்புகள் இந்திய சமுதாயத்தில் தீவிர மாற்றங்கள் ஏற்படுவதை விரும்பவில்லை. அவர்கள் ஜனநாயக சோசலிசத்தைக் கடுமையாக எதிர்க்கின்றனர். குறுகிய தேசியவாதக் கருத்தியல் கொண்ட ஆர்.எஸ்.எஸ்.ஸை ஏற்றுக்கொள்ள இன்றைய இளைஞர்கள் விரும்புகிறார்களா? சாதி-வர்க்க முறையை வளர்க்கும் தற்போதைய நிலையைத் தக்கவைக்கும் (status quoits). வர்க்க அடிப்படையிலான ஆர்.எஸ்.எஸ் தேசியவாதம் வேண்டுமா அல்லது இந்தியாவில் உள்ள அனைவருக்கும் சமூக-பொருளாதார நீதி வழங்குவதை நோக்கமாகக் கொண்ட உள்ளடக்கிய சமூக-தேசியவாதம் வேண்டுமா என்பதை அவர்கள் ஒரேயடியாகத் தீர்மானிக்க வேண்டும்.

❑

4

புரோகித வர்க்கத்தின் மேலாதிக்கம்

கோல்வால்கர் தனது சிந்தனைக் கொத்து (Bunch of Thoughts) நூலில் இந்து தேசியவாதம் பற்றி விவாதிக்கும் போது, மதம் மற்றும் அரசு, மதம் மற்றும் சமூகம் மற்றும் ஆன்மிகம் மற்றும் தேசியவாத வாழ்க்கை குறித்த சில கோட்பாடுகளை முன்வைக்கிறார். இந்திய வரலாற்றையும் அவர் இந்தக் கண்ணோட்டத்தில் இருந்து முன்வைக்கிறார். குறிப்பாக, பொருள்முதல்வாதத் தத்துவங்கள், நவீன மேற்கத்தியக் கோட்பாடுகள், ஜனநாயக மற்றும் சோசலிச கோட்பாடுகள் ஆகியவைகூட ஆன்மிகத்திற்கு எதிரானவை என்கிறார் கோல்வால்கர். எனவே, இந்துவாதிகளால் உட்கிடையாக (implied) முன்வைக்கப்படும் ஆன்மிகவாதம் மற்றும் இந்த விசயத்தில் ஜனநாயக சோசலிசத்தின் நிலை ஆகிய இரண்டு கண்ணோட்டங்களுக்கும் இடையிலான முக்கிய வேறுபாடுகளைப் புரிந்துகொள்வது அவசியமாகிறது.

நவீனச் சிந்தனையாளர்கள் மதம் அல்லது மதவியல் நூல்களை 'ஆன்மிக விஞ்ஞானம்' என்று கருதுவது கிடையாது. ஓஷோ மற்றும் ஜே. கிருஷ்ணமூர்த்தி போன்ற இந்தியச் சிந்தனையாளர்கள் மற்றும் பெர்ட்ரண்ட் ரஸ்ஸல் போன்ற மேற்குலகச் சிந்தனையாளர்களின் நூல்களையும் நான் வாசித்திருக்கிறேன். அவர்கள் அனைவருமே ஆன்மிகவாதம் ஒரு விஞ்ஞானம் அல்ல, ஆனால் அது ஒரு மனிதனின் தனிப்பட்ட உலகக் கண்ணோட்டம் ஆகும் என்ற பொதுவான கொள்கையை பின்பற்றுபவர்கள் ஆவர். இது முற்றிலும் தனிமை மிகுந்த பயணமும் தேடலும் ஆகும். அவர்களையும் இன்னும் பல நவீன சிந்தனையாளர்களையும் பொருத்தவரையில், ஆன்மிகவாதம் என்பது முற்றிலும் அறிவியல் கிடையாது. ஆன்மிகவாதத்தின் ஆதரவுடன் 'ஆன்ம அறிவியல்' (science of psyche) ஒன்றை உருவாக்குவது சாத்தியமே. உண்மையில், 'ஆன்ம அறிவியல்' (science of psyche) நின்றுபோகும் இடத்தில் இருந்து தான் ஆன்மிகவாதம் தொடங்குகிறது. இந்த விசயத்தில் உளவியல் ஒரு முக்கியப் பங்காற்றமுடியும். ஏனெனில் அதுவே ஆன்மிகவாதத்திற்கான தொடக்கப் புள்ளியாக இருக்கலாம். இருப்பினும், ஆன்மிகவாதத்தின் அறிவியல் என்று எதுவும் இல்லை; அப்படி ஒன்றைக்

கட்டமைப்பது பற்றிச் சிந்திக்கவே முடியாது. ஆன்மிகவாதம் என்பது வாழ்க்கையே குறிக்கிறது, அறிவியலை அல்ல என்பதே இதற்குக் காரணம்! வார்த்தைகள் நம் மனதின் கருவைச் சென்றடைய உதவுகின்றன.

எனவே, ஆன்மிகவாதம் என்பதை பகவத் கீதை, பைபிள் மற்றும் குரான் போன்ற எந்தப் புனிதமான மதநூல் அல்லது வேதங்களில் கூறப்பட்டுள்ள அறிவியல் என்று எடுத்துக் கொள்ள முடியாது. இந்தப் புனித நூல்கள் அவை உருவாக்கப்பட்ட காலகட்டத்தில் மனித மனத்தின் அறிவொளி (enlightenment) பற்றிய விளக்கங்களைக் கொண்டுள்ளன. அவை உளவியல் பற்றிய ஆய்வுகளை ஆவணப்படுத்துகின்றன. புனித நூல்கள் அறிவியல் ஆவணங்கள் என்ற நம்பிக்கையை வெளிப்படுத்துபவர்கள் உண்மையில் அவற்றை அவதூறு செய்கிறார்கள். ஆன்மிகவாதம் என்பது விளக்கக் கூடியதற்கு அப்பாற்பட்ட அனுபவத்தைக் குறிக்கிறது. அது பகுத்தறிவின் அடிப்படையிலான எந்த விளக்கத்திற்கும் அப்பாற்பட்டது என்பதே இதன் பொருளாகும். அதை நாம் வார்த்தைகளில் விளக்க முடியாது, எனவே அது ஒரு விஞ்ஞானமாக இருக்க முடியாது.

ஆன்மிகச் சிந்தனை என்பது மனதில் இருந்து வெளிப்படும் ஒன்றாகும். ஆனால் அத்தகைய உள்மன விழிப்புணர்வுக்குப் பிந்தைய விளைவைத் தனியாகவே உணர வேண்டும்; அது முற்றிலுமாக ஒரு தனிமனிதனின் பயணம் ஆகும். மேற்கண்ட அவதானிப்புகள் உண்மைதான் என்றாலும், ஆன்மிக உரைகள் மற்றும் விளக்கங்கள் ஆகியவை பொதுவாக சாதாரண மக்களுக்குப் பயனுள்ளதாக இருப்பது கிடையாது.

இந்த வாதத்தை உபநிடதங்களில் இருந்து ஒரு எடுத்துக்காட்டின் மூலம் விளக்கலாம். ஒரு உபநிஷத்தில் 'பிரம்மம் இருக்கிறது' என்று ஒரு வாசகம் இடம்பெற்றுள்ளது. பிரம்மம் - பிரபஞ்சக் கொள்கையே - உண்மையானது (reality) என்று இதற்குப் பொருளாகும். ஒரு சாதாரண நபர், 'பிரம்மம் இருக்கலாம் அல்லது இல்லாமல் இருக்கலாம், எனக்கும் இதற்கும் என்ன தொடர்பு? இந்தப் பிரம்மத்தினால் எனக்கு எந்தப் பயனும் இல்லை' என்று சொல்லக் கூடும். ஆனால் ஆன்மிகத்தைப் படித்த ஒருவர், 'ஆம், பிரம்மம் இருக்கிறது, நானும் அதை உணர்ந்திருக்கிறேன்' என்று சொல்லக் கூடும். ஆன்மிக உணர்வுநிலையை அடைய முயன்ற ஒரு நபரைப் பொறுத்த வரையில், பிரம்மம்தான் உண்மை என்பதற்கு உபநிடதங்களிலிருந்து எந்த ஆதாரமும் தேவையில்லை

என்பது ஆர்வமூட்டுவது ஆகும். ஆன்மிகச் சொற்களும் விளக்கங்களும், ஆன்மிகத்தை அனுபவித்திராத அறியாமை கொண்டவர்களுக்கும் படிப்பறிவற்றவர்களுக்கும் பயனுள்ளதாக இல்லை, அதைப் போலவே புத்திசாலித்தனமான மற்றும் அறிவுள்ள நபர்களுக்கும் பயனுள்ளதாக இல்லை என்பதை இது உணர்த்துகிறது. அப்படி இருக்கும்போது, ஆன்மிகம் மற்றும் கலாச்சாரத்தை ஊக்குவிக்கும் மத அமைப்புகள் ஆன்மிகம் ஒரு விஞ்ஞானம் என்றும், இந்த அறிவியலுக்கு ஏற்ப சமூகம் அமைக்கப்பட வேண்டும் என்றும் ஏன் தீவிரமாக வலியுறுத்துகின்றன? இந்த அமைப்புகள் ஏன் இப்படிக் கோருகின்றன? இத்தகைய கேள்விகளுக்கான விடைகள் நேரடியானவை மற்றும் எளிமையானவை ஆகும்.

மத அமைப்புகளுக்கு உண்மையில் ஆன்மிகத்துடன் எந்தத் தொடர்பும் இல்லை. அவை சுய நலன்களையும், சாதி-வர்க்க ஆதிக்கத்தையும் பராமரிப்பதற்காக ஆன்மிக இறையியலை உருவாக்குவதைத் தனது நோக்கமாகக் கொண்டுள்ளன. அவை தங்களது வர்க்கம், சாதி மற்றும் புரோகித மேலாதிக்கம் ஆகியவற்றுக்கு இசைவாக இருக்குமாறு ஆன்மிகத்தை விளக்குகின்றன. ஆன்மிகப் போர்வையில் அவை சாதாரண மக்களை ஒடுக்குகின்றன. மக்களது அறியாமை மற்றும் கல்வி அறிவின்மை ஆகியவற்றைத் தமக்குச் சாதகமாகப் பயன்படுத்திக் கொண்டு, மக்களது மதவியல் உணர்வுகளுடன் திறமையாக விளையாடுகிறார்கள். இந்த ஒரு விசயத்தில் மட்டுமே அவர்கள் ஆர்வம் காட்டுகிறார்கள்.

இந்தியாவில் சமூக வாழ்வின் வரலாற்றை கணக்கில் எடுத்துக் கொண்டால், நால்வருண மரபில் ஆன்மிகம் இல்லை என்பது வெளிப்படையாகும். இந்துத் தத்துவத்தின் உதவியுடன் அதற்குப் புத்துயிர் ஊட்ட விரும்புகிறார் கோல்வால்கர். நால்வருண பிராமண மேலதிகாரத்தைப் பராமரிப்பதே அதில் மறைமுகமாகவும் சுயநலத்துடனும் பொதிந்துள்ள உண்மை நோக்கம் ஆகும். கோல்வால்கர் நவீன காலத்திற்குப் பண்டைய நால்வருண மரபைப் பரிந்துரைக்கிறார் என்றாலும், சமூக மற்றும் பொருளாதாரச் சுரண்டலுக்கு உள்ளான வர்க்கங்களைச் சார்ந்த படித்த இந்திய மக்கள், இந்தியாவின் சமூக-கலாச்சார வாழ்க்கையில் அந்த மரபின் பயங்கரமான, தீய மற்றும் விஷம் பொருந்திய பங்கு என்ன என்பதை அறிந்திருக்கிறார்கள். அவர்கள் மதத்தையும் அதன் அறிவியலையும் ஏற்றுக்கொள்ள மறுத்துவிட்டார்கள்.

உண்மையில், மதம் என்பது மனிதர்களைச் சுரண்டுவதற்கான ஒரு கருவியாகப் பயன்படுத்தப்படுகிறது என்ற விழிப்புணர்வு உலகம் முழுவதும் ஏற்பட்டு உள்ளது. அது இந்தியாவிலும் சீராகப் பரவி வருகிறது. மனிதர்களை ஒடுக்குவதற்கு மதம் பயன்படுத்தப் பட்டுள்ளது என்பதால் மதத்தின் உட்பொருள் (implication), நம் நாட்டு இளைஞர்களைக் கோபம் கொள்ள வைக்கிறது. இந்திய சோசலிசச் சிந்தனையாளர்களான ஆச்சார்யா சங்கர் தத்தாத்ரயா ஜவதேக்கர் மற்றும் ஆச்சார்யா எஸ்.ஜே.பகவத் போன்றவர்கள், இறையியல், ஆன்மிகம் மற்றும் இந்திய வரலாறு ஆகியவை பற்றி விமர்சன ரீதியாக விவாதித்துள்ளனர். ஆன்மிகவாதம் குறித்த சோசலிசப் புரிதலைக் கண்டறிவது இன்று இன்றியமையாதது ஆகிவிட்டது.

ஜனநாயக சோசலிசத்தின் பொருள்முதல்வாத தத்துவம் ஆன்மிகத்திற்கு விரோதமானது என்றும், எனவே அது இந்திய மரபுகளுக்குப் பொருத்தமற்றது என்றும் இந்துவாத கருத்தியல்வாதிகள் பல ஆண்டுகளாகக் கசப்பை ஊட்டும் பிரச்சாரம் வந்துள்ளனர். இன்று, மார்க்சியத்தை நன்கு அறிந்த இளம் தலைமுறையினர் கோபம் அடைந்துள்ளனர். ஆனால் அதன் அடிப்படையில் ஜனநாயக சோசலிசம் குறித்த முடிவுகளுக்குத் தாவிவிடுவது தவறானதாக இருக்கும். சமூகத்தில் ஒரு கருத்தியலை அறிமுகப்படுத்த விரும்பினால், ஒரு தீவிர நிலைப்பாட்டை எடுப்பது நல்லதல்ல, அது பயனுள்ளதும் கிடையாது.

மார்க்ஸ் அனைத்து வகையான சுரண்டல்களிலிருந்தும் ஒட்டுமொத்த மனிதகுலத்தையும் விடுவிப்பதற்கான தத்துவத்தை எடுத்துரைத்தார். அவர் வெறுமனே பொருளாதாரத் தளத்தில் மட்டும் மனிதனின் விடுதலையை மானசீகமாகப் (visualize) பார்க்கவில்லை. மாறாக, பொருளாயத மற்றும் ஆன்மிகம் உள்ளிட்ட அனைத்து விதமான சுரண்டல்களில் இருந்தும் விடுவிப்பதை எண்ணிப் பார்த்தார். எனவே, மார்க்சியத்தை பொருளாதாரவாதம் ஆகச் சுருக்குவது மிகத் தவறானதாக இருக்கும். எஸ்.ஜே. பகவத் ஆன்மிகவாதத்திற்கும் பகுத்தறிவுவாதத்திற்கும் இடையிலான தனித்துவமான உறவை வெளிச்சமிட்டுக் காட்டி இருக்கிறார். ஆன்மிகவாதம் பகுத்தறிவுக்கு எதிரானது அல்ல என்று அவர் கூறுகிறார். அறிவு வளர்ச்சி என்பது, பகுத்தறியும் சக்தி அல்லது தர்க்கத்தின் சக்தி ஆகியவற்றின் அடிப்படையில் மட்டுமே சாத்தியமில்லை. அறிவார்ந்த வளர்ச்சிக்கு, உணர்ச்சிகளின் தூய்மையும் அவசியமாகிறது. இதுவே ஆன்மிகத்தின் ஒரே விலகல் புள்ளி ஆகும்.

இந்திய தேசியவாதத்தில் மதத்தின் இடத்தைப் பற்றி விவாதிக்கும் கோல்வால்கர், மதம் குறித்து மேற்கத்திய மற்றும் இந்தியக் கருத்துகளை வேறுபடுத்திக் காட்டுகிறார்:

"தற்போதைய காலத்தில் நமது சிந்தனையை மறைக்கிற ஒரு தப்பெண்ணத்தை நீக்கித் தெளிவு படுத்துவது அவசியமாகும். தர்மம், ஆன்மிகம் போன்ற சொற்களை உச்சரித்தால் உடனே, 'நீங்கள் ஏன் மதத்தை அரசியலுக்கு கொண்டு வருகிறீர்கள்? என்ற கேள்வி எழுப்பப்படுகிறது. தர்மம் என்பது பற்றிய நமது கருத்தாக்கத்தைத் தவறாகப் புரிந்துகொண்டு, மதம் பற்றிய மேற்கத்திய கருத்தாக்கத்துடன் அதனைக் குழப்பிக் கொள்வதால் இந்தக் கேள்வி எழுப்பப்படுகிறது. மதம் குறித்த அவர்களது வறட்டுத்தனமான கருத்து மற்றும் அரசின் மீதான திருச்சபையின் அதிகாரம் (control of state) ஆகியவை காரணமாக மேற்கத்திய நாடுகள் பல நூற்றாண்டுகளாக அவதிப்பட்டன. வெண்ணையும் சுண்ணாம்பும் போல தர்மம் பற்றிய நமது கருத்தாக்கம் அவர்களுடைய கருத்தாக்கத்தில் இருந்து முற்றிலும் மாறுபட்டது. தர்மம் அல்லது ஆன்மிகம் என்பது ஒரு வறட்டுக் கோட்பாடு அல்ல, மாறாக அது வாழ்க்கை குறித்த முழுமையான பார்வை ஆகும். இது அரசியல் அல்லது பொருளாதாரத் தளங்களைப் போல தேசிய வாழ்வின் தனியானதொரு தளம் கிடையாது. நமது பார்வையில் ஆன்மிகம் என்பது, வாழ்க்கை குறித்த ஒரு விரிவான பார்வை ஆகும்"

கோல்வால்கரின் விளக்கம் மற்றும் பகுப்பாய்வு, இந்திய மற்றும் மேற்கத்திய மதங்களுக்கிடையில் இருப்பதாக அவர் கருதும் வேறுபாடுகள் ஆகியவை வரலாற்றுப்பூர்வமான ஆய்வுகளைத் தாங்கி நிற்குமா? இந்து தர்மத்தையும் இதர மதங்களையும் வேறுபடுத்திப் பார்ப்பது பொருத்தமானது அல்ல. கடவுளின் இருப்பு, ஆன்மா, மறுபிறப்பு, மற்றும் வறட்டுவாதம் (dogmatism) போன்ற அடிப்படைக் கருத்துகள், சில வேறுபாடுகளைத் தவிர உலகின் கிட்டத்தட்ட எல்லா மதங்களுக்கும் பொதுவானவை ஆகும். மேற்கத்திய மத நிறுவனங்கள் வரலாற்றுக் காலம் முழுவதும் அரசியல் நிறுவனங்களைக் கட்டுப்படுத்தின என்னும் கோல்வால்கரின் வாதம் உண்மையானதுதான். அவரது கூற்றுப்படி, மத நிறுவனங்களும், புரோகிதப் பிரிவினரும் இந்தியாவில் உள்ள அரசியல் நிறுவனங்களின் கட்டுப்பாட்டை தங்கள் கையில் எடுத்துக் கொள்ளவில்லை. ஆனால் அது உண்மையா? இந்து மதமும் அதன் புரோகிதப் பிரிவினரும்

அரசியல் அதிகாரத்தைக் கட்டுப்படுத்தியதற்கு இந்திய வரலாறு சான்றளிக்கிறது, இது கோல்வால்கரின் துரதிர்ஷ்டம் ஆகும். புரோகித வர்க்கத்தினர் தங்களை ஒழுங்கமைத்துக் கொண்ட உடன், அப்போதுள்ள அரசியல் நிறுவனங்கள் மீது கட்டுப்பாடு செலுத்தத் தொடங்கினர். உலக வரலாறு இப்படித் தான் இருந்தது, இந்திய வரலாறு அதற்கு எந்த வகையிலும் விதிவிலக்கு அல்ல. எனவே, சில வரலாற்று விவரங்களை விரிவாக விவாதிப்பது அவசியமாகிறது.

வேத காலம் என்பது பண்டைய இந்தியாவில் ஒரு இடைநிலை (transitional) சகாப்தமாகும். அது இந்தியச் சமூகம் ஒரு புராதன, காட்டுமிராண்டித்தனமான வாழ்க்கையிலிருந்து படிப்படியாக நாகரிக நிலைக்கு மாறிக்கொண்டிருந்த காலம் ஆக இருந்தது. இந்தக் காலத்தில் தான் பூர்விக மக்களை அடிமைப்படுத்துவது போன்ற மரபுகள் அறிமுகப்படுத்தப்பட்டன. வடக்குப் பகுதியிலிருந்து இந்தியாவுக்கு வந்த ஆரியர்களுக்கும், இந்தியாவின் பூர்வ குடிகள் ஆகிய தாசர்கள், தஸ்யுக்கள் மற்றும் பணிக்கள் ஆகியோருக்கும் இடையே ஏற்பட்ட மோதல்கள் ரிக் வேதத்தில் விவரிக்கப்பட்டுள்ளன (ரிக் வேதத்தின் 4-16-13, 4-30-15, 7-99-5, 2-14-7, 6-26-6, 8-96-13, 1-130-8, ஆகிய ரிச்சாக்கள் இந்த மோதல்களை விவரிக்கின்றன). இந்தியாவின் வடக்குப் பகுதிகளில் குடியேறிய வெளிர் தோல் கொண்ட ஆரியர்கள், கருப்பர்களான இந்தியாவின் பூர்வகுடிகளைத் தயக்கமின்றிப் படுகொலை செய்தனர்.

மனுஸ்மிருதி, பராசர ஸ்மிருதி மற்றும் சாணக்கியரின் அர்த்தசாஸ்திரம் போன்ற இந்து நூல்கள் பண்டைய இந்திய வரலாற்றில் அடிமைப்படுத்தல் சகாப்தம் குறித்த விவரங்களைத் தருகின்றன. தாசர்கள் எவ்வாறு அடிமைப்படுத்தப் பட்டனர் என்பது இந்து புனித நூல்ககளில் பல முறைகள் விவரிக்கப் பட்டுள்ளது – அவர்கள் போர்களுக்குப் பின்னர் சிறைப்பிடிக்கப் பட்டனர், உணவுக்காக வேட்டையாடும்போது பிடிக்கப்பட்டனர், மற்றவர்களிடம் இருந்து வாங்கப்பட்டனர், வீதிகளில் காணப்பட்டனர். இவர்களைத் தவிர பரம்பரை அடிமைகளாகவும் இருந்தவர்களும் உண்டு.

புனித நூல்கள் தாசர்களைப் பற்றிக் குறிப்பிடுவது மட்டுமின்றி, ஒரு அமைப்பு முறையில் அவர்களை வகைப்படுத்தி அவர்களுக்கான விதிகளையும் வகுத்தன. அது தவிர, விதிகளைமீறும் தாசர்களுக்குத் தரப்பட வேண்டிய மோசமான தண்டனைகள் மற்றும் பிராயச்சித்தங்கள் (penances) ஆகியவையும் மேற்கண்ட நூல்களில் பட்டியலிடப் பட்டுள்ளன.

வேத காலத்தில் – ஆரியர்களுக்கும் தாசர்கள் மற்றும் பணிக்கள் ஆகியோருக்கு இடையிலான மோதல்கள் தணிந்து போய் அவர்கள் சகவாழ்வு வாழத் தொடங்கிய கட்டத்தில் – பிராமணசமூகம் தோன்றி இருக்கக் கூடும் என்று கூறலாம். தாசர்களும் பணிக்களும் வென்று அடக்கப்பட்டு விட்டனர், அவர்கள் ஆரியர்களுடன் சகவாழ்வு வாழத் தொடங்கி இருக்க வேண்டும். இருப்பினும் ஆரியர்களும் ஆரியர் அல்லாதவர்களும் சேர்ந்து வாழத் தொடங்குவதற்கு நீண்ட காலம் பிடித்திருக்கும். ஆரியர்களுக்கும் தாசர்களுக்கும் இடையில் வழிபாட்டு முறைகள் உள்ளிட்ட பல அம்சங்களில் பரஸ்பரக் கலாச்சார தொடர்பு மற்றும் பரிமாற்றம் நடைபெற்றிருக்க வேண்டும். ரிக் வேதத்தின் 1017 சூக்தங்களில் – வேதக் கடவுளர்களைத் துதிபாடும் இப்பாடல்கள் இறைவனால் அருளப்பட்டவை என்று நம்பப்படுகிறது – வெறும் 40 சூக்தங்கள் மட்டுமே பக்தியின் வெளிப்பாடு அல்லாதவை ஆகும். போற்றுவதையும், புகழ்வதையும் யார் தான் விரும்ப மாட்டார்கள். மனிதன் அவற்றுக்கு மயங்குகிறான் என்னும் போது கடவுளர்கள் மட்டும் ஏன் மயங்கக் கூடாது? கடவுளர்கள் மீது ஏராளமான பக்தி செலுத்தப் பட்டிருப்பதை ரிக் வேதத்தில் காணலாம். ரிக் வேதம் பண்டைய வரலாற்றைக் கற்றுக்கொள்வதற்கான ஒரு கருவியாகக் கருதப்படுகிறது. ஏனெனில், இது பக்தர்களால் இயற்றப்பட்ட, இறைப்பெருமையைக் கூறும் துதிப்பாடல்களைக் கொண்டுள்ளது. அதைப் போலவே, கடவுளர்களைத் வழிபடுவதற்கான முக்கியமான மூலம் ஆகவும் உள்ளது. அது கடவுளர்களைப் புகழ்ந்து பாடி, அவர்களிடம் இருந்து பொருளாயத இன்பம் மற்றும் மகிழ்ச்சியைக் கோரும் வழிபாட்டுத் தோத்திரங்களின் தொகுப்பு ஆகும். பிராமணர்களே இந்த தோத்திரங்களைப் பாடினர்.

அந்த சகாப்தத்தில் எல்லாக் காலத்திலும் எரிந்து கொண்டிருக்கும் ஒரு நெருப்பை – அக்கினியை – பராமரித்து வைத்திருக்கும் ஒரு மரபு இருந்தது. அதற்கெனத் தனியாக ஒரு இடம் ஒதுக்கப்பட்டிருந்தது. காலப்போக்கில் அதைப் பராமரிக்கும் பொறுப்பு ஒரு குறிப்பிட்ட குடும்பத்தினருக்கு வழங்கப்பட்டது. இவ்வகை உழைப்புப் பிரிவினை பரவலாக ஆகியது. இதன் விளைவாக, மற்றக் குடும்பங்கள் அக்னியைப் பராமரிப்பது குறித்துக் கவலைப்படத் தேவையில்லாது போனது. இருப்பினும் இந்த மரபு புரோகித வர்க்கத்தை உருவாக்கியது, அதிலிருந்து புரோகித பிராமணக் குடும்பம் தோன்றியது.

ஆரியர்களுக்கு முந்தைய காலத்தில் தாசர்கள், தஸ்யுக்கள் மற்றும் பணிகள் ஆகியோரிடையே ஒரு புரோகித வர்க்கம் இருந்ததாகச் சில அறிஞர்கள் நம்புகின்றனர். இருப்பினும், ஆரியர்கள் காலத்தில் புரோகிதக் குடும்பங்களின் முக்கியத்துவம் அதிகரித்தது. படிப்படியாக நிலைத்த வாழ்க்கை வாழத் தொடங்கிய பிராமணர்கள், சமூக கவுரவத்தையும் தனித்துவத்தையும் பெற்றனர். அப்போதுதான் சாதாரண மக்கள் சுரண்டப்படும் சகாப்தம் தொடங்கியது. துவக்கத்தில் மறுபிறவி மற்றும் கர்ம வினை போன்ற கருத்தாக்கங்கள் அறிமுகப்படுத்தப்பட்டன, சாதாரண மக்களுக்கான ஒருவிதமான மனச் சிறை உருவாக்கப்பட்டது. உண்மையில், ரிக் வேத சகாப்தத்தில் அந்தக் கருத்துகளின் தடயங்களை நாம் காணவில்லை. அந்தச் சகாப்தத்தில் சமூகமும் மதமும் புராதனக் கட்டத்தில் இருந்தன என்பதே இதற்குக் காரணமாகும். இயற்கையே மக்களின் மனதை முழுமையாக ஆக்கிரமித்து இருந்தது, அவர்கள் இன்னும் நாகரிகம் அடையாதவர்களாகவே இருந்தனர். பிராமணர்கள் இந்த மனநலச் சிறையை உருவாக்கினர். அது உபநிடதங்களின் சகாப்தத்திலும், அதைத் தொடர்ந்து வந்த காலத்திலும் இருந்தது. அப்போதுதான் சமூகத்தில் வர்க்கங்கள் உருவாக்கப்பட்டன. அவை உருவாக்கப்பட்ட பின்னர், ஒரு வர்க்கம் இன்னொரு வர்க்கத்தைச் சுரண்டுவது இயல்பானது. இந்த சகாப்தத்தில்தான் பிராமணர்கள் மற்ற வர்க்கங்களை சுரண்டத் தொடங்கினர்.

பலியிடுவதற்காக யத்னயா அல்லது யக்ஞம் என்னும் நெருப்புச் சடங்குகள் செய்யும் பழக்கம், நடைமுறைப் பாரம்பரியமாக வளர்ந்தது. இதன் பொறுப்பு, புகழ்பெற்ற சில பிராமணக் குடும்பங்களுக்கே உரியதாக இருந்தது. அக்னிஹோத்ரம் எனப்படும் முந்தைய மரபுவழிப்பட்ட நெருப்புச் சடங்கு நடத்திய குடும்பங்கள் யக்ஞம் செய்வதை எடுத்துக் கொண்டன. அவை சுயாதீனம் கொண்ட அமைப்பாக மாறின. ‘யக்ஞம்’ என்பது முதன்மையாக ஒரு சமூக மரபாகத் தொடங்கினாலும், வரலாற்றுப் போக்கில் பல வகையான யக்ஞங்கள் தோன்றின. அவை சமூகச் சடங்குகளைத் தாண்டிச் சென்றன. இதர வர்க்கங்களைச் சேர்ந்தவர்கள் தங்கள் சொந்த நலனுக்காக இத்தகைய யக்ஞச் சடங்குகளின் புரவலர்கள் அல்லது யஜமானர்கள் ஆகியபோது, பிராமணர்கள் அவர்களிடம் இருந்து தட்சிணை அல்லது நன்கொடை பெற்றுக் கொள்ளத் தொடங்கினர். இந்த வரலாற்றுத் தருணத்தில்தான் புரோகித வர்க்கத்தின் சமூகப் பொருளாதார

ஆதிக்கத்தின் முதல் நடவடிக்கை தொடங்கியது. இது மக்கள் மீதான பொருளாயதச் சுரண்டலின் துவக்கத்தைக் குறிப்பதாக இருந்தது.

வேத காலத்திற்கும் பிந்தைய வேத காலத்திற்கும் இடையில், யக்ஞச் சடங்குகளைக் கடைப்பிடிப்பதற்காகப் பல மரபுகள் தோன்றின. முதலில் யக்ஞம் செய்வதற்குத் தேவையான புரோகிதர்களின் எண்ணிக்கை நான்கு ஆக இருந்தது. பின்னர், யக்ஞம் நடத்த விரும்பியவர்களது பொருளாதார நிலையின் அடிப்படையில் இந்த எண்ணிக்கை தீர்மானிக்கப்பட்டது. அத்தகைய புரோகிதர்களில், ரிக்வேத ரிச்சாக்களை ஓதியவர் ஹோதா (Hota) என்று அழைக்கப்பட்டார். சடங்குகளைச் செய்து, அனைத்தையும் மேற்பார்வையிட்ட புரோகிதர் பிரம்ம (Brahma) என்று அழைக்கப்பட்டார். யசுர் வேத மரபுகளின்படி அவற்றை ஒழுங்கமைத்து, பராமரித்த புரோகிதர் அத்வர்யு (Adhvaryu) என்று அழைக்கப்பட்டார். சாம வேத நியமங்களின் படி மந்திரங்களை ஓதிய புரோகிதர் உத்காதா (Utgata) என்று அழைக்கப்பட்டார்.

பிறகு, ஒரு யக்ஞத்தில் இருந்து மூன்று வகையினங்கள் உருவாக்கப் பட்டன. அவற்றில் முதலானதாக இருந்த பாக யக்ஞம் (paka yagna) குறைந்த செலவு மட்டுமே பிடிப்பதாக இருந்தது, சமைத்த உணவு மட்டுமே படையல் பொருளாக இருந்தது. ஹவிர் யக்ஞம் (havir yagna) என்பது இன்னும் விரிவானதாக இருந்தது, எண்ணெய், பால், வெண்ணெய், தானியங்கள் மற்றும் தேன் ஆகியவற்றைப் படைப்பது அவசியமாக இருந்தது. மூன்றாவதான சோம யக்ஞம் (soma yagna) என்பது பணக்காரர்களுக்கு மட்டுமே ஆன ஒன்றாக இருந்தது. இவை ஒரு நாள் முதல் பன்னிரண்டு நாட்கள் வரை நடைபெறக் கூடியவை. சுமார் பதினாறு ரித்விக்குகள் அல்லது வேத புரோகிதர்கள் இவற்றை நடத்துவார்கள். பிறகு அத்தகைய யாகங்களைச் செய்யும் பிராமணர்களின் எண்ணிக்கை இருபத்தொன்றிலிருந்து நூறாக அதிகரித்தது. சோம யக்ஞங்கள் என்பவை அக்னிஸ்தோமா, வாஜ்பேயா மற்றும் குரு வாஜ்பேயா போன்ற யாகங்களை உள்ளடக்கியதாக இருந்தது. இவற்றில் வாஜ்பேய யாகம் என்பதை பிராமணர்கள் மற்றும் சத்திரியர்கள் மட்டுமே நடத்தி வைக்க (commissioned) முடியும். ராஜசூயம், அஸ்வமேதம், கவாமாயனம் போன்ற யாகங்கள் இந்த வகையில் அடங்கும். ராஜசூய யாகம் என்பது சத்திரிய மன்னர்களுக்காக மட்டுமே நடத்தப்படுவது, மேலும் அந்தச் சடங்கு இரண்டு ஆண்டுகள்வரை நீளக் கூடும். கவாமாயன யாகம்

என்பது குறைந்தது ஒரு வருடம் வரை நடத்தப்பட்டது. வேத ரிஷி யக்ஞவல்கியரின் கூற்றுப்படி, மூன்று வருடத் தேவைக்கான தானியங்களைக் கொண்ட ஒரு முழு தானியக் களஞ்சியம், யாகச் சடங்கு செய்யும் பிராமணர்களுக்குத் தரப்பட வேண்டிய தட்சணை அல்லது கட்டணம் செலுத்துவதற்குப் போதுமானது ஆகும்.

யக்ஞங்களைச் செய்வதற்கான தட்சிணை காலப்போக்கில் தொடர்ந்து அதிகரித்துக் கொண்டே வந்தது. அக்னிஸ்தோம யக்ஞத்தைப் பொறுத்த வரையில், அதை நடத்தும் யஜமானன் மூத்த மகனுக்குச் சேர வேண்டிய பரம்பரைச் சொத்து தவிர மற்ற எல்லாச் செல்வங்களையும் யாகம் செய்யும் புரோகிதர்களுக்கு விநியோகிக்க வேண்டியிருந்தது. பிராமணர்களின் தகுதி நிலைக்கு (status) ஏற்ப, வெவ்வேறு வகைத் தட்சிணைகளுக்காக வறட்டுத்தனமான நியமங்களும் விதிமுறைகளும் நிர்ணயிக்கப்பட்டன. ஆடுகள், ஆட்டுக்குட்டிகள், குதிரைகள், யானைகள், அடிமைகள், ரதங்கள் மற்றும் தானியங்கள் ஆகியவை கொடையாக வழங்கப்பட்டன. பொருளாக வழங்கப்பட்ட நன்கொடைகளுடன் கூடவே, யஜமானனின் மகளும் தலைமைப் பூசாரிக்குத் திருமணம் செய்து தரப்பட்டாள். உண்மையில் பிராமணர்கள் தட்சிணை என்ற பெயரில் மக்களைக் கொள்ளையடித்து வந்தனர்.

அரசர்கள் புரவலர்களாக இருந்த சமயங்களில், இந்தக் கொள்ளைகள் கற்பனைக்கும் அப்பாற்பட்டவையாக இருந்தன. ராஜசூயம் மற்றும் அஸ்வமேத யாகங்களில் பெருமளவிலான கொடைகள் வழங்குவது பரவலாக வழக்கத்தில் இருந்தது. ராஜசூயத்தைப் பொறுத்தவரை, ஒவ்வொரு புரோகிதருக்கும் 33,000 பசுக்கள் கிடைக்கும். அவரது உதவியாளருக்குப் 16,000 பசுக்கள் கிடைக்கும். உதவியாளரின் துணைவருக்கு 8,000 பசுக்கள் கிடைக்கும். இதில் பங்காற்றும் இதர ஒவ்வொரு புரோகிதரும் 4,000 பசுக்களைப் பெற்றுக் கொண்டார். இது முன்கூட்டியே முடிவு செய்யப்பட்டது. இவ்விதமாக 2,40,000 பசுக்கள் புரோகிதர்களுக்குக் கொடையாக வழங்கப்பட்டன. பசுக்கள் எப்போதுமே பரிவர்த்தனையின் ஒரு பகுதியாக இருந்தன, ஏனெனில் பண்டமாற்று முறையின் கீழ் அவை நாணத்திற்கு இணையானவையாக இருந்தன. பின்னர், யஜமானர்களின் உறவினர்களும் தட்சிணைகள் அளிக்க வேண்டும் என்று விதிக்கப்பட்டது.

இதுதவிர, அஸ்வமேத யாகச் சடங்கின்போது, நிகழ்வின் முதல் மற்றும் மூன்றாம் நாளன்று ஹோதா புரோகிதருக்கு 1,000 பசுக்கள் தட்சிணையாக வழங்கப்படும். அதற்குப் பின்னர், அஸ்வமேத யாகத்தின் போது மன்னர் வெற்றிகொண்ட நிலப்பகுதி அனைத்தும் தட்சிணையாகக் குறித்து வைக்கப்பட்டது. அதன் கிழக்குப் பகுதியில் வசிக்கும் பிராமணர் அல்லாதவர்களிடம் இருந்து பெறப்பட்ட செல்வம் முழுவதும் ஹோதாவுக்குச் சொந்தமாகும். அதன் மேற்கு, தெற்கு மற்றும் வடக்குத் திசைகளில் வசிக்கும் பிராமணர் அல்லாதவர்களிடமிருந்து பெறப்பட்ட செல்வமானது உத்காதா, பிரம்ம மற்றும் அத்வர்யு ஆகியோருக்கு தட்சிணையாக ஒதுக்கப்பட்டது. இந்தப் பகுப்பு முறை ஆஸ்வலாயன தர்மசூத்திரத்தில் பதிவு செய்யப்பட்டுள்ளது. இது நான்கு திசைகளிலும் வாழும் பிராமணர் அல்லாதவர்களின் சொத்து புரோகிதர்களுக்கு தட்சிணையாக வழங்கப்படும் என்று கூறுகிறது. எனவே, மதத்தின் பெயரால் புரோகித வர்க்கம் ஈடுபட்டு வந்த சுரண்டலின் அளவை இதிலிருந்து கற்பனை செய்து கொள்ளலாம்.

தட்சிணை என்னும் நடைமுறை, மதத்தின் பெயரில் அபரிமிதமான அளவு சுரண்டுவதை ஏதுவாக்கியது. தட்சிணை வடிவத்திலான பரிமாற்றங்களை பிராமணர்கள் போற்றிப் புகழ்ந்தனர். ரிக் வேதத்தின் முதல் மற்றும் பத்தாவது மண்டலங்களில் (காண்டங்களில்) அது பற்றிய குறிப்புகளை நாம் காணலாம். வேதங்கள் அபௌருஷேய - அதாவது மனிதர்களால் உருவாக்கப்படாதவை எனவே தெய்விக தோற்றம் கொண்டவை - என்று அறிவிக்கப்பட்டன. இந்தத் தந்திரம் புரோகித வர்க்கம் மக்கள்மீது வேதங்களைத் திணிக்க உதவியது. உலகின் வரலாற்றில், ஏழைகளைச் சுரண்டுவதற்காக மதத்தின் பெயரில் இத்தகைய கொடூரமான மற்றும் புத்திசாலித்தனமான பித்தலாட்டத்தில் ஈடுபட்ட வேறொரு புரோகித வர்க்கம் இருந்ததா? மக்களை அடிபணியச் செய்வதற்கு ஏதுவாக, புரோகித வர்க்கத்தினர் முதலாவது மற்றும் பத்தாவது மண்டலங்களை ரிக் வேதத்தில் இணைத்தனர் என்பதைக் கவனத்தில் கொள்ள வேண்டும். அந்த மண்டலங்கள் பிற்காலத்தைச் சேர்ந்த இடைச்செருகல்கள் என்று வேத வல்லுநர்கள் முடிவு செய்துள்ளனர். பிறகு வேதங்கள் யக்ஞங்கள் என்ற நிறுவனத்தின் மூலமாக அடக்குமுறையை நெறிப்படுத்துவதற்கான (codify) கருவியாகவும், புரோகித வர்க்கத்தின் நலன்களுக்காகவும் பயன்படுத்தப் பட்டன. செல்வத்திற்கான ஆசை என்பது எவ்வாறு ஒரு வகுப்பினரிடையே

கட்டற்ற பேராசையை உருவாக்க முடியும் என்பதற்குப் பண்டைய சகாப்தங்களைச் சேர்ந்த பிராமணர்கள் ஒரு சிறந்த எடுத்துக்காட்டு ஆக உள்ளனர்.

கோல்வால்கர் பண்டைய இந்தியச் சமூக முறையை நியாயப்படுத்தவும், மீண்டும் உயிர்ப்பிக்கவும் விரும்புகிறார். எனவே, நமக்குப் பண்டைய இந்தியாவில் நிலவிய அமைப்பு பற்றிய தெளிவான வரலாற்றுச் சித்திரம் தெரிந்திருப்பது அவசியம் ஆகும். யாகம் என்னும் நிறுவனம் (institution) பற்றி விரிவாக விவாதிக்க இதுவே காரணமாகும். கோல்வால்கர் குறிப்பிடுவது போன்ற இந்துத்துவத்தின் முன்னோக்கு (perspective), விவாதத்தின் மற்றொரு முக்கிய அம்சம் ஆக இருக்கிறது. அவர் இந்துத்துவக் கொள்கைகளைக் கவிதை நடையில் சித்தரிக்கிறார், எனவே நூல்களை வரலாற்று விவரங்களுடன் ஒப்பிடுவது அவசியம். கோல்வால்கர் கூறுகிறார்:

“இந்த இறுதி நோக்கத்தைக் கண் முன்னர் நிறுத்தி இருந்தோம் என்பதால், நமது வரலாறு முழுவதுமே ஒரு மனிதர் இவ்வுலகச் செல்வங்கள் எத்தனையைக் கொண்டிருக்கிறார் என்பதைக் காட்டிலும், மனித குலத்தின் நல்வாழ்வுக்கு உகந்த அறிவுப் பண்புகள் மற்றும் உள்ளப் பண்புகளைக் கொண்டிருக்கிறார் என்பதற்கே மதிப்பளித்து வந்திருக்கிறோம் என்பது இயற்கையானதே. இதயத்தின் செழுமையும், மனதின் தூய்மையும், குணத்தின் சிறப்பும் எப்போதுமே நமது வாழ்க்கைக்கான மதிப்புகளின் உரைகல்லாக இருந்து வந்துள்ளன. மனிதனின் அகச்செல்வத்தைத் தான் அவனது பெருமைக்குரிய அளவுகோலாகக் கருதினோமேதவிர அவனது புறச்செல்வத்தை அல்ல. புறப்பொருட்கள் அனைத்தும் வந்து போகின்றன. தோன்றி மறையும் அந்தப் பொருட்களின் பின்னால் நாம் ஏன் ஓட வேண்டும்? நாம் மனித வாழ்க்கையின் தனித்துவமான புதையலாக இருக்கக்கூடிய செல்வத்தைத் தேர்ந்தெடுத்தோம், அதனை நமக்குள் நாம் வளர்க்க முடியும். அவை நிறைவான நல்லொழுக்கம், குறைவற்ற ஞானம், ஆத்ம நிறைவு ஆகியவையே ஆகும்.... நமது நாட்டில் மாவீரர்களும் மன்னர்களும்கூட, துண்டுத் துணிகூட அணியாத அரை நிர்வாணத் துறவிகளின் பாதத் தூசியை வணங்கி வழிபட்டதைக் காண்கிறோம்”

கோல்வால்கரின் வாதம்தான் என்ன? அவர் எதை அடைய முயற்சிக்கிறார்? இந்திய வரலாற்றின் எந்தச் சகாப்தத்தை அவர் குறிப்பிடுகிறார்? பண்டைய இந்திய வரலாற்றின் மிக ஆரம்ப

கட்டங்களை விட்டுவிட்டால், இந்தியச் சமூகம் எப்போதும் பல வர்க்கங்களாகப் பிளவுண்டு இருந்ததைக் காண்கிறோம். பண்டைய இந்தியச் சமூகத்தில் வர்க்கம் தோன்றிய வரலாற்றுச் சந்தர்ப்பத்தில், ஒரு வர்க்கம் மற்றவர்களைப் பொருளாதாரரீதியாகச் சுரண்டுவதன் மூலம் வாழ்ந்து வந்தது என்பதை நாம் காண்கிறோம். நமது சமூகத்தில் செல்வம் அல்லது நிதிநிலை என்பது சமூக அந்தஸ்தைத் தீர்மானிக்கும் காரணியாக இருக்கவில்லை என்கிற கோல்வால்கரின் தத்துவப் பார்வையை சோசலிசக் கட்டமைப்புக்கு எதிராகப் பயன்படுத்துவது நமது சிந்தனையாளர்களிடையே ஒரு பழக்கமாக ஆகி விட்டது.

எனவே, யக்ஞம் என்னும் நிறுவனம் குறித்து விரிவாக விவாதிப்பதற்கு இது மூன்றாவது முக்கியமான காரணம் ஆகும். இன்று பிராமணர்களைச் சுற்றித் தொங்கிக் கொண்டிருப்பதாக நாம் காணும் சமூக கவுரவம் (social prestige) என்னும் ஒளிவட்டம், பிராமணர் அல்லாதவர் மீதான பொருளாதாரச் சுரண்டல் கொண்டிருந்த தாக்கத்தின் மீதமும் வரலாற்று அழிவின் விளைவும் மட்டுமே ஆகும். இந்தியத் துணைக்கண்டத்தின் மீது இஸ்லாமிய வம்சத்தினரின் படையெடுப்புகளுக்குப் பிறகு செல்வம் மற்றும் சமூக கவுரவம் ஆகியவற்றுக்கு இடையிலான தொடர்பு தளர்வடைந்து இருக்கும் என்று கூறலாம். ஆனால் செல்வக் குவிப்பு மற்றும் உள்நாட்டில் தோன்றிய வர்ணமுறை செலுத்திய கட்டுப்பாடு ஆகியவை பண்டைக்காலத்தில் இருந்தே ஒன்றுடன் ஒன்று கைகோர்த்து வந்துள்ளன. யக்ஞ முறையில் அது அப்பட்டமாக வெளிப்படுகிறது.

பிரிட்டிஷ்காரர்களின் வருகைக்குப் பிறகு, பிராமணர்களின் சமூக அந்தஸ்து ஆபத்துக்கு உள்ளானது. மேலும், மதத்தின் பெயரில் செல்வத்தைக் குவிப்பதில் அவர்கள் பல சிரமங்களை எதிர்கொண்டனர். யக்ஞம் என்னும் நிறுவனம் தனது இறுதி சுவாசத்தை விட்டுக் கொண்டிருந்தது. இது இந்துவாதிகளின் இருத்தலுக்கான கேள்வியாக மாறியது. ஏனெனில், அதுவே அவர்கள் செழித்து வளர உதவிய சுவாசக் காற்று ஆக இருந்தது. அவர்கள் கூற்றுப்படி, வேதங்கள் இறைவனால் உருவாக்கப் பட்டவை, நால்வருண மரபும் இறைவனால் உருவாக்கப் பட்டது ஆகும். பகவத் கீதையும் இறைவனின் அவதாரங்கள் குறித்து நமக்குக் கூறுகிறது. நாம் மறுபடியும் அந்த அமைப்பை மீட்டெடுக்கப் போகிறோமா? பிராமணரல்லாதவர்களும் இந்து அல்லாதவர்களும் யக்ஞம் என்னும் நிறுவனத்தின் மறுமலர்ச்சியை

ஏற்றுக்கொள்வார்களா? இதுபோன்ற பல கேள்விகள் நம் முன்னர் உள்ளன. ஆர்.எஸ்.எஸ்.ஸின் இன்றைய தலைவரோ அல்லது வருங்காலத்தில் அதை வழிநடத்த இருப்பவரோ இந்திய வரலாற்றின் வெளிச்சத்தில் இந்தக் கேள்விகளுக்கு பதிலளிக்க வேண்டும்.

இந்திய வரலாற்றில் அரசியல் அதிகாரத்தின் மீது மத அதிகாரம் மேலதிகாரம் (authority) கொண்டிருக்கவில்லை என்று கோல்வால்கர் கூறி இருக்கிறார். இதற்கு வரலாறு சான்று உரைக்குமா? மேலைநாடுகளின் மத அதிகாரமானது இந்தியாவில் நிலவிய மத அதிகாரத்தை விட வேறுபட்டதாக இருந்ததா? இந்தச் சிக்கலை ஆராய வேண்டி இருக்கிறது. இடைக்கால ஐரோப்பாவில் கிறிஸ்தவம் எவ்வாறு அதிக பலம் பொருந்தியதாக இருந்தது என்பதைப் பற்றிய விரிவான விவரங்கள் தற்போது நமக்குக் கிடைக்கின்றன. அரசியல் அதிகாரத்தின் மீது மதம் மேலாதிக்கம் செலுத்தியது என்பதற்கு வரலாறு சான்றளிக்கிறது. ஆனால் அதே சமயம் அதன் ஆதிக்கம் முறியடிக்கப்பட்டது என்பதையும் நாம் காண்கிறோம். இங்கே, கிறித்துவப் பாதிரி வர்க்கத்திற்கும் இந்துப் புரோகித வர்க்கத்திற்கும் இடையிலான அடிப்படை வேறுபாடுகள் மீது நாம் கவனம் செலுத்த வேண்டும். இந்த வேறுபாட்டை நாம் புரிந்துகொண்டால், அது மதக் கிளர்ச்சி, மதப் போர்கள் ஆகியவை குறித்தும் இறுதியாக, அவை எவ்வாறு மேற்கத்தியச் சமூகத்தில் சனநாயக செயல்முறைகளின் வளர்ச்சிக்கு இட்டுச் சென்றன, ஆனால் ஏன் இத்தகைய செயல்முறைகள் இந்தியாவில் தோன்றவில்லை என்பதுபோன்ற பல விஷயங்களை நமக்கு உணர்த்தும்.

உண்மையில், கட்டுப்பாடற்ற அதிகாரம் என்பது மதம், பொருளாதாரம், அரசியல் அல்லது வேறு எந்தத் துறையிலும் இருந்தாலும், அது ஒரு வர்க்கத்தின் சுயநல உந்துதல்களால் குருடாக்கப்பட்டதாகவே உள்ளது. இந்த விசயத்தில் ஒரு இந்துப் புரோகிதரையும் கத்தோலிக்க மத குருவையும் ஒப்பிடுவது சிறப்பானதாக இருக்கும். மார்ட்டின் லூதர் கிங் போன்ற ஒரு கிளர்ச்சியாளர் கத்தோலிக்கப் பாதிரியார்களுடன் சண்டையிட்டார். அவரைப் பலர் பின்தொடர்ந்தனர். அவர் அரச குடும்பத்தினர்களின் அனுதாபத்தையும் வென்றார். காலப்போக்கில், மேற்கத்திய வரலாற்றில் சமூகத்தை ஜனநாயகமயமாக மாற்றுவதற்கான ஒரு சூழல் உருவாக்கப்பட்டது. ஆனால் இந்துப் புரோகிதர்களிடையே அத்தகைய கிளர்ச்சியாளர்கள் தோன்றவில்லை. நமது வரலாற்றில்

கிளர்ச்சிகளே நடைபெறவில்லை என்பதை இது குறிக்கவில்லை.

உபநிடதங்களின் காலத்தில், சத்திரியர்கள் மற்றும் பிராமணர்களுக்கு இடையிலும், பின்னர் புத்தர், மகாவீரர் ஆகியோருக்கும் பிராமணப் புரோகிதர்களுக்கு இடையிலும் பல கிளர்ச்சிகள் நடைபெற்றன. ஆனால் கிறிஸ்தவப் பாதிரி வர்க்கத்தில் இருந்தவர்களைப் போன்ற கிளர்ச்சியாளர்கள் ஒருபோதும் பிறக்கவே இல்லை. கத்தோலிக்க மதத் தலைவர்கள் வெகுஜனங்களிடமிருந்து, அதாவது கிறிஸ்தவச் சமூகத்தின் பாட்டாளி வர்க்கத்தினரிடமிருந்து வந்தனர் என்பதே இதற்கான முதன்மைக் காரணங்களில் ஒன்றாகும். இதன் காரணமாக, கத்தோலிக்கப் பாதிரியார்கள் மக்களிடமிருந்து அந்நியப்பட்டு இருக்கவில்லை. மக்களுடனான அவர்களது உறவு வலுவான பிணைப்புகள் காரணமாக தப்பிப் பிழைத்தது. மேலும், அது மரியாதை மற்றும் இரக்கம் ஆகியவற்றின் அடிப்படையில் கட்டப்பட்டதாக இருந்தது.

இதற்குமாறாக, இந்தியாவில் பிராமணப் புரோகிதத்துவம் என்பது, அனுமதிக்கப்பட்ட பரிவர்த்தனைகள் மற்றும் பரஸ்பரத் தொடர்புகள் (interaction) ஆகியவற்றின் அடிப்படையில் முற்றிலும் மூடப்பட்ட ஒரு சாதியாக இருந்தது. ஆகவே, பொதுமக்களுடனான அவர்களது உறவு, தொடர்புகள் மற்றும் பிணைப்புகள் ஆகியவை முற்றிலும் அன்னியமாக்கப் பட்டன, எனவே தான் அவர்களுக்கு மக்கள் மீது எந்த மரியாதையோ பாசமோ இருக்கவில்லை. எனவே, பகுஜன் சமூகங்களின் நலனுக்காக கிறிஸ்தவ மிஷனரிகள் அயராத மற்றும் இணையற்ற பங்களிப்புகள் செய்துள்ளதை நாம் காண்கிறோம்.

அதே சமயம், இந்து தலைமைப் புரோகிதர்கள் வசிக்கும் மடத்தில் நடத்தும் ஆடம்பரமான வாழ்க்கைக்கு வெளி உலகத்துடன் எந்தத் தொடர்பும் இருக்கவில்லை. கிறிஸ்தவ மிஷனரிகள் மற்றும் இந்துப் புரோகிதர்களின் அணுகுமுறைகளுக்கு இடையிலான மிகப்பெரிய வித்தியாசத்தை இது தெளிவாக எடுத்துக்காட்டுகிறது. ஆகவே, சார்வாக தத்துவத்தால் முன்வைக்கப்பட்ட கடுமையான எதிர்ப்பு மற்றும் புத்தர், மகாவீரர், சக்ரதர் மற்றும் பசவேஸ்வரர் ஆகியோரால் அறிமுகப்படுத்தப் பட்டது போன்ற வெகுஜன இயக்கங்களையும் பிராமண புரோகிதர்களால் ஒழுங்கமைக்கப்பட்ட வகையில் எதிர்க்கவும், ஓரங்கட்டவும் முடிந்தது. தங்களது நோக்கங்களை நிறைவேற்றிக் கொள்வதற்காகப் புரோகிதர்கள் அரசியல்

அமைப்பின் மீது அழுத்தம் செலுத்தினர், அது பகுஜன் சமூகங்களின் முழுமையான அழிவுக்கு இட்டுச் சென்றது.

பிராமணர் புரோகிதர்கள் அரசியல் வர்க்கத்தை எவ்வாறு கட்டுப்படுத்தினார்கள் என்பதைப் புரிந்துகொள்ள நாம் உபநிடத காலத்திலிருந்து தொடங்க வேண்டும். ஏனென்றால் உபநிடதங்கள் இந்தத் தகவல்களை நமக்கு வழங்குகின்றன. மேலே குறிப்பிட்டது போல, உபநிடதங்களின் காலத்தில் யக்ஞம் என்ற நிறுவனத்தின் தோற்றத்தை அடுத்து, பிராமணர்கள் சத்திரியர்களைச் சுரண்டினர், சத்திரியர்கள் தங்கள் பங்குக்கு வெகுஜனங்களைச் சுரண்டினார்கள். பிராமணப் புரோகிதர்களால் அடிமைப்படுத்தப்படுவதற்கு எதிராக பிராமணர் அல்லாதவர்களது எதிர்ப்பு மற்றும் போராட்டங்கள் ஆகியவற்றை முதலில் பதிவு செய்தவை உபநிடத நூல்களே ஆகும். பிராமணர்களுக்கும் சத்திரியர்களுக்கும் இடையில் மோதல் அலை போல் எழுந்தது. புருரவஸ் மற்றும் நஹுஷா போன்ற மன்னர்கள் பிராமணர்களுக்கு எதிராகப் போராடினர். சத்திரியர்களே பெரும்பான்மையான உபநிடதங்களை இயற்றியதாகக் கூறப்படுவது இந்தச் சூழலில் குறிப்பிடத்தக்கது ஆகும்.

முண்டக உபநிடதத்தில் பிராமணர்களுக்கு எதிரான சத்திரியர்களின் எதிர்ப்பு பதிவு செய்யப்பட்டு இருக்கிறது என்பது நன்கு அறியப்பட்டது ஆகும். முண்டக உபநிடதம், யக்ஞம் ஒரு முக்கியமான கலாச்சார நிறுவனம் என்று கருதியவர்களைக் கேலி செய்கிறது. சமூக மற்றும் கலாச்சாரப் பலன்களை அடைவதற்கு யக்ஞ நடைமுறைகளைப் பின்பற்றிய மக்களை முட்டாள்கள் என்று அது வர்ணிக்கிறது. இந்த உபநிடதம் யக்ஞம் என்னும் நிறுவனத்தைக் கடுமையாக விமரிசிக்கிறது. பெரும்பான்மையான சத்திரியர்கள் அமானுஷ்ய நடைமுறைகளையும் (occult practices) நிராகரித்தனர். ரிக் வேதத்தின் கவுசிடகி பிராமணம், யஜூர் வேதத்தின் தைத்திரிய பிராமணம் மற்றும் புராணங்கள் ஆகியவற்றில் அமானுஷ்ய வழிபாடு மற்றும் பலியிடுதல் ஆகியவை குறித்து ஏராளமான சான்றுகள் உண்டு.

பண்டைக்கால அரசனாகிய வேனா, கி.மு. இரண்டாம் நூற்றாண்டைச் சேர்ந்த பிரகத்ரத மவுரியன், கி.பி. ஏழாம் நூற்றாண்டில் ஹர்ஷவர்த்தனர் போன்ற மன்னர்கள் மீது பிராமணர்கள் நடத்திய தாக்குதல்கள், பிராமணர்களுக்கும் சத்திரியர்களுக்கும் இடையில் நிலவிய பதட்டங்களை எடுத்துக்காட்டும் மோதல்கள் ஆகும். மன்னர் வேனா ஒரு முன்மாதிரி அரசராக இருந்தார், ஆனால் அவர் அமானுஷ்ய

வழிபாட்டுக்கு (occult worship) எதிரானவராக இருந்தார், அதற்காக பிராமணர்கள் அவரைக் கொன்றார்கள். இத்தகைய எடுத்துக்காட்டுகள், தங்களது மேலாதிக்கத்தைத் தக்க வைத்துக் கொள்வதற்காக பிராமணப் புரோகிதர்கள் அரசியல் அதிகாரம் உடையவர்கள் மீது எத்தகைய அழுத்தம் செலுத்தினார்கள் என்பதைத் தெளிவாகக் காட்டுகின்றன. அவர்கள் அனைத்து வகையான படுகொலை, சதி மற்றும் நயவஞ்சக திட்டங்கள் ஆகியவற்றையும் பயன்படுத்தினார்கள். நவீன இந்திய அரசியலிலும் கூட காந்தி படுகொலை விசயத்தில் பிராமணர்களின் இந்தப் போக்கைப் பார்க்க முடிந்தது.

பிற்காலத்தில், புத்த மற்றும் சமணச் சமூகங்களின் எதிர்ப்பைக் குறைப்பது பிராமணர்களுக்கு கடினமாக இருந்தது. மகாவீரர் யக்ஞங்கள் மற்றும் நால்வருண முறை ஆகியவற்றைக் கடுமையாக எதிர்த்தார். அவர் உண்மையில் தைரியமானவர் ஆக இருந்தார், பிராமணர்களை அது பெரிதும் கலங்க வைத்தது. இருந்த போதிலும், புத்த சகாப்தத்தில் பிராமணர்கள் ஒரு புதுமையான வழிமுறையை உருவாக்கினர். தகவல் தொடர்புக்கான பரந்த வலையமைப்பை உருவாக்குவதில் பவுத்தம் வெற்றி பெற்றிருந்தது, அது வேத மரபில் இருந்து பெறப்பட்ட மேல்தட்டு மனப்பான்மையை மீறியதாக இருந்தது. மாமன்னர் அசோகர் கூட தனது ஆட்சிக் காலத்தில் பவுத்த மதத்திற்கு ஆதரவு வழங்கினார். அக்கால மன்னர்கள் பலரும் தயக்கமின்றி பவுத்தத்தை ஏற்றுக் கொண்டனர். அப்போது புரோகிதர்கள் ஒரு தந்திரம் செய்தனர், யக்ஞத்திற்கு எதிர்ப்புத் தெரிவிப்பவர்கள் தங்களது சத்திரிய அந்தஸ்தை இழக்க நேரிடும் என்று எச்சரித்தனர். உண்மையில் அது விசித்திரமான ஒரு பிரகடனம் தான். கி.மு. இரண்டாம் நூற்றாண்டில், கடைசி மவுரிய அரசனாகிய பிரகத்ரத மவுரியனைக் கொல்வதற்கு அவனது படைகளின் தலைமைத் தளபதியாக இருந்த புஷ்யமித்ர சுங்கனை பிராமணர்கள் பலிகடாவாகப் பயன்படுத்திக் கொண்டனர். இவ்வாறு மவுரியப் பேரரசைக் கைப்பற்றுவதில் அவர்கள் வெற்றி பெற்றனர். அதன் சூத்திர மூலம் காரணமாக மவுரியப் பரம்பரையின் அந்தஸ்து குறைக்கப்பட்டது. இவ்வாறு தான் பிராமண மேலாதிக்கத்தை எதிர்த்து நின்ற மாமன்னர் அசோகர் மற்றும் இதர அரசர்கள் மீது பிராமணர்கள் பழி தீர்த்துக் கொண்டனர். இருபதாம் நூற்றாண்டில் ஷாஹு மகராஜ் ஆட்சிக்கு வரும் காலம் வரையில் பிராமணர்களின் முன்னெப்போதும் கண்டிராத பழி வாங்கும் வடிவம் தனது சக்தியைத் தக்க வைத்துக் கொண்டு இருந்தது.

லோகாயத தத்துவம் பிராமண மேலாதிக்கத்தை எதிர்த்த மற்றுமொரு வலுவான மற்றும் சக்திவாய்ந்த கோட்பாடு ஆக இருந்தது. அது பண்டைய இந்தியாவின் பொருள்முதல்வாதத் தத்துவத்தை அடிப்படையாகக் கொண்டிருந்தது. இது சார்வாக தத்துவம் என்று அறியப்பட்டது. அது முற்றிலுமாக அனுபவவாதத்தை (empiricism) அடிப்படையாகக் கொண்டதாக இருந்தது. ஆன்மாவின் இருப்பு, மறுபிறப்பு, மற்றும் வேதங்களால் நிர்ணயிக்கப்பட்ட சாதி மற்றும் வர்க்க பாகுபாடுகள் போன்ற நம்பிக்கைகளை அது நிராகரிக்கத் துணிந்தது. சார்வாக தத்துவமே இந்தியாவின் முதலாவது பொருள்முதல்வாதத் தத்துவம் என்ற கூறப்படுகிறது. அது வேதக் கடவுள்களை நம்பவில்லை, எனவே அது யக்ஞத்தையும் அங்கீகரிக்கவில்லை. இதன் விளைவாக, சார்வாக தத்துவத்தைப் பின்பற்றியவர்கள் அசுரர்கள் அல்லது மனிதப் பிசாசுகள் என்று முத்திரை குத்தப்பட்டனர். ஜனநாயக சோசலிசத்தின் பொருள்முதல்வாதத் தத்துவம் நமது கலாச்சாரத்திற்குப் பொருந்தாது என்று ஆர்.எஸ்.எஸ் கூறுகிறது. இந்தக் கருத்தைப் பரப்புவதன் மூலம், ஆர்.எஸ்.எஸ் அமைப்பு ஜனநாயக சோசலிச அரசுக்கு எதிரானதாக இருந்து வருகிறது. நமது மதம் ஒரு ஆன்மிக மதம் மற்றும் இந்த மதம் ஒருபோதும் இருக்கும் அரசியல் அதிகாரத்தில் ஆதிக்கம் செலுத்தும் சக்தியாக மாறவில்லை என்றெல்லாம் வாதிடுவதன்மூலம் கோல்வால்கரும் இதர இந்துவாதிகளும் போலியான வரலாற்றை மட்டுமே விவரித்திருக்கிறார்கள்.

விவாதத்தை முடிப்பதற்கு முன், ஒரே ஒரு வரலாற்றுச் சான்றை முன்வைக்க விரும்புகிறேன். மவுரிய ராணுவத்தின் தலைமைத் தளபதியாக இருந்த புஷ்யமித்ர சுங்கன் என்னும் பிராமணன், மவுரிய அரியணையைக் கைப்பற்றினான். பவுத்தர்கள் காலத்தில் பிராமண மேலாதிக்கம் வீழ்ச்சியடைந்து இருந்தது, புஷ்யமித்ர சுங்கன் ஆட்சிக்கு வந்தபின்னர் அதற்குப் புத்துயிர் ஊட்ட முயற்சித்தான். அதை நோக்கிய அவரது நடவடிக்கைகள் குறைந்த அளவு பலன்களையே கொடுத்தன. இருப்பினும், பிராமணர்களின் வீழ்ச்சியடைந்து விட்ட பெருமையை மீட்டெடுப்பதற்கான முயற்சிகள் குறிப்பிடத் தக்கவையாக இருந்தன. அவன் இதர பிராமணர்களுடன் வலுவான தொடர்புகளை ஏற்படுத்தினான், மேலும் பிராமணர்களுக்கு எதிரான போராட்டங்கள் மற்றும் கிளர்ச்சிகள் ஏற்படக்கூடாது என்பதை உறுதி செய்து கொள்வதற்குத் தனது தொடர்புகளைப் பயன்படுத்திக் கொண்டான் (manipulated).

புஷ்யமித்ர சுங்கனால் உருவாக்கப்பட்ட சமூகப்பொருளாதாரச் சூழலில் தான் பண்டைய நூலாகிய மனுஸ்மிருதி தனது செல்லுபடித் தன்மையைப் பெற்றது. அவனது அரசியல் ஆதரவுடன், மனுஸ்மிருதி சமூகத்தில் கவுரவமான இடத்தைப் பெற்றது. மவுரிய சாம்ராஜ்ஜியத்தின் நிறுவனர் ஆகிய சந்திரகுப்த மவுரியரால் நந்த சாம்ராஜ்ஜியம் தூக்கி எறியப்பட்டதை அடுத்து சத்திரிய மரபு முடிந்து விட்டதாக அறிவிக்கப்பட்டது.

பிரகத்ரத மவுரியனின் மரணத்திற்குப் பின்னர், ஒரு போர்வீரர் குலமாக இருந்த மவுரிய அரச குடும்பம், அதன் மூதாதையர்களில் ஒருவர் சூத்திரர் ஆக இருந்தார் என்பதால் சூத்திர குலம் என்று அறிவிக்கப் பட்டது. பிரகத்ரதன் தனது படைகளைப் பார்வையிட்டுக் கொண்டிருந்த போது புஷ்யமித்ர சுங்கனால் கொல்லப்பட்டான். இருப்பினும் அதை ஒரு அரசனின் படுகொலை என்று யாரும் குறிப்பிடவில்லை, அது ஒரு சூத்திரப் படுகொலை என்று கருதப்பட்டது! இவ்வாறு மனுஸ்மிருதி கலியுகத்தை – பிராமணர்கள் மற்றும் சூத்திரர்கள் ஆகிய இரண்டு வர்ணத்தினரை மட்டுமே கொண்ட நவீன யுகத்தை – துவக்கி வைத்தது. அத்தகைய சமூக முறையை அமல்படுத்துவதன் மூலம், மத அதிகாரத்தை அனுபவித்த புரோகித வர்க்கம் அரசியல் அதிகாரத்தையும் அடைந்தது. சத்திரியர்களை சூத்திரர்கள் என்று அறிவித்த பின்னர், மராட்டிய மன்னர் சிவாஜியின் முடிசூட்டு விழாவின் போதும் பிராமணர்கள் இந்த விவாதத்தைத் தொடர்ந்தனர். அவர் சத்திரியரா அல்லது சூத்திரரா என்று கேள்வி எழுப்பினர். இந்தச் சிக்கலைத் தீர்ப்பதற்கு, விழாவுக்கு தலைமை தாங்கும் பொருட்டு வாரணாசியில் இருந்து காகா பட்டர் என்ற பிராமண அறிஞரை சிவாஜி அழைக்க வேண்டியிருந்தது. சிவாஜி அவருக்கு ஒரு லட்சம் தங்க நாணயங்களை தட்சிணையாக வழங்கினார். மேலும், தனது முடிசூட்டு விழாவில் கலந்துகொண்ட இதர பிராமணர்களுக்கும் அதற்கு இணையான தொகையை விநியோகித்தார். லோகமான்ய திலகரின் காலத்தில் வேதோக்த-புராணோக்த விவாதங்கள் மகாராஷ்டிராவில் நிலவிய மதக் கட்டமைப்பின் அடித்தளத்தை உலுக்கியபோது, நவீன காலம் வரையில் பிராமணர்கள் மனுஸ்மிருதியின் பாரம்பரியத்தை முன்னெடுத்தனர். சிவாஜியின் வழித்தோன்றலாகிய கோலாப்பூர் ஆட்சியாளர் சத்ரபதி ஷாஹு மகாராஜுக்கு வேதச் சடங்குகள் செய்யமறுக்கப்பட்டதன் மூலம் அது மீண்டும் துவக்கி வைக்கப்பட்டது, அரச புரோகிதர்கள் வேதங்களுக்குப் பதிலாக

புராணங்களின்படி மட்டுமே ஷாஹுவுக்குச் சடங்குகளை செய்து வைத்தனர். பிராமணர்கள் அவரை சத்திரியராக அல்லாமல் சூத்திரராக மட்டுமே அங்கீகரித்தனர் என்ற சாக்குப்போக்கே இதற்குக் காரணமாக இருந்தது.

வரலாற்றுச் சான்றுகளின்படி, கிறிஸ்தவப் பாதிரியார்களைப் போலவே இந்துப் புரோகிதர்களும் அரசியல் அதிகாரத்தைக் கட்டுப்படுத்தினர். இந்துப் புரோகிதர்கள் இன்னும் ஒரு படி மேலே சென்றனர், அவர்களே அரசியல் அதிகாரம் ஆகவும் ஆயினர். உலக அளவில் இதர மதங்களுடன் ஒப்பிடும்போது இந்து அதிகாரக் கட்டமைப்பு தனித்துவம் மிக்கவும் மாறுபட்டதும் ஆகும், அதுவே இந்து மதத்தை மேன்மையானதாக ஆக்கியது என்று கோல்வால்கர் கூறுகிறார். இந்தக் கூற்று முற்றிலும் தவறானதும், ஆதாரமற்றதும் ஆகும். உண்மையில், உலகின் இதர பகுதிகளில் உள்ள மத அதிகாரக் கட்டமைப்புகள், அப்போது நிலவுகின்ற அதிகாரக் கட்டமைப்பின் மீது தங்கள் மேலாதிக்கத்தை நிறுவுவதற்காகப் போட்டியிட முயற்சிக்கின்றன, அது அவற்றின் திறன் மற்றும் வரம்புகளைக் காட்டுகின்றது. சில எப்போதாவது வெற்றி பெற்றன, வேறு சிலவோ வெற்றி பெறவே இல்லை. இதர அதிகாரக் கட்டமைப்புகளுடன் ஒப்பிடுகையில், இந்துப் புரோகித வர்க்கம் அதிக வெற்றியைப் பெற்றது, மேலும் அதை அதிக காலம் தக்கவைத்துக் கொண்டது. வெவ்வேறு உத்திகளைச் செயல்படுத்துவதன் மூலமும் அது தனது ஆதிக்கத்தைத் தக்க வைத்துக் கொண்டது.

இருப்பினும், தேசியவாதத்தை உருவாக்க விரும்புகிறவர்கள் வரலாற்றைப் புரட்டுவதன் மூலம் வெற்றி பெற முடியாது. இந்திய இந்துவாதிகள் இராஜதந்திர மொழியைப் பயன்படுத்தி போலி வரலாற்றை விவரிக்கிறார்கள். அவர்கள் விரும்பும் தேசியவாதம் இந்தியா முழுவதையும் உள்ளடக்கியது கிடையாது.

‘சிந்தனைக் கொத்து’ நூலில் தரப்பட்டுள்ள வரலாறு, ராஜதந்திரம் மிக்கதும், வஞ்சகமானதும் ஆகும். இந்திய வரலாற்றின் எந்த சகாப்தம் பொற்காலம் ஆக இருந்தது? இந்த சகாப்தத்தின் தேதிகளைக் குறிப்பிடாமல், கோல்வால்கர் இந்தியாவின் கடந்த காலக் கலாச்சாரம், பழக்கவழக்கங்கள் மற்றும் கடந்தகால மரபுகளைக் கண்மூடித்தனமாகப் பெருமைப்படுத்துகிறார். இந்தத் தந்திரங்களை அவர் பயன்படுத்தும் போது, ஒவ்வொரு கணத்திலும் அவரது மனதின் மூலைகளிலிருந்து அடிபணிய வைத்தல், அடிமைத்தனம், அடிமைப்படுத்துதல்,

அறியாமை மற்றும் சுரண்டல் ஆகியவை வழிந்தோடுவது காட்சிப்படுத்துகிறது. ஆனால் இந்த அபாயகரமான மற்றும் நாசகரமான விளைவுகளின் வேர்களை, இந்து வாழ்க்கை முறையின்மூலம் இந்திய வரலாற்றின் பக்கங்களில் அறிமுகப்படுத்தப்பட்ட வர்ணா மற்றும் சாதி அமைப்புகளில் காணவேண்டும். ஆனால் கோல்வால்கர் இந்த அவதானிப்புகளை ஏற்கவில்லை. இந்திய வரலாற்றில் இந்துக்களின் சீரழிவுக்கு புத்தர், மகாவீரர், கிறிஸ்தவர்கள் மற்றும் முஸ்லிம்களை அவர் பொறுப்பாக்குகிறார். ஆனால் இந்துக்கள் சீரழிவில் இருந்து எப்படித் தப்பித்திருக்க முடியும்? இந்துச் சமூகத்தை அனைவரையும் உள்ளடக்கிய சமூகம் (inclusive community) என்று வர்ணிக்கும்போது, கோல்வால்கர் அசிங்கமான வகையில் புத்தரையும் மகாவீரரையும் அதில் சேர்த்துக் கொள்கிறார், ஆனால் அவரால் அவர்களை சரியான இடத்தில் வைக்க முடியவில்லை. அவர் ஒரு சமஸ்கிருத வசனத்தை மேற்கோள் காட்டுகிறார்:

“எவரை சூத்திரர்கள் சிவன் என்றும், வேதாந்திகள் பிரம்மம் என்றும், பவுத்தர்கள் புத்தன் என்றும், நியாயிகர்கள் (பொருள்முதல்வாதிகள்) கர்தா என்றும், ஜைனர்கள் அர்ஹந்த் என்றும்? மீமாம்சகர்கள் கர்மா என்றும் வழிபடுகிறார்களோ, அவன், அந்த மூவுலகங்களின் இறைவன், நமது விருப்பங்களை நிறைவேற்றட்டும்”

இந்துச் சமுதாயம் குறித்த இந்தப் பார்வை பொதுவானது, மேலும் சிந்தனைக் கொத்து நூலில் இது அடிக்கடி குறிப்பிடப்படுகிறது. வேதக் கடவுளர்கள் மற்றும் பெண் கடவுளர்கள் ஆகியோருக்கான மதச் சடங்குகளில் இருந்து பிராமணப் புரோகிதர்களுக்குக் கிடைக்கும் வருமானம் கணிசமான அளவு குறைந்தபிறகு இத்தகைய கருத்து தோன்றியது என்பது உண்மைதான். மேலே குறிப்பிடப்பட்ட வரிகளில் சித்தரிக்கப்பட்டுள்ள சமூகம், வேத மதம் சாராத கடவுளர்கள் மற்றும் பெண் கடவுளர்களுக்கான மதச் சடங்குகளைச் செய்வதன் மூலம் பிராமணப் புரோகிதர்கள் பணம் சம்பாதிக்கத் தொடங்கிய காலத்தைச் சேர்ந்ததாக இருக்கலாம். இந்துச் சமுதாயத்தின் சாதாரண குணாம்சம் உயர்ந்ததாகக் கருதப்பட்டது, அத்தகைய சித்தரிப்புக்குப் பின்னிருந்த நோக்கம் எதுவாக இருப்பினும், இந்தியச் சமூகமானது சமூகம் என்ற சொல்லின் உண்மையான பொருளில் ஏன் ஒரு சமூகமாக மாறவில்லை என்பதை ஊகித்தறிவது எளிதானதே.

சமூகவியல் துறையானது ஒரு குறிப்பிட்ட இலக்கை அடைவதற்காக ஒழுங்கமைக்கப்பட்ட மக்கள் திரளைச் சமூகம் என வரையறுக்கிறது. புரோகித வர்க்கத்தின் மேலாதிக்கத்தைப் பராமரிப்பதற்காக பிராமணர்கள் கொடூரமான திட்டங்களை வகுத்தனர், சதித் திட்டங்கள் தீட்டினர். சமூகத்தைச் சிதைத்து, சீரழிவை ஏற்படுத்துவதன் மூலம், தங்கள் ஆதிக்கத்தை நிலைநிறுத்துவதில் அவர்கள் தொடர்ந்து வெற்றி பெற்றனர். இதன் விளைவாக இந்தியச் சமூகம் ஒரு சமூகம் என்ற தகுதியைப் பெறவே முடியாமல் போனது. தற்போதைய இந்துவாதிகள் இந்துச் சமூகம் சாதாரணமானது என்று பெருமை உணர்வுடன் வர்ணிக்கின்றனர். ஆனால் உண்மையில், பவுத்தம் மற்றும் சமண மதத்தின் அகிம்சை, அமைதி, சமத்துவம் மற்றும் பற்றற்ற தன்மை (non-attachment) போன்ற போதனைகள் தான் இந்தியாவின் சீரழிவுக்கு காரணமாக இருந்தன என்று அவர்கள் நம்புகிறார்கள்! இந்திய சமூகம் புத்தர் மற்றும் மகாவீரர்களின் போதனைகளால் தான் நிதானமானதாகவும், மிதமானதாகவும், புனிதமானதாகவும் (sober, temperate and solemn) மாறியதா, அதனால்தான் அன்னியப் படையெடுப்பாளர்கள் வெற்றி பெற்றார்களா? வரலாறு இதனை மறுக்கிறது.

புத்தர் மற்றும் மகாவீரர்களின் போதனைகள் மற்றும் அவை ஏற்படுத்தியதாகக் கூறப்படும் விளைவுகள் ஆகியவை குறித்த இந்துவாதிகளின் ஆட்சேபனைகள் பொய்யானவை என்று தர்மானந்த கோசாம்பி ஏற்கெனவே நிரூபித்துள்ளார். புத்தர் கி.மு. 400 அல்லது அதை ஒட்டிய காலத்தில் காலமானார். அவரது பரிநிர்வாணத்திற்கு (இறப்புக்கு) இரண்டு நூற்றாண்டுகளுக்குப் பிறகு, சந்திரகுப்த மவுரியர் தனது பேரரசை நிறுவினார். அவர் ஒரு சமணர் என்று கூறப்படுகிறது. இருப்பினும், கிரேக்கர்களை இந்த நாட்டிலிருந்து விரட்டியடிக்கும் போது, அவரது அகிம்சைக் கோட்பாடு அவர் வன்முறையில் ஈடுபடுவதைத் தடுக்கவில்லை. அவரது பேரனாகிய அசோகர் பவுத்த மதத்தைத் தழுவினார், என்றாலும் ஒரு பெரிய பேரரசின் பொறுப்பை அவர் ஏற்றுக்கொண்டார். ஆனால் கி.பி. 712இல் முஹம்மது பின் காசிம் சிந்துவைத் தாக்கியபோது, பவுத்த மதம் மேற்கு இந்துஸ்தானிலிருந்து அழிக்கப்பட்டிருந்தது. பிராமணப் புரோகிதர்களின் மேலாதிக்கம் மீண்டும் தொடங்கி வலுவடைந்து வந்தது. இருப்பினும், உமையாத் கலிபாவின் இளம் தளபதியாக இருந்த அன்னிய நாட்டவராகிய காசிம், பிராமண இந்து மன்னரான ராஜா

தஹாரைக் கொன்று, அவரது மகள்களைக் கடத்தி டமாஸ்கஸுக்கு அனுப்பினார்.

முஸ்லிம்கள் சிந்து மற்றும் பஞ்சாபின் சில பகுதிகளைக் கைப்பற்றியதற்கு சுமார் ஒரு நூற்றாண்டு காலத்திற்குப் பிறகு சங்கராச்சாரியார் தோன்றினார். அவரது தத்துவம் சூத்திரர்கள் வேதங்களைப் படிப்பதைத் தடைசெய்தது. அவர்கள் வேத மந்திரங்களைக் கேட்க நேர்ந்தால், உருகிய ஈயத்தை அவர்களது காதுகளில் ஊற்ற வேண்டும்; அவர்கள் வேதமந்திரங்களை ஓதினால், அவர்களின் நாக்குகள் வெட்டப்பட வேண்டும்; மந்திரங்களைப் புரிந்து கொண்டால், அவர்கள் கொல்லப்பட வேண்டும். இதுவே அவரது வேதாந்தம் ஆக இருந்தது. பழமைவாத இந்துக்கள் இதனை சிந்துவில் வெற்றி பெற்ற முஸ்லிம்களிடம் இருந்து கற்றுக் கொண்டார்களா? புத்தர் அவர்களது எதிரியாக இருந்தார், ஆனால் அவரிடம் இருந்து கற்றுக் கொள்ள எதுவுமே இருக்கவில்லையா? ராஜபுத்திரர்கள் மிகப் பழமைவாதிகளாக இருந்தனர், அவர்கள் அகிம்சைக் கோட்பாட்டை நம்பவேயில்லை. அகிம்சை என்னும் பவுத்தத் தத்துவத்தின் மீது நம்பிக்கை கொண்ட சூத்திரர்களை, தனது குதிரையின் காலடியில் படிந்த தூசி போல நசுக்கியது முகம்மது கஜினியா அல்லது வன்முறையில் பெருவிருப்பம் கொண்டவர்களாக இருந்த ராஜபுத்திரர்களா?

பேஷ்வாக்களின் ஆட்சியில் பிராமணர்களிடமே அதிகாரம் இருந்தது. இரண்டாம் பாஜிராவ் தனது பழமைவாத நம்பிக்கைகளுக்காக நன்கு அறியப்பட்டவராக இருந்தார். அவர் தனது எதிரிகளுக்கும், சொந்த மக்களுக்கும் எதிராக நிகழ்த்திய வன்முறைகளுக்காகவும் அறியப்பட்டவர் ஆக இருந்தார். துவக்கத்தில் தவுலத்ராவ் ஷிண்டேவும் பின்னர் யஷ்வந்த் ராவ் ஹோல்கரும் பூனா நகரத்தைச் சூறையாடினர். இவர்கள் இருவரும் பேஷ்வாக்கள் தலைமையிலான மராத்தியத் கூட்டமைப்பைச் சேர்ந்த நிலப்பிரபுக்கள் ஆக இருந்தனர். வன்முறையின் வழிபாட்டாளர்கள் ஆக இருந்த இவர்களது பேரரசு இந்தியா முழுவதும் விரிவடைந்து இருக்க வேண்டாமா? அவர்களை விட நூறு மடங்கு குறைந்த வன்முறையாளர்களாக இருந்த பிரிட்டிஷ் காரர்களிடம் அவர்கள் சரணடைய வேண்டிய கட்டாயம் ஏன் ஏற்பட்டது? மராட்டியப் பிரபுகள் ஏன் பிரிட்டிஷ் வீரர்களிடம் ஒருவர்பின் ஒருவராகச் சரணடைந்தார்கள்? அவர்களில் யாராவது புத்தர் அல்லது மகாவீரரின் தத்துவத்தைப் பின்பற்றுபவர்களாக இருந்தார்களா?

ஜப்பான் ஆயிரம் ஆண்டுகளுக்கும் மேலாக பவுத்த மதத்தைப் பின்பற்றி வருகிறது. 1853ஆம் ஆண்டு அமெரிக்காவுடன் வர்த்தகம் செய்வதற்குத் தங்கள் துறைமுகங்களைத் திறக்கும் படி கட்டாயப்படுத்துவதற்காக அவர்களை கொமோடர் மேத்யூ சி பெர்ரி (அமெரிக்கக் கடற்படையின் கமோடர் மத்தேயு கல்பிரைத் பெர்ரி (1794-1858) பல வெற்றிகரமான கடற்படைத் தாக்குதல்களுக்கு தலைமை தாங்கினார், 1852-54 ஆம் ஆண்டு மேற்குலகுக்கு 'ஜப்பானைத் திறக்க' நடத்தப்பட்ட தாக்குதல் அவற்றில் முதன்மையானது ஆகும்) என்பவர் பீரங்கியைக் காட்டி மிரட்டிய போது, ஒற்றுமை மற்றும் சகோதரத்துவம் ஆகியவற்றின் உதவியுடன் அந்த அச்சுறுத்தலை எதிர்ப்பதற்கு ஜப்பானிய மக்கள் எவ்வாறு செயலூக்கம் பெற்றனர்? பவுத்தம் ஏன் அவர்களை சாத்வீகமான (sober) மற்றும் உதவியற்ற சமூகமாக மாற்றவில்லை? வியத்நாம் இன்று ஒரு பவுத்த தேசமாகக் கருதப்படுகிறது. வியட்நாமியர்கள் அமெரிக்கா போன்ற ஒரு வல்லரசுக்கு எதிராகப் போரிட்டு வெற்றி அடைந்தனர். வியட்நாமியர்கள் பவுத்தத் பின்னணி கொண்டிருந்த போதிலும், சமூக மற்றும் பொருளாதார நீதியை பெறுவதற்காக இவ்வளவு தைரியமாக போராடியது எப்படி? புத்தரின் அகிம்சைத் தத்துவம் சுதந்திரத்திற்கான அவர்களது போராட்டத்தைத் தடுத்ததா?

இந்தியாவின் தோல்விக்கான காரணிகள் முற்றிலும் வேறானவை ஆக இருந்தன, புத்தர் மற்றும் மகாவீரர்களின் போதனைகளுடன் அதற்கு எந்தத் தொடர்பும் இருக்கவில்லை என்பதை இந்த எடுத்துக்காட்டுகள் தெளிவாகக் காட்டுகின்றன. இந்துவாதிகளின் கோபத்திற்குக் காரணம், இந்தியர்கள் அன்னிய ஆட்சியாளர்களை வெற்றிகொள்ளத் தவறிவிட்டார்கள் என்பது அல்ல; அதற்கான காரணம் இன்னும் ஆழமானது. புத்தரும் மகாவீரரும் பிராமண மேலாதிக்கத்திற்கு எதிராகப் போராடினர், சமூக சமத்துவத்தை ஊக்குவித்தனர். மேலும், மதத்தின் அடிப்படையில் பிராமணர்களால் சுரண்டப்படுவதைத் தடுப்பதில் அவர்கள் வெற்றி பெற்றனர். இது புத்தருக்கும் மகாவீரருக்கும் எதிராக பிராமணர்களின் கோபத்தைத் தூண்டியது.

இந்துயிசத்தையும் இந்து ஆட்சியையும் பெருமைப்படுத்துவதில் இந்துவாதிகள் மகிழ்ச்சியடைகிறார்கள். ஆனால் பவுத்தர் ஆகிய ஹர்ஷவர்தனரைத் தோற்கடித்தார் என்ற போதிலும், இந்துவாகிய புலிகேசிக்கு அவர்கள் ஏன் உரிய மரியாதை தரவில்லை? இதற்கு கோல்வால்கரிடம் வேறு காரணங்கள் இருந்தன :

“ஹர்ஷருக்கும் புலிகேசிக்கும் இடையிலான போராட்டத்தை, தெற்கின் மீது ஆதிக்கம் செலுத்துவதற்கு வடக்கு மேற்கொண்ட முயற்சி மற்றும் அதனைத் தெற்கு வெற்றிகரமாக முறியடித்தது என்பதாகச் சித்தரிக்க முயற்சி செய்யப்படுகிறது. ஆனால் புலிகேசி திராவிடன் அல்ல, தமிழன் அல்லவே அல்ல! அவனது அரசு மகாராஷ்டிரத்தில் கோதாவரி நதிக்கரையில் உள்ள பிரதிஸ்தான் என்னும் இடத்தில் – தற்போது அது பைதான் என்று அழைக்கப் படுகிறது – நிறுவப்பட்டது. எப்படி இருப்பினும், இரு அரசர்களும் சமாதானம் செய்து கொண்டு, இணக்கமாக வாழ்ந்தனர். வடக்கு-தெற்கு சர்ச்சையானது அதிகார அரசியலை மேற்கொள்ளும் நவீன அரசியல்வாதிகளால் உருவாக்கப்பட்டது ஆகும். அனைத்து வகையான பிரிவினை விதைகளையும் விதைப்பதற்குத் தற்போதைய காலநிலை மிகவும் பொருத்தமாக இருப்பதாக அவர்கள் கருதுகிறார்கள்.”

கோல்வால்கர் சொல்வது நியாயமானது போலத் தோன்றுகிறது. ஆனால் ஆரியர்களுக்கும் ஆரியரல்லாதவர்களுக்கும், மற்றும் வட இந்தியாவுக்கும் தென்னிந்தியாவுக்கும் இடையிலான மோதலின் வேரானது, இந்துயிசத்திலும் இந்துச் சமூக அமைப்பிலும் உள்ளது என்பதை இந்துவாதிகள் ஏற்றுக்கொள்ள வேண்டும். மவுரியர்களுக்குப் பிந்தைய காலத்தில், பிராமணப் புரோகிதர்கள் சத்திரியர்களிடமிருந்து அதிகாரத்தைப் பறிக்கச் சதி செய்த போது அந்தச் சண்டைகள் வெடித்தன. இந்துவாதிகள் மற்றும் அவர்களைப் பின்பற்றுபவர்கள் எப்போதாவது சாதாரண மக்களின் நலனுக்காக அரசியல் அதிகாரத்தைப் பயன்படுத்தினார்களா? அவர்கள் சாமானியர்களிடம் இரக்கத்துடனும் பாசத்துடனும் நடந்து கொண்டார்களா? அவர்கள் சாதாரண மக்களின் இன்ப துன்பங்களிலும் பங்கேற்றிருந்தால், இந்திய அரசியலில் சாதிவாதம் என்ற பிரச்சினை ஒருபோதும் தலைதூக்கி இருக்காது.

இந்தச் சூழலில், இந்துவாதிகளால் 'சிறந்த பேஷ்வா' என்று கருதப்படும் இரண்டாம் பாஜிராவ் ஒரு சர்ச்சைக்குரிய உதாரணம் ஆவார். ஹோல்கரி வறட்சி (பத்தொன்பதாம் நூற்றாண்டில் இந்தியாவின் முதல் பஞ்சங்களில் ஒன்றான, பம்பாய் பிரசிடென்சியின் சில பகுதிகளில் 1803 முதல் 1804 வரையிலான வறட்சி, யஷ்வந்த்ராவ் ஹோல்கருக்கும் இரண்டாம் பேஷ்வா பாஜிராவ்க்கும் இடையிலான போரினால் ஏற்பட்டது. புனேவும் அதன் சுற்றுப்புறங்களும் வறட்சியால் பேரழிவிற்கு உட்பட்டன, ஹோல்கரின் இராணுவம் தானியக் களஞ்சியங்களைச்

சூறையாடியதாலும், விளைந்து நிற்கும் பயிர்களை அழித்ததாலும் இந்தப் பஞ்சம் ஏற்பட்டது. எனவே 'ஹோல்காரி வறட்சி என்று அழைக்கப்படுகிறது: இது 1804 ஏப்ரல்-ஆகஸ்ட் மாதங்களில் இது உச்சத்தை எட்டியது) என்று அறியப்படும் 1803-04 வறட்சியின் போது, இரண்டாம் பாஜிராவ் பிராமணர்களுக்கு மட்டுமே உதவும் கொள்கையைப் பின்பற்றினார். பிராமணர் அல்லாதவர்களின் நலன் குறித்த தனது பொறுப்பை அவர் வெளிப்படையாக மறுத்தார். வறட்சியால் பாதிக்கப்பட்ட பிராமணர் அல்லாத தொழிலாளர்கள் மற்றும் விவசாயிகள், பார்சி சமூகத்தினர் மற்றும் பிரிட்டிஷ்காரர்களிடமிருந்து உதவி பெற்றனர்.

ஆன்மிகம், புனித நூல்கள், கலாச்சாரம் மற்றும் மரபுகள் ஆகியவை பற்றிப் பேசிய பேஷ்வாக்கள், வறட்சியால் பாதிக்கப்பட்ட பிராமணர் அல்லாத ஏழைச் சமூகத்தினருக்கு ஒரு மனிதாபிமான சைகையாகக் கூட உதவி செய்ய முன்வரவில்லை. அவர்களது மதப் புனித நூல்களின் உயரிய சொற்கள் வெறும் சொற்களாக மட்டுமே இருந்தன, அவை செயலாக மாறவில்லை. பேஷ்வாவின் முடிவு மதப் புனித நூல்களில் உள்ள கோட்பாடுகளை அடிப்படையாகக் கொண்டது என்பது வெளிப்படையாகும். ஒரு பேரிடர் அல்லது இயற்கைப் பேரழிவு ஏற்பட்டால் முதலில் ஆதரவுகளையும் உதவிகளையும் பெறுபவர்கள் பிராமணர்கள் ஆக இருக்க வேண்டும் என்று அவை கூறுகின்றன. எனவே, பிராமணர் அல்லாத தொழிலாளர்கள் மற்றும் விவசாய வகுப்பினர் பிரிட்டிஷ்காரர்களுக்கு ஆதரவாகவும், பேஷ்வா ஆட்சியாளர்களுக்கு எதிராகவும் போராடியபோது அதற்குப் பொறுப்பேற்க வேண்டியது யார்? (இந்த நிகழ்வுகளில் ஒன்று, மூன்றாம் ஆங்கிலேய-மராத்தியப் போர் என்று அழைக்கப்பட்டதன் ஒரு பகுதியாக, இரண்டாம் பேஷ்வா பாஜிராவ் மற்றும் கிழக்கிந்தியக் கம்பெனி ஆகியோருக்கு இடையே ஜனவரி 1, 1818 அன்று நடைபெற்ற பீமா கோரேகான் போர் ஆகும். தீண்டத்தகாத சாதியினராகக் கருதப்பட்ட மகர்கள், மராட்டிய இராணுவத்தில் பணியாற்றுவதற்கான வாய்ப்பை உயர் ஜாதி பேஷ்வாக்கள் நிராகரித்தனர். இதற்குப் பின்னர் மகர்கள் அந்தப் போரில் பிரிட்டிஷ் தரப்பில் போரிட்டனர். பேஷ்வாக்கள் காலத்தில் தண்டனைகள் கூட சாதி அடிப்படையிலானவை ஆக இருந்தன, அவர்களது அட்சிக் காலத்தில் சொல்லமுடியாத அநீதிகளை அனுபவித்த மகார்களுக்கு ஆங்கிலேயர்களின் வருகை பிரிட்டிஷ்காரர்களின் வருகை புதிய வழிகளைத் திறந்தது. பீமா கோரேகான் போரில் இருபத்து

இரண்டு மகர்கள் உயிர் இழந்ததாகக் கூறப்படுகிறது. கோரேகானில் உள்ள விஜய் ஸ்தம்ப் அல்லது வெற்றித் தூணில் அவர்களது பெயர்கள் பொறிக்கப்பட்டுள்ளன. பீமா கோரேகான் தலித்துகளுக்கு ஒரு சிறப்புப் பொருத்தத்தைக் கொண்டிருக்கிறது, ஒவ்வொரு ஆண்டும் அவர்கள் அங்கு கூடி, அடக்குமுறை பிராமண பேஷ்வாக்கள் மீதான மகர்களின் வெற்றியாக அந்தப் போரை நினைவு கூர்கின்றனர்) கோல்வால்கரும் மற்றவர்களும் இந்தியச் சமுதாயத்தின் சிதைவுக்கு பிரிட்டிஷ்காரர்ககளைப் பொறுப்பாளி ஆக்குவதற்கு அவசரப்படுகிறார்கள். ஆனால் பிராமணர்கள் தான் தங்களது நன்மைக்காகவும், சுயநல நோக்கங்களுக்காகவும் தந்திரமான புத்திசாலித்தனத்துடன் சிதைவுக்கான விதைகளை விதைத்தனர்.

ஒரு குறிப்பிட்ட வர்க்கத்திற்கு லாபம் ஈட்டுவதற்காக இந்து கலாச்சாரத்திற்குப் புத்துயிர் ஊட்டி அதனைப் பெருமைப்படுத்துவது இன்றும்கூடப் பலனளிப்பதாக இருந்து வருகிறது. இந்த நாடு முஸ்லிம்களுக்குச் சொந்தமானது இல்லை என்ற உணர்வு இந்தியாவில் பரவலாக உள்ளது. முகலாய வம்சம் ஆனது 'அன்னிய ஆட்சியின்' அடையாளமாக ஆக்கப்பட்டுள்ளது:

"(முஸ்லிம்கள்) இந்த மண்ணில் பிறந்தவர்கள் தான், அதில் சந்தேகமில்லை. ஆனால் அவர்கள் இந்த மண்ணுக்கு விசுவாசமாக இருக்கிறார்களா? அவர்களை வளர்த்த இந்த மண்ணுக்கு அவர்கள் நன்றியுள்ளவர்களாக இருக்கிறார்களா? தாங்கள் இந்த மண்ணின் மற்றும் அதன் பாரம்பரியத்தின் மைந்தர்கள், அதற்குச் சேவை செய்வது பெரும் அதிர்ஷ்டம் என்று அவர்கள் நினைக்கிறார்களா? தாய்நாட்டுக்குச் சேவை செய்வது தனது கடமை என்று நினைக்கிறார்களா, இல்லை! மதமாற்றத்துடன் கூடவே, தேசத்தின் மீதான அன்புணர்ச்சியும், பக்தியும் போய்விட்டன........ இந்த மண்ணின் எதிரிகளுடன் அடையாளப் படுத்திக் கொள்ளும் உணர்வையும் அவர்கள் வளர்த்துக் கொண்டுள்ளனர். தங்களை 'ஷேக்' மற்றும் 'சையத்' என்று அழைத்துக் கொள்கிறார்கள். ஷேக்குகள் மற்றும் சையத்கள் ஆகியோர் அரேபியாவில் உள்ள குலக்குழுக்கள் (clans) ஆகும். அப்படி இருக்கும் போது, அவர்களின் வழிவந்தவர்கள் என்று இவர்கள் எவ்வாறு உணர்கிறார்கள்? இந்த நாட்டு மூதாதையர்களின் தேசியப் பிணைப்புகளில் இருந்து தம்மைக் கத்தரித்துக் கொண்டு, ஆக்கிரமிப்பாளர்களுடன் மனதளவில் தம்மை இணைத்துக் கொண்டு விட்டனர்."

'முகலாய்' (முகலாயர் ஆட்சி) என்ற சொல் அன்றாட உரையாடல்களில் கசப்புணர்வுடன் பயன்படுத்தப்படுகிறது. 'பேஷ்வாய்' (பேஷ்வா ஆட்சி) குறித்து, குறிப்பாக கிராமப்புறங்களில் பயன்படுத்தப்படும் அதே தொனியில் தான் இது பயன்படுத்தப் படுகிறது. மகாராஷ்டிராவின் கிராமப்புறங்களுக்குச் செல்லாவிட்டால், 'பேஷ்வா' என்ற வார்த்தையில் மறைந்திருக்கும் கசப்பின் ஆழத்தை ஒருவர் எப்படி அறிந்து கொள்ள முடியும்? பேஷ்வாக்கள் விவசாயிகள் விளைவித்த உப்பைத் தின்றுவிட்டு, அவர்களது பெண்களைப் பாலியல் பலாத்காரம் செய்து, அவர்கள் அனைவரையும் வறட்சியில் இறக்கவிட்டுவிட்டனர். இன்றைய ஆர்.எஸ்.எஸ் அமைப்பு இந்துக் கலாச்சாரம் மற்றும் நால்வருண மரபுகளின் மறுமலர்ச்சி பற்றிக் குறிப்பிடும்போது, இந்துக் கலாச்சாரத்தின் இந்த வரலாற்றை அது மீண்டும் நினைவுபடுத்துகிறது. அதில், சாதாரண மக்களின் கண்ணியத்தைப் பற்றி எந்தக் குறிப்பும் இல்லை. சாதாரண மக்களின் வாழ்க்கையை மேம்படுத்தக்கூடிய சமூக மற்றும் பொருளாதார நீதி மற்றும் சுதந்திரம் குறித்து எந்தக் குறிப்பும் இல்லை. மாறாக, இந்துக் கலாச்சாரம் என்பது புரோகித மேலாதிக்கத்தின் கலாச்சாரம் என்பது தெளிவாக வெளிப்படுகிறது.

பழமையான இந்து கலாச்சாரத்திற்கு புத்துயிர் ஊட்ட ஆர்.எஸ்.எஸ் முயற்சி செய்கிற நிலையில் பெண்களை அது நடத்துகிற விதம் மற்றொரு சந்தேகத்திற்குரிய அம்சம் ஆக உள்ளது. சோசலிசத் தலைவரும் தொழிற்சங்கத் தலைவருமான பாபா ஆதவ், முற்போக்குக் கருத்துகளை கொண்ட புரோகாமி சத்யாசோதக் என்னும் பத்திரிகையில் வெளியான சங்காச்சி தோங்பாஜி' (சங்கத்தின் பாசாங்குத்தனம்) என்னும் சிந்தனையைத் தூண்டும் கட்டுரையில் இதுகுறித்து விவாதித்துள்ளார். பாபா ஆதவ், எராவாடா சிறையில் தான் கண்ட ஒரு உரையாடலை அதில் விவரிக்கிறார். அவசரநிலைக் காலத்தில் அங்கு அவர் மூத்த ஆர்.எஸ்.எஸ் உறுப்பினர் பாபா பிடேவுடன் சிறை வைக்கப் பட்டிருந்தார். பெண்கள் குறித்த பாபா பிடேவின் அணுகுமுறையை வெளிப்படுத்தும் இந்த உரையாடல் யாரையும் வேதனைப்படுத்தக் கூடியது ஆகும். ஒவ்வொரு பொருளிலும் பெண்களை அவமதித்து, அவமானப்படுத்துவதன் மூலம் இந்துக் கலாச்சாரத்தைப் புதுப்பிக்க ஆர்.எஸ்.எஸ் முயற்சி செய்கிறது. எனவே, பெண்கள் குறித்த ஆர்.எஸ்.எஸ்.ஸின் கண்ணோட்டத்தைக் கருத்தில் கொள்வது அவசியமாகும்.

உலகம் முழுவதும், மதம், தேசம் மற்றும் இனம் ஆகியவற்றின் பெயரால் போர்கள் நடத்தப்பட்டுள்ளன. அவற்றில் பங்கு பெற்றவர்கள் பெருமைப்படுத்தப்பட்டு கொண்டாடப்படுகிறார்கள். ஆனால் இரண்டாம் உலகப் போரில் ஹிரோஷிமாவை பேரழிவிற்கு உட்படுத்திய அணுகுண்டு வீச்சு போன்ற தீவிரமான போர்ச் செயல்கள், மனிதச் சீற்றம் மற்றும் இரக்கமின்மை ஆகியவற்றுக்கு மனதைப் பிசையும் எடுத்துக்காட்டுகள் ஆகும். இத்தகைய மற்றொரு கொடிய நிகழ்வு இடைக்கால ஐரோப்பாவில் நடைபெற்றது, அங்கு முரண் சமய நம்பிக்கையாளர் (heretics) என்று நம்பப்பட்டவர்கள் உயிருடன் எரிக்கப்பட்டனர். சுமார் இருநூறு ஆண்டுக் காலத்தில், ஆயிரக்கணக்கான மத எதிர்ப்பாளர்கள் மற்றும் மாற்றுக் கருத்து உடையவர்கள் படுகொலை செய்யப்பட்டனர். ஆனால் அந்த கொலைகளில் பாலின பாகுபாடு காட்டப்படவில்லை என்பதைக் கவனத்தில் கொள்ள வேண்டும். தார்மிகக் கோட்பாடுகள் மற்றும் விழுமியங்களை நிலைநிறுத்துவது, மதம், ஆன்மிகம் மற்றும் சமூக நலனைப் பாதுகாப்பது ஆகியவற்றுக்கான பொறுப்பு பெண்கள்மீது மட்டுமே சுமத்தப்படவில்லை. மறுபுறத்தில், ஒழுக்கவிதிகள், மதம், முக்தி மற்றும் சொர்க்கத்தை அடைவது போன்ற சாக்குப்போக்குகளின் கீழ் தங்கள் கணவரின் சிதையில் தங்களையும் சதி (உடனெரித்தல்) செய்துகொள்ளும்படி இந்துப் பெண்களுக்குக் கூறப்பட்டது. உலகின் வேறெந்தக் கலாச்சாரத்திலும் இதற்கு ஈடான கொடுமை கிடையவே கிடையாது.

ராமாயணத்தில் இந்திரஜித்தின் மனைவி சுலோச்சனையும் மகாபாரதத்தில் பாண்டு மன்னனின் மனைவி மாத்ரியும் தங்கள் கணவனின் சிதையில் தன்னையும் எரித்துக் கொண்டனர். இந்த இரண்டு நிகழ்வுகளைத் தவிர, அந்த சகாப்தத்தில் இருந்து சதி பற்றி வேறு குறிப்புகள் எதுவும் இல்லை. அக்காலங்களில் சதி என்பது ஒரு பொதுவான நடைமுறையாக இருக்கவில்லை என்பதை இது குறிக்கிறது. ஆய்வாளர்களின் கூற்றுப்படி, சதி செய்து கொள்ளும் மரபு ஆறாம் நூற்றாண்டு முதல் பத்தாம் நூற்றாண்டு வரையிலான காலத்திலும் அதற்குப் பிறகும் பொதுவான ஒன்றாகிவிட்டது. பிராமணப் புரோகிதர்களால் உருவாக்கப்பட்ட இலக்கியங்கள் இந்த சீரழிவுக்கான விஷத்தை விதைத்தன, அதன் விளைவாகப் பல நூற்றாண்டுகளாக பெண்கள் அடிமைப்படுத்தப்பட்டனர்.

இராமாயணத்தின் ஆரண்ய காண்டம் பெண்களை இழிவுபடுத்தும் ஒரு பழமொழியைக் குறிப்பிடுகிறது: இதன் பொருள், ஒரு பெண்ணுக்குச் சுதந்திரம் இல்லை என்பதாகும்; அவள் தான் விடுதலை அடைய வேண்டும் என்றோ அல்லது சுதந்திரமாக இருக்க வேண்டும் என்றோ ஆசைப்பட முடியாது. மகாபாரதத்தின் அனுசாசன பர்வத்தில், பெண்கள் மிக மோசமாகத் தாக்கப்பட்டு, கடுமையான மற்றும் கசப்பான வார்த்தைகளால் முற்றிலும் அவமானப்படுத்தப் படுகிறார்கள்:

“ஒரு பெண்ணைப் போல பாவி வேறு யாரும் இல்லை; அவள் மிகவும் பாவம் நிறைந்தவள்”

மேலும்,

“வாளின் ஒரு பக்கத்தில் பாம்பின் நஞ்சையும் மறுபக்கத்தில் பெண்ணையும் வைத்து சமநிலைப் படுத்த முடியும்”.

பகவத் கீதை போன்றதொரு தத்துவவியல் நூலில் பெண்கள், வைசியர்கள் மற்றும் சூத்திரர்கள் ஆகியோர் இழிந்த பிறப்பு உடையவர்களாகச் சித்தரிக்கப் படுகிறார்கள், மோசமான தோற்றம் உடையவர்கள் என்று பொருள்படும் விதமாகப் பாவ யோனியில் பிறந்தவர்கள் என்று அழைக்கப்படுகிறார்கள். பராசர ஸ்மிருதியும் பெண்களைக் கொச்சைப் படுத்துகிறது, ஆண்களைவிடப் பெண்களுக்கு எட்டு மடங்கு அதிக காம இச்சை உண்டு என்று கூறுகிறது. மனுஸ்மிருதியில் பெண்களை அவமானப் படுத்துவதும், அசிங்கப்படுத்துவதும் (insults and humiliation) உச்சத்தை எட்டின. உடன்கட்டை ஏறும் பழக்கத்தை ஆதரித்த பல அறிஞர்கள் பிராமணக் குடும்பத்தில் பிறந்தவர்களாக இருந்தனர். பிரிட்டிஷ் இந்தியாவின் முதல் கவர்னர் ஜெனரல் ஆன லார்ட் வில்லியம் பெண்டின்க், கணவரின் இறுதிச் சடங்கில் விதவை மனைவியும் உயிர் துறக்கும் இந்த மிருகத்தனமான மற்றும் கொடூரமான வழக்கத்தைத் தடுக்க முயன்றார். அவர் உடன்கட்டை ஏறுவதற்கு மட்டுமின்றி, சாதிய இறுக்கம் (rigidity), பலதார மணம் மற்றும் குழந்தைத் திருமணம் ஆகியவற்றுக்கும் எதிரானவராக இருந்தார். ராஜா ராம் மோகன் ராயின் உதவியுடன், 1829 ஆம் ஆண்டில் பிரிட்டிஷ் இந்தியாவில் கொடூரமான மற்றும் மனிதத் தன்மையற்ற உடன்கட்டை ஏறும் வழக்கத்தை ஒழிப்பதற்காக ஒரு சட்டத்தைக் கொண்டு வருவதில் வெற்றி பெற்றார்.

குழந்தைத் திருமணம் மற்றும் விதவைகளுக்கு மொட்டையடித்தல் போன்ற பழக்கங்கள் இருபதாம் நூற்றாண்டு வரை தொடர்ந்தன. பொருளாதார வல்லுநர், வரலாற்றாசிரியர் மற்றும் கல்வியாளர்

ஆன டாக்டர் சுமந்த் கே. முரஞ்சன், *Purohitvargavarchasva va Bharatacha Samajik Itihas* என்ற தனது நூலில், விதவைகள் எதிர்கொள்ளும் நெருக்குதல்கள் மற்றும் பிராமணக் குடும்பங்களில் விதவை மறுமணம் மீதான தடை ஆகியவை குறித்து சமூகவியல் உள்நோக்குப் பார்வையை வழங்கியுள்ளார். பிராமணக் குடும்பங்களில் பெண்கள் மீது - குறிப்பாக ஒரு பிராமணப் பெண் ஒரு குழந்தையைப் பிரசவிக்கும்போது - பல கடுமையான பழக்கங்களைப் பின்பற்றுவது கட்டாயமாக்கப்பட்டது. இதர சாதிகள் மற்றும் மதங்களைச் சேர்ந்த பெண்கள், பிரசவத்திற்கு பிந்தைய கவனிப்பு வழங்குவதற்கு பிராமணர்கள் வீட்டிற்குள் அனுமதிக்கப்படவில்லை. பிராமணப் பெண்கள் மட்டுமே, பொதுவாக விதவைகளே, பிராமணக் குடும்பங்களுக்கு ஊழியர்களாகப் பணியாற்ற அனுமதிக்கப்பட்டனர். அதனால்தான் விதவைகள் மீது கடுமையான விதிகளை விதிப்பது அவசியமானது - பிராமணக் குடும்பம் என்ற அமைப்பைப் பாதுகாப்பதற்காக அத்தகைய விதிகள் விதிக்கப்பட்டன. பல்வேறு விவரங்கள் இந்த நடைமுறைகள் குறித்துச் சான்றுகளை வழங்குகின்றன. 1901ஆம் ஆண்டு இந்திய மக்கள் தொகை கணக்கெடுப்பின்படி, மகாராஷ்டிராவில் மட்டும் ஐந்து வயதுக்குட்பட்ட 15,500 பிராமண விதவைகள் இருந்தனர். பதினைந்து வயதுக்குக் குறைவான 3,25,000 பிராமண விதவைகளும், முப்பது வயதுக்குக் குறைவான 25,50,000 பேர்களும் இருந்தனர். இந்தப் புள்ளிவிவரங்கள் குடும்பக் கட்டமைப்பைப் பாதுகாப்பதற்கு பிராமணர்கள் பின்பற்றிய மூலோபாயத்தைக் (strategy) காட்டுகின்றன. இந்த எண்ணிக்கைகளைப் பார்த்த பின்னரும், அந்த இளம் பெண்களுக்காக பிராமணர்கள் என்ன செய்தார்கள்?

சதியின் பாரம்பரியத்தைப் போலவே, குழந்தைத் திருமணமும், கட்டாய விதவை நிலையும் இந்து சமூக-கலாச்சார நியமங்களுக்கு மட்டுமல்லாமல், இந்து அரசியல் மற்றும் பொருளாதாரக் கொள்கைகளுக்கும் இசைவானதாக இருக்கின்றன. சக்ரதர சுவாமியின் சீடரான ராம்தேவ்ராயா என்பவர், பதின்மூன்றாம் நூற்றாண்டைச் சேர்ந்த ஞானேஸ்வரி என்ற புத்தகத்தில் மிக உயர்வாகக் குறிப்பிடப்பட்டுள்ளார், அது மராத்திக் கவிஞரும் சாதுவும் ஆகிய தியானேஷ் எழுதிய பகவத் கீதை பற்றிய விளக்க உரையாகும். மன்னர் ராம்தேவ்ராயாவின் மனைவி கமிராணி, தனது மகன் சங்கர்தேவாவினால் உடன்கட்டை ஏறும்படிக் கட்டாயப்படுத்தப்பட்டு அதன் காரணமாகத் தனது கணவரின்

சிதையில் தன்னையும் எப்படி எரித்துக் கொண்டார் என்பதை அது விவரிக்கிறது. இது சிம்மாசனத்திற்கு உரிமை கோரக் கூடிய மற்றொரு வாரிசை அகற்றுவதற்கான சங்கர்தேவாவின் அரசியல் உத்தியாக இருந்தது. எப்படி இருப்பினும், உடன்கட்டை ஏறும் போது அவனது ராஜ்ஜியம் மண்ணோடு மண்ணாகட்டும் என்று ராணி கமிராணி சாபம் விடுத்தார்.

மூன்றாம் பேஷ்வா பாலாஜி பாஜிராவ் (நானா சாஹேப்), சதி செய்து கொள்ளும் படி அரசர் சாகுவின் 55 வயது மனைவி சக்வர்பாய்க்கு அழுத்தம் கொடுத்தார். அது அரச வாரிசாக யார் வர வேண்டும் என்று அவர் விரும்பினாரோ அவருக்கு ஆதரவான ஒரு அரசியல் போர்த்தந்திரம் ஆக இருந்தது. முதலாம் மாதவராவ் மரணப்படுக்கையில் இருந்த போது, ரமாபாய் சதி செய்து கொள்ள வேண்டும் என்று அவர் ஆலோசனை கூறினார். பாசம் மற்றும் பரிவு ஆகியவற்றின் ஊற்றாக இருந்த நமது நாட்டு அப்பாவிப் பெண்கள் சாகும்படி வற்புறுத்தப்பட்டார்கள்.

இவ்வாறு அவர்கள் இந்துக் கலாச்சாரத்தால் முற்றிலுமாக அவமானப்படுத்தப்பட்டு அவமதிக்கப்பட்டார்கள். இந்துக் கலாச்சாரத்தின் அழிவுக்கு இந்தப் பெண்களின் சாபமே காரணமாகும். பெண்களையும் தாய்மையையும் பெருமைப்படுத்தும் சமஸ்கிருத இலக்கியங்கள் எதுவும் அவர்களது உதவிக்கு வரவில்லை, மனைவிமார்கள் உயிரோடு எரித்துக் கொல்லப்பட்டதன் காரணமாக சீரழிவதில் இருந்து இந்துக் கலாச்சாரத்தைக் காப்பாற்ற முடியவில்லை. அதிகார வேட்கை மற்றும் பொருளாதாரப் பலன்கள் ஆகியவற்றை மிக அதிகமாக வெறித்தனமாகப் பின்பற்றிய காரணத்தால், கணவனுக்குப் பின்னர் உயிரிழக்கும் மனைவி என்பவளும்கூட பெருமைப்படுத்தப்பட்ட ஒரு தாய்தான் என்பதை பிராமணப் புரோகிதர்களால் புரிந்துகொள்ளக் கூட முடியவில்லை.

சதி வழக்கத்தின் பொருளாதாரப் பின்புலமானது, பிராமண மரபு எந்த அளவு சீரழிந்து இருந்தது என்பதைக் காட்டுகிறது. அதன் கீழான, மோசமான மற்றும் தந்திரத் தன்மையை அது வெளிப்படுத்துகிறது. சதி செய்து கொள்ளும் பெண் ஒரு விலைமதிப்பு மிக்க வைரக்கல்லைத் தனது வாயில் அடக்கிக் கொள்ள வேண்டும், வேறு ஐந்து வைரக்கற்களைத் தனது சேலையில் முடிந்து கொள்ள வேண்டும் என்று அந்த்யேஷ்டி எனப்படும் இறுதிச்சடங்கு கோரியது. பின்னர் இந்தப் பழக்கம் மாற்றி அமைக்கப்பட்டு, பெண் தனது தங்க நகைகள்

அனைத்தையும் அணிந்தவாறே சதி செய்து கொள்ள வேண்டும் என்று வற்புறுத்தப்பட்டது. பின்னர் அந்த நகைகளைச் சேகரிப்பதற்காக பிராமணப் புரோகிதர்கள் எரித்துக் கொல்லப்பட்ட பெண்ணின் சாம்பலைத் துழாவுவார்கள் (grope around in the ashes), அது அவர்களுக்கு மட்டுமே ஆன தனியுரிமை ஆக இருந்தது. இந்த மரபைத் தொடர்வது, பிராமணர்களுக்குப் பொருளாதார ரீதியாக நன்மை பயப்பதாக இருந்தது என்பது வெளிப்படை ஆகும். எனவே, அதற்குக் கடுமையான விதிகளையும் நடத்தை முறைகளையும் கண்டுபிடித்த அவர்கள், அந்த மரபு குறித்த சமூக அந்தஸ்து என்னும் ஒரு ஒளிவட்டத்தையும் உருவாக்கினர். அவர்கள் சதி செய்து கொண்ட பெண்களுக்குக் கோவில்களையும் கட்டினார்கள். அது விசுவாசத்திற்கான ஒரு எடுத்துக்காட்டு, ஒழுக்கத்தின் மிக உயர்ந்த வடிவம் என்றெல்லாம் கூறி அந்தப் பழக்கத்தைப் பெருமைபட உயர்த்திக் கூறினர். புரோகிதர்கள் தங்களின் மத உரைகளின் மூலம், சதி செய்து கொள்ளும் பெண்கள் அதிகாரம் படைத்தவர்கள் என்னும் விதமான ஒரு புனைகதைச் சித்திரத்தை உருவாக்கினர், அதே சித்திரம் பரப்பப்பட்டது. சதி செய்துகொள்ளும் பெண்களின் எண்ணிக்கையை அதிகரிக்கும் பொருட்டு குழந்தைத் திருமண முறையை அவர்கள் ஊக்குவித்தார்கள். திருமணம் செய்து கொள்ளாமல் இறந்து போகும் ஆண், தீமையின் அடையாளமாகக் கருதப்பட்டான். புரோகித வர்க்கம் தப்ப முடியாத ஒரு தீமையின் பொறியை உருவாக்கியது, இறுதியாக அது இந்துச் சமூகத்தின் சீரழிவு மற்றும் நாசத்திற்கு இட்டுச் சென்றது.

இந்துத் தலைவரும் சிந்தனையாளரும் ஆன பாலகங்காதர திலகர், திருமண ஒப்புதல் வயதுச் சட்டத்தை (Age of Consent Act) எதிர்த்து, குழந்தைத் திருமண வழக்கம் தொடர்வதற்கு உதவியாக இருந்தவர்களில் ஒருவர் ஆவார். பிரிட்டிஷ் ஆட்சியாளர்கள் அன்னியர்களாக இருந்த காரணத்தினாலேயே அவர்கள் தேச விரோதிகள் என்று கோல்வால்கர் சொல்வதை நாம் பின்பற்றி விட முடியுமா? இந்தியப் பெண்கள் பென்டிக் பிரபுவை எந்த வகையில் தமது எதிரியாகக் கருத முடியும்? பெண்கள் தமது எதிரிகள் யார் நண்பர்கள் யார் என்பதை அடையாளம் காண்பதற்கு பிராமணப் புரோகிதர்கள் எந்த வழியாவது விட்டு வைத்திருக்கிறார்களா?

'சதி' என்ற வடிவத்தில் பெண்களை இழிவுபடுத்துவது கேள்விக்கு உள்ளாக்கப் படாமல் இருக்கவில்லை. ஆறாம்

நூற்றாண்டைச் சேர்ந்த புகழ்பெற்ற வானியலாளர் வராகமிகிரர் இந்தப் பழக்கத்தை எதிர்த்திருக்கிறார். பதினெட்டாம் நூற்றாண்டு முதல் இருபதாம் நூற்றாண்டு வரையில் ராஜாராம் மோகன்ராய், மகாத்மா ஜோதிராவ் பூலே, கோபால் கணேஷ் அகர்கர், நீதிபதி மகாதேவ் கோவிந்த ரானடே, பாபாசாகேப் அம்பேத்கர் போன்ற சீர்திருத்தவாதிகள், தீய இந்துப் பழக்கங்களுக்கு எதிராகப் போராட்டங்களைத் தொடங்கினார்கள். அதன் விளைவாக இன்றையப் பெண்கள் அதுபோன்ற மிருகத்தனமான இந்து மரபுகளில் இருந்து விடுதலை அடைந்துள்ளனர்.

இத்தகைய தேசிய நாயகர்கள் குறித்து ஆர்.எஸ்.எஸ் என்ன சொல்கிறது? அது அவர்களை எப்படிச் சித்தரிக்கிறது? இந்தியர்களிடையே வரலாற்று ஒற்றுமை நிலவியது என்னும் பொய்யான கருத்தை முன்வைக்கும் கோல்வால்கர் பின்வருமாறு கூறினார் :

“பக்தியின் பாதையில் உள்ள வேறுபாடுகள், சமூகத்தில் இருந்த பிளவுகள் என்று அர்த்தமல்ல. அவை அனைத்தும் ஒரு பொதுவான தர்மத்தின் பிரிக்க முடியாத உறுப்புகளாக இருந்தன, அவை சமூகத்தை ஒன்றிணைத்தன. அதே தத்துவம்... அதே புனித சம்ஸ்காரங்கள், சுருக்கமாகச் சொல்வதானால், அதே இரத்தம் நம் சமூகத்தின் இந்த எல்லா உறுப்புகளிலும் பாய்ந்தோடியது .... மதப்பிரிவுகளின் பன்முகத் தன்மையானது கடந்த காலங்களில் மிக அரிதாகவே நம் மக்களிடையே இரத்தம் சிந்துதல் அல்லது தூய்மையற்ற போட்டியை உருவாக்கியது. ஒருவர் தனது சொந்தக் கருத்தை நிறுவ முயன்றபோதும் அல்லது மற்றவர்களைத் தவறென்று நிரூபிக்க முயற்சித்தபோதும், மண்டை உடைப்புகள் ஒருபோதும் நடக்கவில்லை”

இந்தியாவின் தேசிய வரலாற்றுப் பெருமிதம் பற்றிய கோல்வால்கரின் கூற்று எந்த அளவுக்கு உண்மையானது? பல சிந்தனையாளர்கள் இந்தத் தவறான கருத்தால் பாதிக்கப்பட்டுள்ளனர். இந்த வகையில் இந்திய வரலாறானது, இதர நாடுகளின் வரலாற்றில் இருந்து மாறுபட்டது அல்ல, அப்படி இருப்பதற்குக் காரணமும் இல்லை. இந்தியச் சமூகமும் இதர நாடுகளைப் போலவே வளர்ச்சி நிலைகளைக் கடந்தது. வரலாற்றை நிலையானதாக வைத்திருக்க ஒருவர் எவ்வளவுதான் முயற்சி செய்தாலும் அது நிலையாக இருக்காது.

பிருகத்ரத மவுரியர் புத்தனைப் பின்பற்றுபவராக இருந்தார் என்பதற்காக புஷ்யமித்ர சுங்கன் அவரைக் கொலை

செய்யவில்லையா? பிருகத்ரத மவுரியர் பவுத்தச் சிந்தனையைப் பின்பற்றுபவர் ஆக இருந்தார் என்பதாலேயே அவரைக் கொலை செய்ய அரசியல் சதித்திட்டம் தீட்டப்படவில்லையா? பேரரசர் ஷிலாஜித் எனப்படும் ஹர்ஷர் எல்லா மதங்கள் மற்றும் மதநம்பிக்கைகளையும் சகித்துக் கொள்பவராக இருந்தார், பவுத்தச் சிந்தனையில் நம்பிக்கை உடையவராக இருந்தார் என்பதனால் ஐநூறு பிராமணர்கள் அவரைக் கொல்வதற்குத் திட்டமிடவில்லையா? சீனப் பயணி யுவான் சுவாங் இதனைப் பதிவு செய்திருக்கிறார். அது பொய்யானதா? பதிமூன்றாம் நூற்றாண்டில் மகாராஷ்டிராவில் வாழ்ந்தவரும் அமானுஷ்ய சடங்குகள் செய்யும் புரோகிதரும் ஆன ஹேமாத்ரி பண்டிட் என்பவர், அனைவரையும் அரவணைத்துச் செல்வதும் மரபுசார் சடங்குகள், மூடநம்பிக்கைகள் மற்றும் அமானுஷ்ய நடைமுறைகள் ஆகியவற்றுக்கு எதிரானதாக இருந்த மகானுபாவ (Mahanubhav) பிரிவைத் தோற்றுவித்த சக்ரதர சுவாமியைக் கொலை செய்யவில்லையா? ஹேமாத்ரியின் மனைவி அந்த சீர்திருத்தவாதியின் மதப்பிரசங்கங்களில் கலந்து கொண்டார் என்பதற்காகவே அவர் கொலை செய்யப்பட்டார். அரசரே அவரைக் கொலை செய்வித்தார் என்ற வதந்தியும் பரப்பப் பட்டது. உண்மை என்று பரவலாக நம்பப்படும் இந்தக் கதை பொய்யானதா?

மண்டை உடைப்புக்குச் சான்றுகள் வேண்டும் என்று கோல்வால்கர் விரும்பினால், கெடுவாய்ப்பாக இந்திய வரலாற்றில் அத்தகைய சான்றுகள் ஏராளமாக உள்ளன. சோழ அரசன் கிருமி கண்ட [இது இரண்டாம் குலோத்துங்க சோழனைக் குறிப்பிடும் சொல் ஆகும் – தமிழ் மொழிபெயர்ப்பாளர்] விசிஷ்டாத்வைத சிறப்பு இரண்டன்மைத் (qualified non-dualism) தத்துவத்தை உருவாக்கிய ராமானுஜரை ஏற்றுக் கொள்ளவில்லை. ராமானுஜரின் நண்பரும் சிஷ்யருமாகிய குரேஷா என்பவரை [இது கூரத்தாழ்வாரைக் குறிக்கிறது – தமிழ் மொழிபெயர்ப்பாளர்] இராமானுஜர் என்று தவறாகக் கருதிவிட்ட அரசன் அவரைக் குருடாக்கினான். மைசூரு அருகில் உள்ள மேலக்கோட்டைக்குத் தப்பிச் சென்ற ராமானுஜர், ஹொய்சால அரசன் பிட்டிதேவன் (பின்னர் அரசன் விஷ்ணுவர்த்தனன் என்று அறியப்பட்டவன்) ஆதரவைப் பெறுவதில் வெற்றி கண்டார். அந்த அரசன் பின்னாளில் அவரைப் பின்பற்றுபவன் ஆனான். அரசனையும் அவனது நாட்டு மக்களையும் விசிஷ்டாத்வைதத்திற்கு மாற்றுவதன் மூலம் சமண சமயத்திற்கு முடிவு கட்ட முயற்சித்தார் ராமானுஜர். இந்த நடவடிக்கையில் சமண சமயத்தினர் பலர் கொல்லப்பட்டனர்

என்பதை ராமானுஜரைப் பின்பற்றுபவர்கள் பெருமையுடன் குறிப்பிட்டனர். சமணர்கள் மாறுபட்ட மதக் கண்ணோட்டம் கொண்டிருந்தனர் என்பது இதற்குக் காரணம் இல்லையா?

மிக அண்மைக் காலங்களில், இதர மதங்களைப் பின்பற்றுபவர்களும், இந்துவாதிகளிடம் இருந்து மாறுபட்ட கண்ணோட்டம் உடையவர்களும் கடுமையான தாக்குதல்களைச் சந்தித்துள்ளனர். அதிக அளவிலான அவமானத்தை ஏற்படுத்துவதற்காக புதிய வழிமுறைகள் கண்டுபிடிக்கப் பட்டன. ஆரிய சமாஜத்தை நிறுவிய தயானந்த சரசுவதியின் ஊர்வலம் நடந்து கொண்டிருந்த போது, விஷ்ணு சாஸ்திரி சிப்லுங்கரின் ஆதரவாளர்கள் கழுதைகளின் ஊர்வலம் ஒன்றை நடத்தினர். இந்துவாதிகளுடன் முரண்பட்ட ஒரு கருத்தை அகர்கர் வெளிப்படுத்திய போது, பொய்யான சவ ஊர்வலம் ஒன்று நடத்தப்பட்டது. பகுத்தறிவாளர் என்று சொல்லப்படும் சாவர்கர், பவுத்த மதத்திற்கு மாறியதற்காக அம்பேத்கரை மாசடைந்தவர் (polluted) என்று அழைத்தார். எனவே, மற்ற நாடுகளின் வரலாறுகளுடன் ஒப்பிட்டுப் பார்க்கும்போது இந்தியாவின் வரலாறு பெருமைப்படுத்தத் தகுதியற்றது ஆகும். இந்துவாதிகள் நமது நாட்டின் 'பெருமைமிகு வரலாறு' என்று சொல்லப்படுவதை விளக்க முன்வர வேண்டும்.

தன்னை ஒரு தேசிய இயக்கம் என்று அழைத்துக் கொள்ளும் ஆர்.எஸ்.எஸ் அமைப்பில் பெண்களுக்கு ஏன் இடமில்லை என்பது ஒரு புதிராகும். நமது நாட்டின் அரசியல் அரங்கில் ராஷ்டிர சேவா தள், யுவக் கிராந்தி தள், இளைஞர் மன்றம் போன்ற ஏராளமான இளைஞர் அமைப்புகள் இருப்பதைக் காண்கிறோம். இந்த அமைப்புகள் எவையும் பெண்களை ஒதுக்கவில்லை, பெண்கள் அந்த அமைப்புகளில் சேர்த்துக் கொள்ளப்பட முடியாதவர்கள் அல்ல. பெண்களுக்கெனத் தனியான அமைப்பு தேவை என்றும் அந்த அமைப்புகள் வாதிடவில்லை. ஆர்.எஸ்.எஸ் ஏன் பெண்களைத் தனது அமைப்பில் சேர்த்துக் கொள்ள மறுக்கிறது. அதற்கு ஆண்-பெண் சமத்துவத்தில் நம்பிக்கை இல்லையா அல்லது தனது வசதிக்காக அப்படிச் செய்கிறதா? ஆர்.எஸ்.எஸ் அமைப்பு இந்துக் கலாச்சாரத்தின் இருப்பை உறுதி செய்யும் தனியான அமைப்பைப் பாதுகாக்க விரும்புகிறது என்றால் அதன் தலைவர் இதற்கு பதில் தர வேண்டும். மேலும் தனது அமைப்பில் பெண்களை உறுப்பினர்களாக அனுமதிப்பதன் மூலம் எத்தகைய சிரமங்கள் (difficulties) ஏற்படும் என்பதையும் அவர் விளக்க வேண்டும்.

அரைக்கால் சட்டை – தற்போது முழுக்கால் சட்டை – அணியும், இந்துவாத நால்வருணம் சார்ந்த சமூக முறை மற்றும் பெண்ணடிமைத்தனம் ஆகியவற்றை ஆதரிக்கும் இன்றைய ஆர்.எஸ்.எஸ்.ஸின் தன்னார்வலர் படையானது, பெண்களைச் சமமானவர்களாக நடத்தும் என்று நான் நம்பவில்லை. இந்தத் தன்னார்வலர்களில் பெரும்பாலானவர்களின் வயதைக் கணக்கில் கொண்டு பார்த்தால், அவர்களில் பெரும்பாலானவர்கள் ஆர்.எஸ்.எஸ்.ஸின் தேசியவாத உணர்வினால் (spirit of nationalism) ஈர்க்கப்பட்டுள்ளனர் என்று நான் கருதுகிறேன். ஆர்.எஸ்.எஸ்.ஸின் தேசியம் என்பது இந்து தேசியமே, அது நால்வருண மரபின் அடிப்படையிலானது, அதனால் அது முற்றிலுமாக பிராமண வர்க்க மேலாதிக்கத்தின் அடிப்படையிலானது என்பது உண்மையாகும். இந்து தேசியம் என்பது வெறும் சாதியமே என்பதை உணரும் போது அவர்கள் எதிர்வினை எப்படி இருக்கும் என்பதை உணர்வதில் எனக்குப் பெருத்த ஆர்வம் இருக்கிறது. இறுதியாக, நமது நாட்டின் இந்த வரலாற்றைத் தனது கிளைகள் (ஷாகாக்கள்) ஒவ்வொன்றிலும் விவாதிக்கும் அளவு தைரியம் (courage) காட்ட வேண்டும்.

❑

5

எதிரிகள்

கோல்வால்கரும் ஆர்.எஸ்.எஸ்-ஸும் தாங்கள் இந்துவாதிகள் என்பதால் தாங்கள் உறுதியான (diehard) தேசபக்தர்கள் என்று கூறுகின்றனர். கோல்வால்கர் தனது 'சிந்தனைக் கொத்து' நூலில் இந்தியச் சமூகத்தின் இந்து அல்லாத பிரிவினரின் தேசபக்தியைச் சந்தேகத்திற்கு இடமின்றி கேள்விக்கு உள்ளாக்கினார். அவர் தனது நூலில் பல இடங்களில் சமணம், பவுத்தம் மற்றும் இந்தியத் துணைக்கண்டத்தில் பின்பற்றப்படும் இதர வேதமல்லாத மதங்களை – அவை இந்து மதத்துடன் தொடர்புடையதாகக் கருதப்படுபவை என்ற போதிலும் – தாக்கினார், அவற்றை ஒன்றாக இணைத்துப் பல சமயங்களில் கடுமையாக விமரிசித்தார். இருபதாம் நூற்றாண்டின் நீண்ட பகுதி கடந்து விட்ட போதிலும் கூட, பழமையான மற்றும் நீண்ட வரலாறு கொண்ட இந்துத்துவத்தின் (இந்து தேசியத்தின்) மரபுகளைத் தொடர்ந்தார் கோல்வால்கர்.

சமணம், பவுத்தம் மற்றும் வேதமல்லாத மதங்கள் புரோகிதப் பிராமண மேலாண்மையை நிராகரித்ததைக் குறைத்துக் காட்டுவது (downplaying) மட்டுமின்றி, அவற்றைத் தயக்கத்துடன் இந்து அடையாளத்திற்குள் (Hindu fold) இணைத்துக் கொள்வது என்னும் வரலாற்று வழிமுறையை (historic formula) கோல்வால்கரும் பின்பற்றினார். தனது நூலில் முஸ்லிம்கள், கிறித்துவர்கள் மற்றும் கம்யூனிஸ்டுகள் ஆகியவர்களை இந்தியாவின் மூன்று பிரதான எதிரிகள் என்று அவர் அடையாளம் காட்டுகிறார். அவற்றில் இரண்டு – முஸ்லிம்கள் மற்றும் கிறித்துவர்கள் – மதச்சாயல் (overtone) கொண்டவை, மூன்றாவது – கம்யூனிசம் – அரசியல் கோணம் உடையது ஆகும். இந்த மூன்று 'எதிரிகள்' குறித்த ஆர்.எஸ்.எஸ்.ஸின் கருத்து (perception) தான் என்ன? இது குறித்து விரிவாக விவாதிப்பது மிகுந்த முக்கியத்துவமும், பெருத்த தேவையும் உடையது ஆகும். சில கேள்விகளுக்கு விடை அறிவதற்காக, ஆர்.எஸ்.எஸ் ஒரு மதவியல்-கலாச்சார அமைப்பா அல்லது அரசியல் சார்ந்த அமைப்பா என்பதையும் இந்த விவாதத்தில் நாம் ஆய்வு செய்ய வேண்டும்.

முஸ்லிம்களைப் பற்றிப் பேசும் போது, பாகிஸ்தான் அமைக்க வேண்டும் என்ற முகமது அலி ஜின்னாவின் விருப்பம் பற்றிய

கேள்வியை எழுப்புகிறார் கோல்வால்கர். புதிய நாட்டை அமைப்பது பற்றி ஜின்னா கனவு கண்டு கொண்டிருந்தார், அஸ்ஸாம் மட்டுமின்றி காஷ்மீர் மீதும் அவர் கண் வைத்திருந்தார், ஆனால் அவரது கனவு நிறைவேறாமல் போனது என்று கோல்வால்கர் நம்புகிறார். 1947ஆம் ஆண்டு பாகிஸ்தான் உருவான போது, பறித்துச் செல்லப்பட்ட பிராந்தியங்களில் வசித்த மக்களின் உணர்வுகள் எப்படி இருந்தன என்பதை கோல்வால்கர் பின்வருமாறு விவரிக்கிறார்:

"ஆனால் உண்மை என்ன? பாகிஸ்தான் ஆதரவாளர்கள் அனைவரும் பாகிஸ்தான் சென்று விட்டனர் என்பது உண்மையா? இந்துக்கள் பெரும்பான்மையாக இருந்த உத்திரப் பிரதேசம் போன்ற மாநிலங்களைச் சேர்ந்த முஸ்லிம்கள் தான், துவக்கத்தில் இருந்தே பாகிஸ்தான் கோரிக்கைக்கான இயக்கத்தை முன்னெடுத்து வந்தனர். இந்திய-பாகிஸ்தான் பிரிவினைக்குப் பின்னரும் அவர்கள் உறுதியாக இங்கேயே தங்கிவிட்டனர். உண்மையில், பாகிஸ்தானுக்குச் சென்றுவிட்ட பஞ்சாப், வங்காளம், சிந்து மற்றும் வடமேற்கு எல்லைப்புற மாகாணத்தைச் சேர்ந்த முஸ்லிம்கள் 1937 தேர்தலில் முஸ்லிம் லீக்கை முற்றிலுமாக நிராகரித்தனர். அதற்குப் பிந்தைய ஆண்டுகளில்தான், நமது தலைமையின் தவறான கொள்கைகள் காரணமாக, அங்குள்ள முஸ்லிம்கள் முஸ்லிம் லீக்கின் பிடியில் தள்ளப்பட்டனர்.

மேலும், பிரிவினைக்கு முன்னர் அரசியல் நிர்ணய சபை அமைப்பதற்கான தேர்தல்கள் நடைபெற்றன. அந்தத் தேர்தலில் பாகிஸ்தான் உருவாக்கப்பட வேண்டும் என்பதைத் தனது கோஷமாக முன்வைத்து முஸ்லிம் லீக் கட்சி போட்டியிட்டது. காங்கிரஸ் கட்சியும், நாடு முழுவதும் சில முஸ்லிம் வேட்பாளர்களை நிறுத்தி இருந்தது. ஆனால் கிட்டத்தட்ட எல்லா இடங்களிலும் முஸ்லிம்கள் முஸ்லிம் லீக் வேட்பாளர்களுக்கே வாக்களித்தனர், காங்கிரஸ் கட்சி நிறுத்திய முஸ்லிம் வேட்பாளர்கள் முற்றிலுமாகத் தோற்கடிக்கப்பட்டனர். வடமேற்கு எல்லைப்புற மாகாணம் மட்டும் இதற்கு ஒரு விதிவிலக்கு ஆக இருந்தது. இப்போது கூட இங்கே இருக்கக் கூடிய கோடிக்கணக்கான முஸ்லிம்கள் அனைவரும், ஒட்டுமொத்தமாக பாகிஸ்தானுக்கு வாக்களித்து உள்ளனர் என்பதுதான் இதன் பொருளாகும்".

1945-46ஆம் ஆண்டு நடைபெற்ற தேர்தலில், எல்லைப் பிராந்தியங்களில் வசித்தவர்கள்தவிர இதர கோடிக்கணக்கான

முஸ்லிம்கள் பிரிவினைக்கு ஆதரவாக வாக்களித்தார்கள் என்று கோல்வால்கர் குறிப்பிடுகிறார். அதே சமயம் இந்தியாவில் தங்கிவிட்ட முஸ்லிம்களின் உள்நோக்கம் குறித்து சந்தேகம் எழுப்பும் (cast aspersions) கோல்வால்கர், அவர்கள் எப்படி ஒரே நாள் இரவில் தேசபக்தர்களாக மாறி இருக்க முடியும் என்று வியப்படைகிறார். பாகிஸ்தான் உருவாக்கப்பட்டதன் காரணமாக இந்தியாவிற்கு எதிரான அச்சுறுத்தல் நூறு மடங்கு அதிகரித்து விட்டது என்றும் அவர் கூறுகிறார்.

கேந்திர முக்கியத்துவம் உள்ள பகுதிகளைக் கைப்பற்றும் நோக்கத்துடன் தினந்தோறும் நூற்றுக்கணக்கான முஸ்லிம்கள் பாகிஸ்தானில் இருந்து நமது நாட்டுக்கு வருகிறார்கள், அத்தகைய பகுதிகளில் வசிக்கும் முஸ்லிம்களின் எண்ணிக்கை கடந்த இருபத்தைந்து ஆண்டுகளில் இருமடங்கு உயர்ந்துள்ளது என்று கூறுகிறார். இந்தியாவில் பல்வேறு முஸ்லிம் அதிகார மையங்கள் உள்ளன, அவை மினி-பாகிஸ்தான் ஆகச் செயல்படுகின்றன, அங்கு செயல்படும் ஏராளமான உளவாளிகள் மின்னணு ஊடகங்கள் மூலமாகத் தகவல்களையும் தரவுகளையும் பாகிஸ்தானுக்குக் கடத்துகிறார்கள் என்றும் அவர் நம்புகிறார். இதுகுறித்தும் இன்னும் பல விசயங்கள் குறித்தும் குறைசொல்கிறார் கோல்வால்கர்.

கிறித்துவர்கள் பற்றிக் குறிப்பிடும் கோல்வால்கர், மிஷனரி அமைப்புகள் முன்னேறிய நாடுகளின் உதவியுடன் விடாமுயற்சியோடு தங்கள் மதத்தைப் பரப்பி வருகிறார்கள் என்று வாதிடுகிறார். கிறித்துவ மிஷனரிகளுக்கும் முஸ்லிம் லீக்கிற்கும் இடையிலான ஒரு ஒப்பந்தத்தை அவர் மேற்கோள்காட்டுகிறார்:

“சில காலத்திற்கு முன்னர், நமது நாட்டிலுள்ள கிறித்துவ மிஷனரிகளுக்கும் முஸ்லிம் லீக்கிற்கும் இடையில் ஒரு ஒப்பந்தம் ஏற்பட்டுள்ளது என்ற செய்தி சில செய்தித்தாள்களில் வெளியாகி இருந்தது. அதன்படி அந்த இரு தரப்பினரும் சேர்ந்துகொண்டு நாட்டைத் தமக்குள் பங்கு போட்டுக் கொள்ள வேண்டும், பஞ்சாபுக்கும் மணிப்பூருக்கும் இடையிலான பகுதி முஸ்லிம்களுக்கும், தீபகற்பப் பகுதி மற்றும் இமயமலைப் பகுதி கிறித்துவர்களுக்கும் உடையதாகும்”.

இந்தியாவில் கிறித்துவர்களின் பாத்திரத்தை விவரிக்கும் விதமாக, கோல்வால்கர் பின்வருமாறு குறிப்பிடுகிறார்:

“சில வருடங்களுக்கு முன்னர் அகில இந்திய கிறித்துவ மாநாடு ஒன்று நடைபெற்றது, அப்போது அதில் பங்கேற்றவர்களிடம்

பாரதத்தில் கிறித்துவ சாம்ராஜ்ஜியம் ஒன்றை உருவாக்க சபதம் ஏற்கும்படி அறைகூவல் விடுக்கப்பட்டது. நமது மத்திய அமைச்சர்களில் ஒருவரும் அந்த நிகழ்வில் பங்கேற்று இருந்தார்.

நம் நாட்டில் வாழ்ந்து வரும் கிறித்துவக் கனவான்களின் பங்கு இப்படிப்பட்டது ஆகத்தான் இருக்கிறது. நமது வாழ்வின் மதவியல் மற்றும் சமூகக் கட்டமைப்பைத் தகர்ப்பது மட்டுமல்லாமல், பல்வேறு பகுதிகளிலும் - முடிந்தால் நாடு முழுவதும் – தனது அரசியல் ஆதிக்கத்தை நிறுவவும் அவர்கள் முனைந்துள்ளனர். உண்மையில் அவர்கள் எங்கே சென்றாலும், அவர்களது பங்கு இப்படிப் பட்டதாகவே இருந்துள்ளது. இயேசு கிறித்துவின் தேவச் சிறகுகளின் கீழ் மனித குலத்திற்கு அமைதியையும் சகோதரத்துவத்தையும் கொண்டு வருவது என்னும் கவர்ச்சிகரமான போர்வையின்கீழ் அவர்கள் இதைச் செய்துவருகிறார்கள்".

கோல்வால்கரின் நூலை வாசித்தால், இந்து அல்லாதவர்கள் குறித்த கருத்தை அது முதலிலேயே (at the outset) தீர்மானித்துக் கொண்டு விட்டது என்பதை நாம் உணர்கிறோம். ஆனால் ஒரு ராஜதந்திர நிலைப்பாடு (diplomatic stance) ஆக, காலப்போக்கில் அந்தக் கருத்து உருவாகியது என்பதுபோல அது காட்டிக் கொள்கிறது. ஆர்.எஸ்.எஸ் அமைப்பு உருவாக்கப்பட்ட போது இந்துயிசம் என்பது தான் தேசிய அடையாளம் (nationality) என்று அறிவித்தது – ஆணையிட்டது என்று சொல்லலாம். உண்மையைச் சொல்ல வேண்டுமானால், ஆர்.எஸ்.எஸ் அமைப்பு இந்து அல்லாதவர்கள் பற்றிய பிரச்சினையில் தனது நிலைப்பாட்டை அன்றே தீர்மானித்து விட்டது. ஆனால் அதை வெளிப்படையாகக் கூறுவது கோல்வால்கருக்குக் கஷ்டமாக இருந்தது என்று தோன்றுகிறது. இந்துக்கள் அல்லாத அனைவரும் தேசியவாதிகள் கிடையாது அல்லது தேசவிரோதிகள் என்று முதலிலேயே கூறுவது அவருக்கு இக்கட்டானதாக இருந்தது என்பது வெளிப்படையாகும். மேலும் பகிரங்கமாக அப்படிக் கூறுவதும் அவருக்குக் கடினமாக இருந்தது. எனவே, துவக்கத்தில் ஒரு மிதவாத அணுகுமுறையை அவர் மேற்கொள்கிறார்:

"இது இந்து தேசம் என்று நாம் சொன்னால் உடனடியாக சிலர் அப்படியானால் இங்கே வசிக்கும் கிறித்துவர்கள் மற்றும் முஸ்லிம்களின் நிலைமை என்ன என்ற கேள்வியை எழுப்புகிறார்கள். அவர்களும் இங்கே பிறந்து வளர்ந்தவர்கள் இல்லையா? தங்களது மதத்தை மாற்றிக் கொண்டு விட்டார்கள் என்பதற்காக மட்டுமே அவர்கள் எப்படி அன்னியர்கள் ஆக முடியும்? என்றெல்லாம்

கேள்வி எழுப்புகிறார்கள். ஆனால் தாங்கள் இந்த மண்ணின் மைந்தர்கள் என்பதை அவர்கள் நினைவு வைத்திருக்கிறார்களா என்பதுதான் முக்கியமான விசயம். நாம் அதை நினைவு வைத்திருந்து என்ன பயன்? அந்த உணர்வை, அந்த நினைவை அவர்கள் போற்ற வேண்டும். வழிபாட்டு முறை மாறுவதால் மட்டுமே ஒருவன் இந்த மண்ணின் மைந்தனாக இல்லாமல் போய் விடுகிறான் என்று சொல்லும் அளவுக்கு நாம் சின்னப் புத்திக்காரரர்கள் அல்ல. கடவுளை எந்தப் பெயரால் அழைத்தாலும் நமக்கு ஆட்சேபனை கிடையாது"

இந்து அல்லாதவர்கள் தாம் இந்த மண்ணின் மைந்தர்கள் என்பதை நினைவில் வைத்துக் கொள்ள வேண்டும் என்று கோல்வால்கர் கூறுகிறார். வேற்று மதத்திற்கு மாறியது தாய்நாட்டின் மீதான அவர்களது பாசத்தையும் பிணைப்பையும் அறுத்துவிட்டது என்ற கண்ணோட்டத்தை அவர் முன்வைக்கிறார். இந்து அல்லாதவர்களைக் குறிப்பிட்டுப் பேசும் போது, தேசிய ஒருமைப்பாடு குறித்த ஜவகர்லால் நேருவின் வார்த்தைகளை நினைவு கூர்ந்து, ஒரு மாற்றுவழியை முன்வைக்கிறார் கோல்வால்கர்:

"ஒருமுறை பண்டித நேரு ஜபல்பூரில் பேசும் போது, முன்னொரு காலத்தில் நாம் ஹுணர்கள் மற்றும் சாகர்கள் ஆகியோரை உள்வாங்கியது போல தற்போது முஸ்லிம்களையும் உள்வாங்க முடியாது என்று சொல்வதற்கு எந்தக் காரணமும் இல்லை என்று கூறினார். நமது தேசிய வாழ்வை ஒருங்கிணைப்பதற்குச் சரியான ஒரே வழி இதுதான் என்பதை மறுப்பதற்கில்லை.

இதுவே இந்து தேசம் பற்றிய நமது கருத்தாக்கமும், இங்கே வசிக்கும் இந்து அல்லாதவர்கள் பற்றிய நமது அணுகுமுறையும் ஆகும். இதுவே பகுத்தறிவுபூர்வமான, நடைமுறை சார்ந்த மற்றும் சரியான அணுகுமுறை ஆகும்".

தேசிய ஒருமைப்பாடு குறித்த கருத்துகு உரிமை கோரும் கோல்வால்கர், இந்து தேசம் மற்றும் அது பற்றிய கண்ணோட்டம் ஆகியவை குறித்த ஆர்.எஸ்.எஸ்-ஸின் கண்ணோட்டத்துடன் கருத்தியல் அடிப்படையில் அது பொருந்தி இருக்கிறது என்று கூறுகிறார். அதுவே அறிவுபூர்வமான, நடைமுறை சார்ந்த மற்றும் சரியான அணுகுமுறை என்கிறார் அவர். இருப்பினும் தாய் மதத்திற்குத் திரும்பும் படி இந்து அல்லாதவர்களைக் கேட்டுக் கொள்கிறார்:

“வழிதவறிப் போய் பல நூற்றாண்டுகளாக மத அடிமைத்தனத்தில் சிக்கித் துன்பப்படுகிற நமது சகோதரர்களைத் தாய்வீடு திரும்பி வருமாறு அழைப்போம். அவர்கள் சுதந்திரத்தை விரும்பும் நேர்மையான மனிதர்களாக, தங்களது அடிமைத்தனம் மற்றும் ஆதிக்கம் ஆகியவற்றின் அனைத்து அறிகுறிகளையும் தூக்கி எறிந்துவிட்டு, மூதாதையர்களது பக்தி மற்றும் தேசிய வாழ்க்கையின் பாதையைப் பின்பற்றட்டும். எல்லா வகையான அடிமைத்தனமும் நமக்கு இயல்பாகவே வெறுப்பைத் தருபவை, அவை விட்டொழிக்கப்பட வேண்டும். அந்த சகோதரர்கள் அனைவரும் நமது தேசிய வாழ்க்கையில் தங்களது அசலான (original place) இடத்தைத் திரும்ப எடுத்துக் கொள்ள வேண்டும் என்பதற்கான அழைப்பு இது. நமது சமூகத்தின் ‘மேதை மகன்கள்’ திரும்பி வருவதை நாம் அனைவரும் மாபெரும் தீபாவளி ஆகக் கொண்டாடுவோம். வீட்டைவிட்டு வெளியேறிப் பல நூற்றாண்டுகளாக அலைந்துகொண்டிருந்த நமது சகோதரர்கள், மீண்டும் நமது அரவணைப்புக்குள் வரும்போது நாம் மட்டற்ற மகிழ்ச்சி அடைந்து, நமது அன்பையும் மரியாதையையும் வழங்குவோம். இதில் எந்த வற்புறுத்தலும் கிடையாது. இது ஒரு அழைப்பு மட்டும் தான், அவர்கள் விசயத்தைச் சரியாகப் புரிந்து கொள்ள வேண்டும். அவர்கள் திரும்பி வந்து தங்களது உடை, பழக்க வழக்கங்கள், திருமணச் சடங்குகளை நடத்துவது, இறுதிச் சடங்குகள் செய்வது மற்றும் இதர விசயங்களில் தங்களது பூர்விக இந்து வாழ்க்கை முறையுடன் தங்களை அடையாளப்படுத்திக் கொள்ள வேண்டும் என்று கேட்டுக் கொள்கிறேன்”.

ஒரு கணம் அவரது அழைப்பு உணர்வுபூர்வமானது போலத் தோற்றமளிக்கிறது. ஆனால் இந்து மதத்தைக் கைவிடுமாறு மக்களைக் கட்டாயப்படுத்தியது எது? கோல்வால்கர் கூறுவது போல் இந்து அல்லாத சமூகத்தினர் இதர மதங்களுக்குக் கட்டாய மதமாற்றம் செய்யப்பட்டார்களா, துன்பமிகு அடிமை வாழ்க்கைக்குத் தள்ளப்பட்டார்களா? அவர்களுக்காகச் சிந்தும் கண்ணீரில் கரைந்துபோகிறார் கோல்வால்கர். மதமாற்றம் செய்யப்பட்ட மக்கள் (masses) இந்துக்களாக இருந்தபோது, அவர்கள் சமூகத்தில் கவுரவம் மிக்க வாழ்க்கை நடத்தி வந்தார்கள் என்று அவர் குறிப்பிட விரும்புகிறாரா? இந்து மக்கள் மதம் மாறுவதன் மூலம் இந்து அல்லாத மதங்களின் ஆதரவைக் கோரிய போது, இந்து மத அமைப்புகள் அத்தகைய இந்துக்களைப் பாதுகாக்கவும் தாங்கி நிற்கவும் எத்தகைய நேர்மையான மற்றும்

உளப்பூர்வமான முயற்சிகளை மேற்கொண்டன? வெள்ளம் மற்றும் தொற்றுநோய்ப் பரவல் போன்ற நெருக்கடிகள் தாக்கிய போது, மிஷனரிகள் மற்றும் இதர மதத்தினரைப் போல சங்கராச்சாரியார் தனது மடத்தில் இருந்து வெளிவந்து பொதுமக்களுடன் இணைந்து வேலை செய்தாரா? இந்து மதத்தில் அடிமைத்தனம் இருக்கவில்லையா? மேலும் மதம் மாறிய சமூகங்கள் மீண்டும் இந்து மதத்திற்குத் திரும்பி வந்தால், அவர்கள் எந்த வர்ணத்தில் மறுபடியும் சேர்த்துக் கொள்ளப்படுவார்கள்? நால்வருண மரபை முழுமையாக நம்பும், அதைப் பரப்புவதற்காகத் தனது வாழ்நாள் முழுவதையும் செலவிட்ட கோல்வால்கர் ஏன் இதனைத் தெளிவாக விளக்கவில்லை? இந்து மதத்தில் இருந்து மதம் மாறியவர்களில் சூத்திரர்களும் தலித்துகளுமே பெரும்பாலானவர்களாக இருந்தனர். இந்து மதத்தில் மீண்டும் தங்களது முந்தைய இடத்தையே மீண்டும் அவர்கள் ஏற்றுக் கொள்ள வேண்டும் (assume) என்றால், அது இந்து மதத்தில் சூத்திரர்கள் மற்றும் தலித்துகளின் எண்ணிக்கையை அதிகரிப்பதாக ஆகாதா? இத்தகைய சூழ்நிலைகள் குறித்து கோல்வால்கர் பேசுவது கிடையாது. நவீன காலத்தில் பிராமணர்கள் மற்றும் சூத்திரர்கள் என்னும் இரண்டு பிரிவுகள் மட்டுமே உள்ளன என்பது கோல்வால்கரின் கருத்து ஆகும். அது மனுஸ்மிருதி மரபு சார்ந்த ஒன்று என்பதால் பிரச்சினை வெகு சுலபமாகத் தீர்க்கப்பட்டு விட்டது போல் அவருக்குத் தோன்றுகிறது. எனவேதான் அதனை விளக்க வேண்டியது அவசியம் இல்லை என்று அவர் நினைக்கிறார்.

வரலாற்றுரீதியாகப் பார்த்தால், நமது நாட்டில் மூன்று வகைக் காரணங்களால் மதமாற்றங்கள் நடந்துள்ளன. அறியாமையில் மூழ்கிக் கிடந்த இந்து மக்கள் வஞ்சனையாக இஸ்லாம் அல்லது கிறித்துவ மதத்திற்கு மதமாற்றம் செய்யப்பட்டனர் என்பது எந்த அளவுக்கு உண்மையோ, அடிமைத்தனம், தீண்டாமை மற்றும் அவமானப்படுத்துதல் போன்றவற்றால் இந்த நாட்டுமக்கள் மிகுந்த அவதிக்குள்ளாயினர் என்பதும் அதே அளவுக்கு உண்மை ஆகும். எனவே, அவர்கள் இதர மதங்களைத் தழுவ விரும்பினர், அது அவர்களது அன்றாட வாழ்வைச் சுலபமானதாக ஆக்கியது. படித்த இந்தியர்களும் கூட இதர மதங்களைப் பற்றித் தெரிந்து கொண்டனர், அவை மேம்பட்டவையாக இருப்பதாக எண்ணினர், எனவே படித்த இந்தியர்கள் மத்தியிலும் கணிசமான அளவு மதமாற்றங்கள் நடைபெற்றன. கிறித்துவின் அழைப்பை கவிஞர் நாராயணராவ் வாமன் திலக் மற்றும் சீர்திருத்தவாதி பண்டித

ரமாபாய் ஆகியோர் மட்டுமின்றி கவிஞர் கவிதத்தா (தத்தாத்ரேய கோண்டோ காடே) மற்றும் கேசவ்சூட் (கிருஷ்ணாஜி கேசவ் தாம்லே) ஆகியோரும் செவிமடுத்தனர் என்று மகாராஷ்டிராவைச் சேர்ந்த பிரபல எழுத்தாளரும் கல்வியாளரும் ஆகிய விட்டல் தத்தாத்ரேய காடே கூறினார். தமக்கு உள்ளிருந்து எழுந்த குரலுக்கு பதிலளித்த திலக் மற்றும் ரமாபாய் ஆகியோர், மதமாற்றத்தைத் தேர்ந்தெடுக்கும் அளவுக்கு மனவலிமை உடையவர்களாக இருந்தனர்.

இதைப் போன்றே நாட்டில் உள்ள படித்தவர்களில் ஏராளமானவர்கள் அதே பாதையைப் பின்பற்ற விரும்பினர், ஆனால் அவர்களிடம் அப்படிச் செய்வதற்குத் தேவையான மனவலிமை இருக்கவில்லை. மகாராஷ்டிராவின் குறிப்பிடத்தக்க சிந்தனையாளரான பி.வி. காட்கில் கிறித்துவ மதத்தைத் தழுவ விரும்பினார், ஆனால் அது தப்பித்தல்வாதம் (escapism) ஆக இருக்கும் என்று அவர் நினைத்ததால் அப்படிச் செய்யவில்லை. பொது நிகழ்ச்சி ஒன்றில் இதனைத் தெரிவித்தார் அவர். அது மதம் என்பது தனிமனிதனின் விருப்பம் சார்ந்தது என்பதை எடுத்துக்காட்டுவதாக அமைந்திருந்தது. இந்துயிசத்தை அரசியல்மயமாக்கும் முயற்சியில் இந்துவாதிகள் மதத்தின் தனிநபர் சார்ந்த பரிமாணத்தை (personal dimension) நாசம் செய்து விட்டனர். மதம் மாறும் ஒருவன் தேசவிரோதியாகவும் தேசத்தின் எதிரியாகவும் மாறிவிடுகிறான் என்ற கோட்பாட்டை அவர்கள் உருவாக்கினர். இந்தக் கருத்து அறிவற்றதும், அச்சமூட்டுவதும் ஆகும். 'ஒரே ஒரு உண்மையான கிறித்துவர் மட்டுமே இருந்தார், அவர் சிலுவையில் அறையப்பட்டு இறந்து போனார்' என்று கோல்வால்கர் தனது நூலில் குறிப்பிடும் போது, மதத்தின் தனிநபர் சார்ந்த தன்மையை அவர் தெளிவாக ஒப்புக் கொள்கிறார். கோல்வால்கர் கிறித்துவத்தை எடுத்துக்கொள்ளும் அதே மனஉணர்வுடன் ஏன் இந்து மதத்தையும் எடுத்துக்கொள்ளவில்லை? யார் உண்மையான இந்து என்பதைப் பற்றி அவர் அதிகம் பேசவில்லை. ஒருவேளை அவர் அப்படிச் செய்திருந்தால், இந்த இரண்டையும் வேறுபடுத்திக் காட்டி இருக்க முடியாது. இருப்பினும் மதவிசயங்களுக்குள் அரசியலைப் புகுத்த வேண்டும் என்ற வேட்கை காரணமாக, ஒரு பரந்த பார்வையை இந்துவாதிகளால் ஏற்றுக்கொள்ள முடியாது. கிறித்துவை வெறித்தனமாகப் பின்பற்றும் சமூகத்தினரைக் கிறித்துவர்கள் என்று கூற முடியாது என்றால், போராளி இந்துக்களை (militant Hindus)

இந்து என்று அழைக்க முடியுமா? இருவருமே மதம் மற்றும் ஆன்மிகத்தை மழுங்கடிக்கிறார்கள், மதத்தின் தனிமனிதத் தன்மையை மறுக்கிறார்கள். மதத்தைத் தனிமனிதர்களுக்கு அப்பாற்பட்டதாக (impersonal) மாற்ற வேண்டும் என்று வலியுறுத்துகிறார்கள். அவர்கள் ஒருவரை மதநம்பிக்கையாளர் (religious) என்று எவ்வாறு அடையாளம் காட்டுகிறார்கள்? வருங்காலத்தில் இந்து அல்லாத சமூகத்தினர் இந்து மதத்தைத் தழுவினால், அவர்களை கோல்வால்கர் இந்து என்று கருதுவாரா? அரசியல் வசதிக்காக அவர்கள் இந்துக்களாகக் கருதப்படலாம். ஆனால் அத்தகைய இந்து அல்லாத சமூகத்தினர் மதக்கண்ணோட்டத்தில் இந்துக்களாக அங்கீகரிக்கப் படுவார்களா? இது பதில் அளிப்பதற்குக் கடினமான ஒரு கேள்வி ஆகும்.

கறாராகப் பேசவேண்டுமானால், மத நம்பிக்கைகளுக்கும் தேசபக்திக்கும் இடையில் எந்த உறவும் கிடையாது. 1965ஆம் ஆண்டு இந்திய - பாகிஸ்தான் போரில், அப்துல் ஹமீது என்ற போர்வீரர் – பின்னர் அவருக்கு ‘பரம் வீர் சக்ரா’ விருது வழங்கப்பட்டது – தனது உயிரையும் கொடுத்து தியாகி ஆகவில்லையா? உலகெங்கிலும் உள்ள அனைத்துச் சமூகத்தைச் சேர்ந்தவர்களையும் நேசிப்பவர்களே மதநம்பிக்கை உடையவர்கள் (religious people) ஆக இருக்க முடியும். இந்துயிசம் என்பதையே தேசியவாதமாகக் கருதுபவர்களை உண்மையிலேயே மதத்தன்மை உடையவர்களாகக் கருத முடியாது. அதற்கு மாறாக, சூழ்ச்சி செய்தல், தீவிரவாதம் மற்றும் சதிசெய்தல் ஆகியவற்றில் அவர்களுக்கு உள்ள பின்புலத்தைக் கணக்கில் கொண்டு பார்க்கும் போது, அவர்கள் மதம் மற்றும் ஆன்மிகம் ஆகியவற்றை மீறுபவர்கள் ஆகிறார்கள். கோல்வால்கரின் பேச்சுகளை உத்வேகமும் (spirited), புத்திசாலித்தனமும் கொண்டவை என்று கூறலாம், ஆனால் நிச்சயம் அவை மதம் சார்ந்தவை (religious) அல்ல. அதற்கு மாறாக அவை அடிப்படையில் அரசியல் சார்ந்தவை ஆகும்.

இந்துத்துவம் தான் தேசியவாதம் என்ற கோட்பாட்டை முன்வைப்பதன் மூலம், கோல்வால்கர் மதஉணர்வுகளைப் விரோதம் (antagonism) ஆக மாற்றினார். அதன் மூலம் வெறிபிடித்த தேசியவாத (fanatical nationalism) பிரச்சாரத்தை முன்னெடுப்பதில் வெற்றி பெற்றார்.

தேசபக்தி மற்றும் மதம் ஆகியவை நவீன காலத்தில் அதிகம் பேசப்படும் பிரச்சினைகளாக உள்ளன. மகாத்மா ஜோதிராவ்

பூலே, கோபால் கணேஷ் அகர்கர், டாக்டர் ராம் மனோகர் லோகியா, பண்டித ஜவகர்லால் நேரு மற்றும் டாக்டர் அம்பேத்கர் போன்ற பெரும் தலைவர்கள் உண்மையான பகுத்தறிவாளர்களாகவும், தேசபக்தர்களாகவும் இருந்தனர். அதற்கு இணையாகவே, மதநம்பிக்கை உடைய மக்களையும் (religious people) தேசபக்தர்கள் என்று குறிப்பிடலாம். இந்துவாதிகள் இந்த வரலாற்று உண்மையை ஏற்றுக் கொள்வது போலத் தெரியவில்லை. ஆச்சாரிய ஜவடேகர் 'நவீன இந்தியா' என்ற தனது புத்தகத்தில் 'தேசியவாதத்தின் அடிப்படைகள்' குறித்து விளக்கி இருக்கிறார்.

நன்கு அறியப்பட்ட சிந்தனையாளரான அகர்கர், 'பகுத்தறிவு தேசியம்' (rational nationalism) பற்றிக் குறிப்பிட்டுள்ளார். மகாதேவ் கோவிந்த ரானடே முதல் ஜெயபிரகாஷ் நாராயணன் வரை பலரும் இந்த பகுத்தறிவு தேசியம் பற்றிய கருத்தை ஏற்றுக் கொண்டனர் என்று தோன்றுகிறது. பகுத்தறிவு தேசியம் மற்றும் பகைமை தேசியம் (hostile nationalism) ஆகிய இரண்டுக்கும் இடையிலான வேறுபாட்டைப் புரிந்து கொண்டால், பகுத்தறிவு தேசியத்தை நாமும் ஏற்றுக் கொள்வது கடினமாக இருக்காது. பகுத்தறிவு தேசியம் என்பது மதசார்பற்ற விளக்கவுரை (discourse) ஆகும், அதே சமயம் அது சோசலிசத்திற்கு அடிப்படையான சமூகப் பொருளாதார சமத்துவம் மற்றும் நீதி ஆகியவற்றை ஆதரிக்கிறது. சமூகத்தில் சமத்துவமின்மையைப் பராமரித்து, நால்வருண முறையை ஊக்குவிப்பதன் மூலம் நாம் ஒரு தேசத்தை உருவாக்க முடியாது. மதத்தின் பெயரால் உணர்ச்சிகளையும், உணர்வுகளையும் (sentiment) தூண்டுவதன் மூலம் அதைச் செய்ய முடியாது என்பதும் சமஅளவு உண்மையாகும். ஆனால் சாதி, உபகுழு (creed) மற்றும் மதம் ஆகியவற்றைக் கடந்து செல்வதன் மூலம், சமத்துவம் மற்றும் நீதி ஆகியவற்றுக்கு திடமான அடித்தளம் அமைப்பதன் மூலம் ஒரு தேசத்தை உருவாக்க முடியும். இதுவே பகுத்தறிவு தேசியத்தின் அடிப்படைக் கருத்து ஆகும். ஒரு பகுத்தறிவு தேசியவாதி ஆன்மிகத் தத்துவத்தைக் கேள்விக்குள்ளாக்குவதற்கு எந்தக் காரணமும் இல்லை.

இருப்பினும் பகுத்தறிவு தேசியமானது மதம், சாதியச் சுரண்டல் மற்றும் வகுப்புவாதம் ஆகியவற்றுக்கு ஆதரவாக உணர்ச்சிகளைத் தூண்டி விடுபவர்களுக்கு எதிரானது என்பதில் சந்தேகம் இல்லை. ஆசாரிய பகவத், ஆசாரிய ஜவடேகர், சனே குருஜி, ஜெயபிரகாஷ் நாராயணன், லோகியா மற்றும் அம்பேத்கர் போன்ற ஒரு தலைமுறை அரசியல் தலைவர்கள் அனைவருமே பகுத்தறிவு

தேசியம், ஜனநாயகம் மற்றும் சோசலிசம் ஆகியவற்றில் உறுதியான நம்பிக்கை கொண்டிருந்தனர். தேசியம் குறித்த இந்தக் கருத்தானது நவீன வரலாற்றின் பக்கங்களில் இருந்து மறைந்து வருவது வருத்தமளிக்கும் உண்மையாகும். நாம் மறதி மனநிலைக்குள் தள்ளப்படுகிறோம், இது குறித்து அவர்களது பங்களிப்புகளை நம்மால் நினைவில் வைத்துக் கொள்ள முடியவில்லை என்பது மிகவும் மனச்சோர்வு தரும் விசயம் ஆகும். பகுத்தறிவு தேசியம் மற்றும் அதற்குப் பங்களிப்பு செய்தவர்கள் ஆகியவற்றை இந்துவாதிகள் கேலிக்குள்ளாக்குவதே இதற்கு முக்கியக் காரணமாகும்.

கோல்வால்கர் ஜனநாயகத்திற்கும் சோசலிசத்திற்கும் எதிராகப் போவதற்கு இத்தகைய போக்குகள் உதவி செய்தன. கோல்வால்கர் சமூக மற்றும் பொருளாதார நீதியை வேண்டுகிறார், ஆனால் சமத்துவத்தின் அடிப்படையில் அதை அவர் விரும்பவில்லை. நீதி பற்றிய அவரது கருத்தாக்கம், மதச்சார்பியல்வாதத்தை (religious relativism) அடிப்படையாகக் கொண்டது ஆகும். நீதி என்பதை நால்வருணத்தை முன்வைத்த நூல்களின் பார்வையில் புரிந்து கொள்கிறார், நால்வருண மரபின் அடிப்படையில் அமைந்த, வெவ்வேறு வகுப்புகளுக்குத் தனித்தனி வகையான நீதி என்பதற்காக வாதிடுகிறார். “தனித்தனியான ஆனால் சமமான” என்னும் சட்டக்கோட்பாடு மூலமாக இதற்கு இணையான கொள்கை அமெரிக்காவில் பயன்படுத்தப் பட்டது. அது இனஅடிப்படையிலான பிரிவினையை நியாயப்படுத்தியது. இத்தனை நடைமுறைச் சிக்கல்கள் இருந்த போதிலும், நால்வருண முறையை நடைமுறைப்படுத்த வேண்டும் என்று கோல்வால்கர் ஏன் வலியுறுத்தினார் என்பதைப் புரிந்து கொள்ளமுடியும்.

ஜனநாயகத்தின் கருத்தியல் சுதந்திரம் என்ற கருத்தை அடிப்படையாகக் கொண்டது, சோசலிசத்தின் கருத்தியலானது சமத்துவம் என்ற கருத்தை அடிப்படையாகக் கொண்டது. கோல்வால்கர் இந்த இரண்டையுமே எதிர்க்கிறார். சோசலிசக் கருத்தாக்கம் என்பது பகுத்தறிவு தேசியத்தின் ஒரு வடிவம் ஆகும், எனவே அது தேச எல்லைகளுக்கும் அப்பால், உலகளாவிய வாழ்க்கைக்குப் பொருத்தமானதாக உள்ளது. இது இந்துவாதிகள் முன்வைக்கும் ‘இந்துயிசமே தேசியம்’ என்னும் தேசியம் குறித்த சமயம் சார்ந்த மற்றும் பிராந்திய வரையறைக்கு எதிரானது என்பது வெளிப்படை, எனவே அவர்கள் அதனை எதிர்க்கிறார்கள்.

இந்துவாதிகள் ஆன்மிகத்தையும் இந்து மதநூல்களையுமே தங்களது அடையாளக்குறி (benchmark) ஆகக் கொண்டுள்ளனர். பகவத் கீதையே அவர்களுக்கு மிகவும் விருப்பமான மதநூல் ஆகும். அது எந்த முறையான வாதத்தையும் முன்வைக்கவில்லை. அது மிகவும் நெகிழ்வான மற்றும் பிடிகொடுக்காத தத்துவத்திற்கு ஒரு ஆர்வமூட்டும் உதாரணமாக இருக்கிறது, அதிலிருந்து தனது வசதிக்கு ஏற்ப ஒருவர் எதை வேண்டுமானாலும் தேர்ந்தெடுத்துக் கொள்ளலாம். எனவே தான் சங்கராச்சாரியார், லோகமான்ய திலகர் முதல் வினோபா பாவே வரையில் பலர் கீதைக்கு முரண்பட்ட விளக்கவுரைகளை அளித்துள்ளனர். கீதை குறித்துப் பல்வேறு அறிஞர்கள் நன்கு அறியப்பட்ட பல விமரிசனங்களை முன்வைத்துள்ளனர். கபீர், துக்காராம், ஜெய்தேவ், சைதன்யர் மற்றும் குருநானக் போன்ற பிராமணர் அல்லாத துறவிகள் (saints) பிராமணத் துறவிகளுக்கு இணையாகக் கற்றறிந்தவர்களாகவே இருந்தனர். ஆனால் அவர்களுக்கு எப்போதுமே கீதை தேவைப்படவில்லை. கீதையின் உதவியோடு உச்சநிலையை அடைந்த துறவிகள், அது இல்லாமலே அத்தகைய நிலையை அடைந்த துறவிகள் ஆகிய இருவரையும் கருத்தில் கொண்டால், இரண்டாவது பிரிவினரை அவர்கள் இந்தியாவில் பிறந்தவர்கள் என்ற ஒரே காரணத்திற்காக இந்துக்கள் என்று அழைக்க வேண்டுமா? முறைசாரா சூழலில் (informal settings) பேசும் போது இந்துவாதிகள் அவர்களை இந்துக்கள் என்று குறிப்பிடலாம், ஆனால் பின்னர் அவர்கள் இந்துக் கலாச்சாரத்தின் மூல நூல்களாக விளங்கும் ஸ்ருதி-ஸ்மிருதி-புராணோக்த நூல்களின் அளவுகோல்களைப் பயன்படுத்துவார்கள். மேலும் வர்க்கம், சாதி மற்றும் இதர வகையினங்களின் அடிப்படையில் அவர்களில் உயர்ந்தவர் யார் தாழ்ந்தவர் யார் என்று தீர்மானிப்பார்கள்.

'சிந்தனைக் கொத்து' நூலில் விதைக்கப்பட்டுள்ள ஆன்மிகக் கருத்துகள், காலத்திற்கு ஒவ்வாதவை (redundant) ஆகவும், வெளிப்பார்வைக்கு மேலோட்டமானவை ஆகவும் தோன்றலாம், ஆனால் அகநோக்கில் (inwardly) அவை அரசியல் கருத்துகளே ஆகும். எனவே, கோல்வால்கரின் சிந்தனைக் கொத்து நூலானது, அடிப்படையில் வன்முறை மற்றம் விரோதக் கருத்துகளின் வெளிப்பாடே ஆகும். அதன் ஆன்மிகம் மற்றும் பிற தத்துவ சொற்பொழிவுகள் புத்தகத்தின் மேலட்டையைப் போன்றவை. கோல்வால்கரின் சிந்தனைக் கொத்து நூலை ஒரே சொற்றொடர் மூலம் புரிந்து கொள்ளலாம் – அதாவது அவர் இந்து மதத்தைப்

பற்றி நமக்குச் சொல்லவில்லை. மாறாக, இந்து அரசியலைப் பற்றி நமக்குத் தெரிவிக்கிறார். இந்து மதம் மற்றும் இந்து அரசியல் ஆகியவற்றுக்கு இடையில் நாம் காணும் இடைவெளியானது, இஸ்லாம் அல்லது கிறித்துவ மதம் மற்றும் அவற்றின் அரசியலுக்கு இடையில் காணப்படும் இடைவெளிக்குச் சமமானதே. சாதி-வர்க்கப் பாகுபாடுகள் மற்றும் நால்வருண முறை ஆகியவற்றுக்குத் தரப்படும் முக்கியத்துவத்தை நீக்கிவிட்டால், இந்து மதம் இஸ்லாம் அல்லது கிறித்துவத்தில் இருந்து மாறுபட்டதல்ல.

எனவே, இந்து அரசியலுக்கும், முஸ்லிம் அல்லது கிறிஸ்தவ அரசியலுக்கும் இடையில் எந்த வித்தியாசமும் இருப்பதற்கு எந்தக் காரணமும் இல்லை. மதத்தை அடிப்படையாகக் கொண்ட தேசியவாத அரசியல் என்பது, மதத்தை முன்னிறுத்தி வெறித்தனமான விவாதத்தை முன்வைக்காமல் இருக்க முடியாது. பிறழ்நடத்தையை (perversion) தன் பண்பிலேயே கொண்டுள்ளது, குழப்பமும் அராஜகமும் அதன் சிறப்பியல்புகள் ஆகும், மேலும் பாசிசம் அதன் உண்மையான முகம் ஆகும். பேராசிரியர் நரஹர் குருந்த்கர் 'ஷிவ்ராத்ரா' (1970) என்ற தனது நூலில், நம் நாட்டு அரசியலில் ஒரு இந்துவுக்கும் இந்துவாதிக்கும் இடையிலான மோதல்கள் பற்றிய விளக்கமான சித்திரத்தை முன்வைத்துள்ளார். அத்தகைய மோதல்களுக்கான காரணங்கள் யாவை? ஜவடேகரின் 'நவீன இந்தியா' நூலுக்கு ஆசாரிய பகவத் அவர்கள் எழுதிய அறிமுகவுரையில் இதற்கான விடையைக் காணலாம்.

இந்துயிசம் உட்பட எந்த சித்தாந்தமும் பொதுமக்களிடமிருந்து அன்னியப்படும்போது வக்கிரமாக மாற்றப்படுகிறது அல்லது சிதைக்கப்பட்டு விடுகிறது. அதற்கு மாறாக, மக்களது வாழ்க்கையின் அடிப்படைக் கேள்விகளுக்கு ஆதரவாக நிற்கும் எந்தவொரு சித்தாந்தமும் இறுதியாக மக்களுக்கான ஒரு வாழ்க்கை முறையாக மாறிவிடும். இந்துவாதிகள் தங்கள் சாதியவாதச் சட்டகங்களில் (castiest straight jacket) இருந்து ஒருபோதும் வெளியே வரவில்லை, அதனாலேயே அவர்கள் பொதுமக்களிடம் இருந்து அன்னியப்பட்டார்கள், மற்றும் அவர்களால் பொதுமக்களுடைய வாழ்வின் ஒரு அங்கமாக ஆக முடியவில்லை. எழுபத்தைந்து ஆண்டுகளுக்கும் மேலாக அரசியல் நடத்தியபின்னரும் கூட, மக்கள் தொடர்ந்து அனுபவித்துவரும் பிரச்சினைகள், துன்பம், துயரம், வறுமை மற்றும் ஏற்றத்தாழ்வுகள் ஆகியவை குறித்து அவர்கள் அக்கறை காட்டவில்லை. எனவே, இந்துவாதிகளை ஒரு

வக்கிரமான குழுவினர் என்று மக்கள் கருதுகிறார்கள். இன்றும் கூட, இந்து மதவாதிகள் தங்கள் கருத்துகளை மறுபரிசீலனை செய்யத் தயாராக இல்லை. எனவே, இந்துவாதிகளின் கொடிய அரசியல் வருங்காலத்தில் கூட மேம்படுவதற்கு வாய்ப்பு இல்லை.

தேசியவாதம் சிதைக்கப்படும்போது அது பாசிசமாக உருவெடுக்கிறது. அத்தகைய பாசிசம் ஆன்மிகத்திற்கு ஒரு ஈர்ப்புடையதாக உள்ளது என்பது உண்மை தான். பாசிசம் வக்கிரத்தை மட்டுமே உருவாக்குகிறது என்பதை ஆய்வு முடிவுகள் காட்டுகின்றன. எனவே, இந்திய சமூக வாழ்வில், ஜனநாயக சோசலிசத்தை அடிப்படையாகக் கொண்ட மக்கள்-மைய பகுத்தறிவு தேசியத்திற்கும், நால்வருண முறை மற்றும் புரோகித வர்க்கத்தின் மேலதிகாரத்தின் அடிப்படையிலான இந்துவாதிகளுடைய எதிர் தேசியத்திற்கும் (hostile nationalism) இடையில் மோதல்கள் ஏற்படுவது தவிர்க்க இயலாதது, அதை நாம் தவிர்க்க முடியாது.

முஸ்லிம் மற்றும் கிறித்துவ மிஷனரிகள் குறித்து கோல்வால்கர் தனது நூலில் கொடுத்துள்ள விளக்கக் குறிப்புகள் உண்மை என்றால், அவை நிச்சயமாக எதிர்மறையானவை மற்றும் கண்டிக்கப்பட வேண்டியவை ஆகும். மதவலைப் பின்னலின் அடிப்படையில் அரசியல் நடத்துமே ஆனால், எந்தத் தேசியவாதமும் நேர்மறையானதாக இருக்காது. எனவே, அத்தகைய அரசியலை ஆதரிப்பவராக இருக்கும் கோல்வால்கர் மட்டுமே அந்த விளக்கக் குறிப்புகளை அவர் செய்திருப்பது போன்று மட்டுமே முன்வைக்க முடியும். அவரைப் பொருத்த வரையில் கிறித்துவ மற்றும் முஸ்லிம் மத இயக்கங்கள் மத இயல்பு கொண்டவை அல்ல, மாறாக, அவை அடிப்படையில் அரசியல் இயக்கங்களே ஆகும். கிறிஸ்தவர்களுக்கும் முஸ்லிம்களுக்கும் எதிராக பிரச்சாரங்களைத் தொடங்கிய ஹெட்கேவர் மற்றும் கோல்வால்கர் ஆகியோர், அரசியல்வாதிகளாகவும் பிற்போக்கானவர்கள் ஆகவும் இருந்தனர் என்பது வெளிப்படை. இருப்பினும் இந்தக் கருத்தை ஏற்றுக் கொள்ள அவர்கள் மறுக்கக்கூடும். இதனால்தான், சிந்தனைக் கொத்து என்னும் நூலில் தனது கருத்துகளை முன்வைக்கும்போது, கோல்வால்கர் தனது மனச் சமநிலையை (balance of mind) இழந்துவிட்டது போலத் தெரிகிறது. ஒருபுறம், பண்டைய இந்தியாவின் மதப்பிரச்சாரகர்கள் குறித்த ஆதாரத்தை அளிப்பதன் மூலம் அவர் ஒரு வாதத்தை முன்வைக்கிறார்:

“பண்டைக் காலத்தில் தொலைதூரப் பகுதிகளைச் சென்றடைந்த நமது மதப் பரப்புரையாளர்கள் இதர மக்கள் மீது நமது மதத்தைத் திணிக்கவில்லை. அதற்குமாறாக, அவர்களின் வழிபாட்டு முறையை மறுக்காமல், நமது பெருமைக்குரிய போதகர்கள் அனைத்தையும் உள்ளடக்கிய தத்துவத்தைக் கொண்டு அதை மேலும் சிறப்பானதாக மாற்ற முயற்சித்தனர். அறிவையும் உள்ளத்தையும் சிறக்க வைக்கும் உன்னதமான தூய பண்புகளை ஆழமாகப் பதிய வைத்தார்கள். அதுவே உண்மையான தர்மம் ஆகும்”

ஆனால் மறுபுறம் இந்து அல்லாதவர்கள் ‘தங்களது உடை, பழக்க வழக்கங்கள், திருமணச் சடங்குகளை நடத்துவது, இறுதிச் சடங்குகள் செய்வது மற்றும் இதர விசயங்களில் தங்களது பூர்வீக இந்து வாழ்க்கை முறையுடன் தங்களை அடையாளப் படுத்திக் கொள்ள வேண்டும்’ என்று அவர் கோருகிறார். இது ஒரு சுய முரண்பாடு கொண்ட அணுகுமுறை இல்லையா? சிந்தனைக் கொத்து நூலில் இது போன்ற பல முரண்பாடுகளை நாம் காண்கிறோம். அதே நூலின் மற்றொரு பகுதியில் கோல்வால்கர் கூறுகிறார்:

“எடுத்துக்காட்டாக, சமீபத்தில் சிவாஜியின் தலைமையின் கீழ் இந்துப் புத்தெழுச்சி சக்திவாய்ந்த முறையில் வெளிப்பட்ட போது கூட, ரணதுல்லா கான் என்பவர் அவரது ராணுவ அதிகாரிகளில் ஒருவராக இருந்தார் என்பது நமக்குத் தெரியாததா? இந்து சுயராஜ்ஜியத்திற்கான வாழ்வா - சாவா போராட்டம் நடைபெற்ற 1761ஆம் ஆண்டு பானிபட் போர்க்களத்தில், இப்ராஹீம் கான் கர்தி என்பவரே மிக முக்கியமான பீரங்கிப் படைத் தளபதி பொறுப்பு வகித்தார். கடந்த ஆயிரக்கணக்கான ஆண்டுகளாக இதுபோன்ற வரலாற்றுச் சான்றுகள் மற்றும் தேசிய மரபுகள் நம் கண்களுக்குத் தெளிவாகத் தெரியும் போது, இந்து தேசம் நடைமுறைக்கு வந்தால் இந்து அல்லாதவர்களுக்கு ஆபத்து என்று சிலர் இன்னும் சொல்வது எவ்வளவு விசித்திரமானது ஆகும்.

முஸ்லிம் ஆன இப்ராஹிம் கர்தி, சிவாஜியின் இராணுவத்தில் பீரங்கிப் படைத் தளபதி ஆக இருந்தார். இதுபோன்ற எடுத்துக்காட்டுகளை முன்வைப்பதன் மூலம், ஆர்.எஸ்.எஸ் முஸ்லிம்களுக்கு எதிரானது அல்ல என்று காட்ட விரும்புகிறார் கோல்வால்கர். இருப்பினும், ஏதாவது தேர்தலில் ஒரு முஸ்லிம் வேட்பாளர் வெற்றி பெற்று விட்டார் எனில் அது வருந்தப் படுகிறது. இது முரண்பாடானது இல்லையா?

1956 இல் அமைக்கப்பட்ட மாநில மறுசீரமைப்புக் குழுவின் (States Reorganisation Committee) அறிக்கை குறித்து கருத்து தெரிவித்த கோல்வால்கர், அந்தக் குழுவின் பரிந்துரைகளுக்கு மறுப்புத் தெரிவித்தார். அவரைப் பொருத்த வரையில் நமது அரசியல் சட்டமானது நமது நாட்டைச் சிதறடிப்பதற்கான சதித்திட்டமே ஆகும். அரசியல் சட்டமானது மாநிலங்களின் சுயாட்சி மற்றும் அரை-சுயாட்சி உரிமைகளை நீக்கி விட்டு, மதம், மொழி, நம்பிக்கை மற்றும் குழுவாதப் பன்முகத் தன்மை ஆகியவற்றின் அடிப்படையிலான அரசியல் சட்டப்பிரிவுகள் எதுவுமின்றி, நமது நாட்டை ஒரே தேசம், ஒரே அரசு, ஒரே சட்டமன்றம் மற்றும் ஒரே நிர்வாகம் கொண்ட பாரதம் ஆக அறிவிக்க வேண்டும் என்று அவர் எதிர்பார்க்கிறார். ஆர்.எஸ்.எஸ் முஸ்லிம்களுக்கு எதிரானது அல்ல என்று கூறிவிட்டு, மதவியல் மற்றும் குழுவாத நம்பிக்கைகளுக்கு அங்கீகாரம் அளிப்பதை எதிர்ப்பதன்மூலம் அதனுடன் முரண்படுகிறார். அவர் பின்வருமாறு எழுதுகிறார்:

“சில வேறுபாடுகளைக் குறிப்பாக வலியுறுத்தி, அவற்றுக்குத் தூபமிட்டு வளர்க்க முயற்சி செய்தார்கள். இந்து-முஸ்லிம், திராவிட-ஆரியர், சமணர்-சீக்கியர் போன்ற மதப்பிரிவினருக்கும் இந்துக்களுக்கும், இதர சாதியினருக்கு எதிராக பல்வேறு சாதியினர் – குறிப்பாக பிராமணர்களுக்கும் பிராமணர் அல்லாதவர்களுக்கும் இடையிலானது போன்ற வேறுபாடுகளைத் தூண்டி விட்டனர்”

இந்தியப் பாகிஸ்தான் பிரிவினை என்பது இந்திய அரசியலின் வரலாற்றில் நடைபெற்ற மிகவும் கெடுவாய்ப்பு ஆன நிகழ்வு ஆகும். இது நமது வரலாற்றின் மிகவும் வலிநிறைந்த பகுதியாகும். அதே சமயத்தில், பாகிஸ்தான் என்னும் தனியான தேசம் உருவாக்கப்பட்டது, முற்றிலும் வேறான ஒரு பிரச்சினையாகும். 'பிரிவினையின் வலிநிறைந்த வரலாற்றை நாம் எப்படி மறக்க முடியும்?' என்று உணர்வுபூர்வமாகக் கேள்வி எழுப்புவது எளிது. ஆனால் அந்த நேரத்தில் பிரிவினையைத் தவிர்ப்பதற்குத் தேவையான பயனுள்ள நடவடிக்கைகளைப் பரிந்துரைப்பது மற்றும் செயல்படுத்துவது ஆகியவை உண்மையில் மிகவும் கடினமாக இருந்தது. இந்தியப் பிரிவினையால் இந்தியாவின் ஜனநாயக சோசலிசவாதிகளே இந்துவாதிகளைக் காட்டிலும் அதிக வேதனை அடைந்தனர். ராம் மனோகர் லோஹியாவின் எழுத்துகள் பிரிவினையின்போது உணரப்பட்ட வலியை வெளிப்படுத்துகின்றன. முஸ்லிம் மற்றும் இந்துவாதிகளின் வகுப்புவாதப் போக்குகள்,

பிரிவினை அரசியலுக்கான விதைகளை விதைத்தன. முஸ்லிம்கள் தங்கள் மேலாதிக்கத்தை ஏற்றுக்கொண்டு, இந்து வாழ்க்கை முறை மற்றும் வழிபாடு ஆகியவற்றைப் பின்பற்ற வேண்டும் என்று இந்துவாதிகள் விரும்புகிறார்கள். முஸ்லிம்கள் நால்வருண முறையில் முன்னர் தாங்கள் வசித்த அதே இடத்திற்கு திரும்ப வேண்டும் என்று அவர்கள் விரும்புகிறார்கள். மறுபுறத்தில் முஸ்லிம் மதவெறியர்களோ (fanatical Muslims) தமது சுதந்திரமான மதவியல் இருப்பைத் தக்கவைத்துக் கொள்வதன் மூலம், இந்தியாவை இஸ்லாமிய தேசமாக மாற்றுவது என்னும் தங்களது பழைய கனவை மீண்டும் கொண்டுவர விரும்புகிறார்கள். பகைமைப் போக்கு கொண்ட இந்துவாதிகள் மற்றும் முஸ்லிம் மதவெறியர்கள் போன்ற தீவிரவாதிகள் மட்டுமே இத்தகைய வக்கிரமான மற்றும் முட்டாள்தனமான கனவுகளில் ஆழ்ந்திருக்கிறார்கள். இருப்பினும், உன்னிப்பாக ஆராய்ந்தால், இந்த தேசியவாதமானது அடிப்படையில் சாதியவாதத்தின் ஒரு வடிவமே ஆகும்.

வெறித்தனமான தேசியம் மூடநம்பிக்கை கொண்ட மக்களால் பற்றிக் கொள்ளப்படுகிறது. இருப்பினும், இந்தியாவில் உள்ள இந்துவாதிகள் மற்றும் முஸ்லிம் மதவெறியர்கள் ஆகிய இருவருமே, தங்களது கனவை நனவாக்குவதில் வெற்றி அடைய முடியவில்லை. இந்தியர்களது சமூக உணர்வின் அடித்தளமானது பல நூற்றாண்டுகளாக உணர்வுபூர்வமாகச் சேர்க்கப்பட்ட மதிப்புகளை பதிய வைப்பதன் மூலம் பாதிக்கப்படுகிறது என்பது உண்மை தான். அத்தகைய மதிப்புகளே இந்தியா ஒரு தேக்கநிலைச் சமுதாயமாக மாறுவதற்குக் காரணமாகும். இந்திய மக்களின் தேங்கிப்போன உணர்வுநிலையே சாதிய இந்துவாதிகள் மற்றும் பழமைவாத முஸ்லிம்கள் ஆகியோரின் எழுச்சிக்குப் பின்னால் உள்ள முக்கிய சக்தியாக இருந்தது. பிரிவினைக்கு முந்தைய ஆண்டுகளில் முற்றிலுமாக அழிக்கப்பட்ட ஜனநாயகச் சக்திகளையும் நாம் கருத்தில் கொள்ள வேண்டும். அச்சமயத்தில், ஒருபுறம் சாதிய இந்துவாதிகள் மற்றும் பழமைவாத முஸ்லிம்களின் தாக்கமும், மறுபுறம் இந்திய தேசியக் காங்கிரசில் நிலப்பிரபுத்துவ-முதலாளித்துவவாதிகளின் ஆதிக்கமும் குறிப்பிடத்தக்க வகையில் உணரப்பட்டது. சோசலிஸ்ட்கள் குறைவான எண்ணிக்கையிலேயே இருந்தனர், அவர்களும் பெரிய அளவில் சிதறுண்டனர் என்பதால் ஜனநாயக சோசலிச இயக்கம் பலவீனம் அடைந்தது. அதன்விளைவாகத் தோன்றிய சமூகக் கலாச்சார சூழல், நாசகரமான

மதவாத தேசியத்தின் பிடியில் இருந்து மக்களை விடுவிப்பதைச் சாத்தியமற்றதாக்கியது.

ஜனநாயகச் சக்திகள் மதசார்பற்ற தேசியத்தை மக்களிடம் கொண்டு சேர்க்கத் தவறின. அதேசமயம் மதவாத சக்திகள் தங்களைப் பற்றி என்ன திட்டமிட்டு வைத்திருக்கின்றன என்பதை ஆராய்வதற்கு மக்கள் சரியான மனநிலையில் இருக்கவில்லை. இந்துவாதிகள் இந்திய அரசியலில் நிலப்பிரபுக்கள் மற்றும் முதலாளிகள் ஆகியோரது ஒத்துழைப்பையும் உதவியையும் நாடியது போலவே, பழமைவாத முஸ்லிம்களும் பணக்கார முஸ்லிம்கள் மற்றும் நவாப்கள் ஆகியோரது உதவியை மறுக்கவில்லை. இந்து மற்றும் முஸ்லிம் ஆகிய இருதரப்பைச் சேர்ந்த முதலாளிகளும் நிலப்பிரபுக்களும், தங்கள் சுயநல நோக்கங்களுக்காக மதவியல் வெறுப்புணர்வை வளர்த்தார்கள் என்ற உண்மையை நாம் புறக்கணிக்க முடியாது.

விடுதலை இயக்கத்தின்போது முதலாளிகள், சாதியவாத இந்துக்கள் மற்றும் முஸ்லிம்கள் ஆகியோர் சோசலிச சக்திகளைத் தாக்கினர். இதன் காரணமாக ஜனநாயகக் கருத்துகளின் ஓட்டம் வலுவிழந்தது. இந்தியப் பிரினை மற்றும் அதைத் தொடர்ந்து பரவலாக நடைபெற்ற மதவாத மற்றும் சாதியக் கலவரங்களுக்கு இதுவே முக்கியக் காரணமாகும். சோசலிசக் கருத்தாக்கம் போதுமான அளவு பலப்படுத்தப் பெற்றிருந்தால், விடுதலை இயக்கத்தில் மதவாத நோக்கத்தை விடப் பொருளாதார நோக்கம் மிகவும் வலுவானதாக மாறியிருக்கக் கூடும். இதன் மோசமான ஒரு விளைவாக, ஏழை இந்துக்களும் ஏழை முஸ்லிம்களும் மாற்றுச் சமூகத்தைச் சேர்ந்த பெண்களை இரக்கமின்றிப் பாலியல் பலாத்காரம் செய்தனர். அப்படி நடந்திருக்கக் கூடாது, அல்லது குறைந்தபட்சம் அதைத் தவிர்த்திருக்க முடியும்.

இந்திய அரசியலில் மதஉணர்வு கொண்ட மக்களுக்கும் பணக்காரர்களுக்கும் இடையிலான உறவு கொஞ்சமும் மாறாமல் அப்படியே *(intact)* இருக்கிறது. ஒருவருக்கு ஒருவர் உதவி செய்வதில் இருவருக்குமே ஒரு சுயநலப்பற்று *(vested interest)* இருக்கிறது. இந்துவாதிகள் மற்றும் இஸ்லாமிய மதவாதிகளின் மதவாத அரசியல் தொடரும், பணக்காரர்கள் அவர்களுக்கு ஆதரவளிப்பார்கள். அவர்கள் மக்களிடையே நிலவும் மதவாத மற்றும் சாதிய உணர்வைத் தொடர்ந்து உயிர்ப்போடு வைத்திருப்பார்கள். மதவாத மற்றும் சாதிய அழுத்தங்களின் கிடுக்கிப்பிடியை *(stranglehold)* உதறித் தள்ளுவதற்கு, ஜனநாயக

சோசலிசத்தை வளப்படுத்துவதே ஒரே வழி ஆகும். நமது நாட்டு சோசலிஸ்ட்கள் இந்தப் பிரச்சினைகுறித்து தீவிர கவனம் செலுத்தவில்லை. அதனால்தான் அவை ஒவ்வொரு முரண்பாடான சூழ்நிலையிலும் சர்வதேசவாதம் அல்லது ஜனநாயகத்தின் பெயரால் தம்மைத் தகவமைத்துக் கொள்கின்றன. பின்னர் அது இன்னும் அதிக முரண்பாடுகளை உருவாக்குகிறது, இருப்பு நிலையைப் (status-quo) பராமரிக்கிறது, அது எந்த வகையிலும் செயலூக்கத்தைத் தூண்டாது (which does not activate any dynamism).

பாகிஸ்தானை எதிரியாகக் கருதுவதன் மூலம், கோல்வால்கரும் இதர இந்துவாதிகளும் முரண்பட்ட நிலைப்பாடுகளை மேற்கொள்கின்றனர். கோல்வால்கரின் நூல் முழுவதும், இத்தகைய சுயமுரண்பாடுக்கான எடுத்துக்காட்டுகளைக் காணலாம். முஸ்லிம்களின் அரசியல் அமைப்பான முஸ்லிம் லீக் 1906ஆம் ஆண்டு உருவாக்கப்பட்டது. 1930 ஆம் ஆண்டு லக்னோவில் நடைபெற்ற முஸ்லிம் லீக் கட்சியின் மாநாட்டில், கவிஞர் முஹம்மது இக்பால் முஸ்லிம்களுக்கென ஒரு தனியான மற்றும் சுதந்திரமான அரசு தேவை என்ற கருத்தை முன்வைத்தார். 1933ஆம் ஆண்டில் இக்பாலின் கவிதைப் பார்வையை விட மேம்பட்ட வடிவம் ஒன்றை முன்வைத்தார் ஜின்னா. முஸ்லிம் லீக் கட்சி தனி நாடு என்னும் கருத்தை ஆதரித்த போதிலும் (espouse), பஞ்சாப், சிந்து மற்றும் எல்லைப் பகுதிகளைச் சேர்ந்த முஸ்லிம்கள் 1937ஆம் ஆண்டு தேர்தலில் அக்கட்சியை நிராகரித்தனர். கோல்வால்கரே இந்தத் தகவலை வழங்குகிறார், மேலும் அந்தப் பகுதிகளைச் சேர்ந்த முஸ்லிம்கள் முஸ்லிம்களுக்கென ஒரு தனி நாடு அமைப்பதை ஆதரிக்கவில்லை என்பதை ஒப்புக்கொள்கிறார்.

முஸ்லிம்களின் தனிநாடு கோரிக்கைக்கு ஏன் ஆதரவு கிடைக்கவில்லை? அதற்குப் பின்னர், பிரிவினையின்போது முஸ்லிம்கள் ஏன் அதை ஆதரித்தார்கள்? இந்தப் பிரச்சினையை விமர்சன முறையில் அணுகி அதற்கான பதிலைக் கண்டுபிடிக்க யாரும் முயற்சிக்கவில்லை. தேசியத் தலைவர்களின் தவறான கொள்கைகளே இதற்குக் காரணம் என்கிறார் கோல்வால்கர். ஆனால் தங்களது தலைவர்களின் தவறான கொள்கைகளுக்கு பெரும்பான்மையான முஸ்லிம்களைப் பொறுப்பாக்க முயற்சிக்கும் இந்துவாதிகளின் மனப்போக்கு புரிந்துகொள்ள முடியாத புதிராக இருக்கிறது, அதற்கு விடைகாண வேண்டும். உண்மையைச் சொல்வதானால், பாகிஸ்தான் தனிநாடாக உருவாகியது பற்றிய விமர்சனங்களும் பகுப்பாய்வுகளும், மதவாத மற்றும் சாதிய

மோதல்களுக்கு அப்பால் செல்லவில்லை. பிரிவினைக்கான பொருளாதாரக் காரணிகளை அவை புறக்கணிக்கின்றன.

புத்துயிர்ப்பு பெற்று எழுந்த மதவாத மற்றும் சாதியச் சக்திகளின் உணர்வில் சிக்குண்ட இத்தகைய விமர்சனங்களும் பகுப்பாய்வுகளும் (பிரிவினையை ஒட்டி நடைபெற்ற) படுகொலைகளின் பயங்கரமான துயரத்தை மறக்க முடியாது. கோல்வால்கர் அதை மறக்காதது போன்றே ஜின்னாவும் அதை மறக்கவில்லை. பாகிஸ்தானின் தோற்றத்துக்கு மதம் மட்டும் காரணமா? அல்லது சோசலிஸ்ட்கள் குறித்து அதிகரித்து வந்த அச்சமா? அல்லது சாதிய மற்றும் மதவாத தப்பெண்ணங்களைச் சாதகமாகப் பயன்படுத்திக் கொண்ட முதலாளிகள் மற்றும் நிலஉடைமையாளர்களால் ஏற்பட்டதா? அத்தகைய தப்பெண்ணங்களுக்கு அவர்கள் வேண்டுமென்றே ஊக்கமளித்தார்களா? பெரும்பான்மையான ஏழை இந்துக்களும் முஸ்லிகளும் தவறாக வழிநடத்தப்பட்டு ஏமாற்றப்பட்டார்களா? இந்தப் பிரச்சினைகள் கவனமாக விவாதிக்கப்பட வேண்டும். இன்றைய பாகிஸ்தான் அரசு உண்மையிலேயே அதன் மக்களுக்கான அரசாங்கமாக இருக்கிறதா? பிரிவினையின் போது பாகிஸ்தானுக்குச் செல்ல மறுத்துவிட்ட, எல்லைப் பகுதியில் வாழும் மக்களை நமது எதிரிகளாகக் கருதப்போகிறோமா? 1937ஆம் ஆண்டுத் தேர்தலில் முஸ்லிம்கள் முஸ்லிம் லீக்கிற்கு வாக்களிக்கவில்லை. ஆனால் கிட்டத்தட்ட பத்தாண்டுகளுக்குப் பிறகு நடைபெற்ற தேர்தலில் அவர்கள் அக்கட்சிக்கு ஆதரவளித்தனர். அவர்களது கருத்து அவ்வளவு தீவிரமாக மாறும் அளவுக்கு பத்தாண்டுக் காலத்தில் அப்படி என்னதான் நடைபெற்றது?இந்தியாவில் வசிக்கும் கோடிக்கணக்கான முஸ்லிம்கள் பாகிஸ்தானை நேசிக்கிறார்கள் என்று இந்துவாதிகள் தொண்டை கிழியக் கத்துகிறார்கள். ஆனால், ஒவ்வொரு துறையிலும் ஏழை இந்துக்களை மோசமாகச் சுரண்டும் வர்த்தக மற்றும் பணக்கார வர்க்கத்தைச் சேர்ந்தவர்கள் இந்தியாவில் இல்லையா? இந்தியாவில் உள்ள முஸ்லிம்கள் அவர்கள் முஸ்லிம்கள் என்பதால் மட்டுமே தேச விரோதிகள் மற்றும் துரோகிகள் ஆகிறார்கள், இந்துக்கள் இந்துவாக இருப்பதால் மட்டுமே தேசபக்தர்கள் ஆகிறார்கள் என்பது போன்ற நிலைப்பாடுகள் சுரண்டலை ஆதரிக்கின்றன. யார் நண்பன் யார் எதிரி என்பதை வரையறுக்கும்போது கோல்வால்கர் இந்தப் பொறியில் சிக்கிக் குழப்பம் அடைகிறார். அவர் முன்வைக்கும் வாதங்களுக்கு எந்த மதிப்பும் கிடையாது, அதிலும் குறிப்பாக

விடுதலைக்கு முந்தைய இந்தியாவின் அரசியல் சூழலில், முதலாளிகளின் நலன்களைப் பாதுகாக்க அன்றைய தலைவர்கள் ஆர்வமாக இருந்தனர். அவர்கள் முஸ்லிம்களையும் தாஜா செய்ய முயன்றனர், மேலும் அதிகாரத்தைப் பெறுவதற்காக மதத்தைப் பயன்படுத்திக் கொண்டனர். இந்தியப் பிரிவினைக்கு இவையே முக்கியக் காரணங்களாக இருந்தன.

இன்று இந்தியாவும் பாகிஸ்தானும் இரண்டு தனித்தனி நாடுகளாக இருந்தாலும், மக்களுக்கு உணவு, உடை மற்றும் இருப்பிடம் ஆகியவற்றை வழங்குவது என்னும் அடிப்படைப் பிரச்சினைகள் இந்த இரு நாடுகளிலுமே தீர்க்கப்படவில்லை. இந்தப் பிரச்சினைகள் அண்மைய வருங்காலத்தில் எப்போதாவது தீர்க்கப்படுமா என்பதும் சந்தேகமே. மதவாத அரசியலால் இந்தப் பிரச்சினைகளைத் தீர்க்க முடியாது. மாறாக, மதவாத மற்றும் ஆன்மிகப் பிரசங்கங்களால் இந்தப் பிரச்சினைகளின் தீவிரம் குறைக்கப்படுகிறது. ஜெயபிரகாஷ் நாராயண், தோழர் ஸ்ரீபத் அம்ருத் டாங்கே, டாக்டர் ராம் மனோகர் லோஹியா மற்றும் டாக்டர் பி.ஆர். அம்பேத்கர் ஆகியோர் ஜனநாயக சோசலிச நம்பிக்கைகளின் அடிப்படையில் ஒன்றிணைந்து நேருவின் ஆதரவைக் கோரி ஒரு கூட்டு வேண்டுகோள் விடுத்திருந்தால், ஒருவேளை பாகிஸ்தான் பிரிவினை மற்றும் அதைத் தொடர்ந்து ஏற்பட்ட வன்முறை ஆகியவற்றை நாம் தவிர்த்திருக்க முடியும்.

இன்றும்கூட, இந்தியா, பாகிஸ்தான் மற்றும் பங்களாதேஷ் ஆகிய மூன்று நாடுகளும் இந்தியத் துணைக் கண்டத்தில் ஒன்றுக்கொன்று எதிரிகளாகவே இருந்து வருகின்றன. மதவாத தேசியம் என்பது இந்நாடுகளுக்கு எப்போதுமே ஒரு அச்சுறுத்தல் ஆகவும் அபாயமாகவும் இருந்து வருகிறது. ஆனால் இந்த நாடுகளின் மக்கள், நட்புறவு மற்றும் ஒத்துழைப்பு ஆகியவற்றுக்கான நடவடிக்கைகள் வேண்டும் என்று கோருகின்றனர். இந்த செயல்முறை ஏற்கனவே தொடங்கிவிட்டது என்றாலும் அது சரியான திசையில் இல்லை. பங்களாதேஷ் நாடு உருவாக்கப்பட்டதே மதவாத தேசியத்தின் மதிப்புகள் காலாவதி ஆகிவிட்டது என்பதற்குச் சான்றாகும். நம் நாட்டு இந்துவாதிகள் இந்த நிகழ்விலிருந்து பாடம் கற்றுக்கொள்வார்களா?

சாகர்கள் மற்றும் ஹுணர்களைப் போலவே, இதர இந்து அல்லாதவர்களும் இந்துக் கலாச்சாரத்துடன் தம்மை ஒருங்கிணைத்துக் கொள்ள வேண்டும் என்று கோல்வால்கர் அறிவுறுத்துகிறார். இன்றைய நிலைமையைக் கருத்தில் கொண்டு

பார்க்கும் போது, அவரது அறிவுரை பொருத்தமற்றதாக இருக்கிறது. வரலாற்று ரீதியாகப் பார்த்தால், சாகர்கள் மற்றும் ஹுூணர்கள் வருகையும், இந்தியாவில் முஸ்லிம் படையெடுப்பும் வேறுபட்டவை ஆகும். அவற்றை ஒரே சட்டகத்தில் வைத்து மதிப்பிடுவதன் மூலம் இந்துவாதிகள் தவறு செய்கிறார்கள். இந்தியா மீதான முஸ்லிம் படையெடுப்புகளின் போது, இந்தியச் சமூகம் ஒரு மோசமான நிலையில் இருந்தது, மதத்தின் பெயரில் மக்கள் சுரண்டப்பட்டு வந்தனர். நியாயமற்ற மதவியல் நடைமுறைகள் (religious practices) குறித்த விவரங்கள் கடந்த அத்தியாயத்தில் விளக்கப்பட்டன. இந்துவாதிகளிடமிருந்து அவமதிப்பு மற்றும் வெறுப்பை மட்டுமே பெறும் இந்திய முஸ்லிம்கள் வெளிநாடுகளிலிருந்து வந்தவர்களா? இஸ்லாமிய மதத்தைத் தழுவிய இந்து சகோதரர்களைப் பற்றி கோல்வால்கர் ரொம்பவே வேதனைப்படுகிறார். ஆனால் அவர்கள் இஸ்லாமிய மதத்தைத் தழுவியதற்குக் காரணம் என்ன? சிந்தனைக் கொத்து நூல் முழுவதிலும் இந்தக் கேள்விக்கு பதில் தரப்படவே இல்லை. இந்து மதத்தில் இருந்து விலகியவர்கள் குற்றவாளிகள் என்று அது சொல்லாமல் சொல்கிறது. எனவே இந்துவாதிகளால் மோசமாக நடத்தப்பட்ட முஸ்லிம்கள், இந்து மதத்திலிருந்து விலகி இருப்பதை விரும்பினர். ஆனால் இந்துவாதிகள் குற்றமற்றவர்களாகச் சித்தரிக்கப் படுகிறார்கள் - கோல்வால்கரின் வாதத்திலிருந்து புரிந்து கொள்ளக்கூடிய ஒரே கருத்து இதுதான்.

கோல்வால்கரின் புத்தகம் முழுவதிலும் பிராமணிய அமானுஷ்யப் பழக்க வழக்கங்கள் (occult practices) மற்றும் மூடநம்பிக்கைகள் பற்றி ஒரு குறிப்பு கூடக் கிடையாது. இத்தகைய நடைமுறைகள் சமத்துவமின்மை குறித்த வழிபாட்டு உணர்வை வளர்த்துள்ளன, பிராமண நூல்கள் மதத்தின் பெயரால் அவற்றைப் பரப்பின. மறுபுறம் சிந்தனைக் கொத்து நூலில் ஸ்ருதிகள், ஸ்மிருதிகள் மற்றும் நால்வருண முறை குறித்து ஏராளமான குறிப்புகள் இடம் பெற்றுள்ளன. இந்து மதத்தில் இணையும் படி இந்து அல்லாதவர்களுக்கு அது தெளிவான அறைகூவல் விடுக்கிறது. இருப்பினும் சமூகத்தில் தங்களது சூத்திர நிலைக்குத் திரும்புமாறு அவர்களுக்குச் சொல்லப்படுகிறது. அவ்வாறு செய்ய மறுத்தால், அவர்கள் தேசவிரோதிகள் அல்லது துரோகிகள் என்று முத்திரை குத்தப்படுகிறார்கள். இது இந்து தேசியத்தின் பெயரால் புரோகித வர்க்கத்தின் மேலாண்மையை நிறுவுவதற்கான முயற்சி இல்லையா?

நாட்டில் தேசியவாத எண்ணம் உடைய மக்களின் எண்ணிக்கையை அதிகரித்தால், தேசபக்தியின் விதைகள் முளைக்கும் என்று சொல்வது ஒரு ஆதாரமற்ற கோட்பாடு ஆகும். இருப்பினும் அப்படி நடக்குமானால் சூத்திரர்களின் எண்ணிக்கை அதிகரிக்கும், நிச்சயமாக அவர்களைச் சுரண்டுவதற்கு பிராமணர்களுக்கு ஏராளமான வாய்ப்புகள் கிடைக்கும். ஒரு குடிமகன் இந்துவாக இருந்தாலே அவன் ஒரு தேசியவாதி ஆகத் தகுதி பெறுகிறான் என்ற வாதத்தில் எந்தத் தகுதியும் (merit) இல்லை. வரலாறு அதைத் தவறென்று பல முறை நிரூபித்துள்ளது. மராத்தியக் கப்பற்படையில் தளவாடக் களஞ்சியம் (armoury) முஸ்லிம்கள் உதவியுடன் அழிக்கப்பட்டது என்ற போதிலும், அதில் தொடர்புடையவர்களில் பல இந்துக்களும் அடங்குவார்கள், அவர்களில் பலர் உயர்ந்த சமூக அந்தஸ்து வகித்த பிராமணர்களாக இருந்தனர்.

ஜகத் சேத் மற்றும் அமீர் சந்த் போன்ற பணக்கார வர்த்தகர்கள் மற்றும் வட்டித் தொழில் செய்பவர்கள் ஆகியோர், தங்களது சொந்த மக்களை ஏமாற்றி, ராபர்ட் கிளைவ் இந்தியாவில் பிரிட்டிஷ் ஆதிக்கத்தை நிறுவ உதவி செய்தனர். அவர்கள் முஸ்லிம்களோ, கிறித்துவர்களோ அல்லது கம்யூனிஸ்டுகளோ கிடையாது. பிரிட்டிஷ் பேரரசுக்கு உதவி செய்த நிலப்பிரபுத்துவ மன்னர்கள், வட்டித் தொழில் செய்தவர்கள் மற்றும் வர்த்தகர்கள் ஆகியோர் இந்துக்களாகவே இருந்தனர். பிரிட்டிஷ் வருகைக்கு முன்பு, பல பிராமணர்கள் முஸ்லிம்களின் ஆட்சியைப் பாராட்டினர், போர்களின் போது முஸ்லிம்கள் மட்டுமே வல்லமை காட்டியதாகக் கூறினர். இருப்பினும் எண்ணற்ற பிராமணர்கள் முகஸ்துதி செய்வதில் பெருமளவு ஆர்வம் காட்டினர். பேஷ்வா பாஜிராவின் விநோதமான ஆட்சி காரணமாக வெறுப்படைந்த பல பிராமண ராணுவ அதிகாரிகள் பிரிட்டிஷ் தரப்பில் சேர்ந்து கொண்டு, அதன் மூலம் அதிகபட்சப் பொருளாயதப் பலன்களைப் பெற்றனர். அவர்கள் அனைவரும் இந்துக்களாகவே இருந்தனர். இதைப் போன்ற நூற்றுக்கணக்கான எடுத்துக்காட்டுகளைக் கூற முடியும்.

இந்துவாதிகள் இந்த உண்மைகளை மறுக்கத் துணிவு காட்டுவார்களா? அதற்கான சான்றுகள் இப்போதும்கூடக் கிடைக்கின்றன. சதாபத்ரே (1850) என்ற புத்தகத்தில் தொகுக்கப்பட்டுள்ள சீர்திருத்தவாதி கோபால் ஹரி தேஷ்முக் லோகிதாவதியின் கடிதங்கள், ஒருவருடைய மதத்திற்கும் அவர்

தனது தேசம், வகுப்பு மற்றும் சமூகம் ஆகியவற்றின் மீது கொண்டுள்ள அன்பிற்கும் எந்த தொடர்பும் இல்லை என்பதைத் தெளிவாகக் காட்டுகிறது. ஆசாரிய ஜவடேகரும் கூட இதே போன்ற வாதத்தை முன்வைத்திருக்கிறார். இந்திய வரலாற்றின் இடைக்காலம் மற்றும் நவீன இந்து காலங்களில் மத விசுவாசம் மற்றும் அரசு மீதான விசுவாசம் ஆகியவற்றுக்கு இடையே எந்தத் தொடர்பும் இல்லை என்பது ஜவடேகரின் கூற்று ஆகும். அவரது நுண்ணோக்கு குறிப்பிடத்தக்கது ஆகும், மதம் என்பது மனிதனின் தனிப்பட்ட வெளிப்பாடு மட்டுமே; அது ஒரு தனிநபரின் மதவியல் அல்லது சமூக வாழ்க்கையுடன் தொடர்பு உடையது அல்ல என்பதைச் சுட்டிக் காட்டுகிறது.

இந்துயிசமே 'தேசியவாதம்' என்ற கருத்துகு ஆதரவாக வாதிடுபவர்களுக்கு இந்தியாவின் இந்து வரலாறு தெரியாது என்று சொல்வது உண்மையல்ல. ஆனால் தங்களது சுயநல நோக்கங்களுக்காக அல்லது சொந்த நலன்களுக்காக அதை மறைப்பது அல்லது சிதைப்பது அவர்களுக்கு அவசியமாகிறது. வரலாற்றை மறைப்பதற்காக அதைப் புதைத்து விடுவது அல்லது தனது வசதிக்கு ஏற்றவாறு அதை முன்வைப்பது ஆகியவை வரலாற்று உண்மைகளிலிருந்து தப்பிக்க அனுமதித்து விடும் என்று நினைப்பது தவறான நம்பிக்கையே ஆகும். இந்தப் பாசாங்கானது இந்த நாட்டில் உள்ள கோடி மக்களின் வாழ்க்கையை பேரழிவிற்கு உள்ளாக்கி இருக்கிறது. தாய்நாட்டின்மீது நேசத்தை உருவாக்க விரும்பினால், முதலில் சமூகம் மற்றும் அதன் மக்கள்மீது நேசத்தை உருவாக்க வேண்டும். மேலும், மக்கள்மீது நேசத்தை உருவாக்க வேண்டுமானால், பொருளாதார மற்றும் சமூக சமத்துவக் கொள்கைகளின் அடிப்படையிலான ஒரு சமூகத்தை உருவாக்க வேண்டும். பொருளாதார மற்றும் சமூக சமத்துவத்தின் கொள்கைகளை இந்துவாதிகள் ஆதரிக்கிறார்களா என்பதே உண்மையான கேள்வி ஆகும். தேசியம் பற்றிக் கதைக்கும் இந்துவாதிகள், விடுதலைக்குப் பிந்தைய இந்தியாவில் சுரண்டப்படும் விவசாயிகள் மற்றும் தொழிலாளர்களை ஆதரித்து இருக்கிறார்களா? நிலச்சீர்த்திருத்த இயக்கத்தின்போது நிலஉடைமையாளர்கள் தங்கள் நிலங்களை விட்டுக் கொடுக்க வேண்டி இருந்தது. அந்த இயக்கத்தை அவர்கள் ஆதரித்து இருக்கிறார்களா? இந்துவாதத் தலைவர்களைப் பின்பற்றுபவர்கள், அம்பேத்கரால் துவங்கப்பட்ட சமூக நீதிக்கான புரட்சிகர இயக்கங்களில் பங்கெடுத்தார்களா? கோடிக்கணக்கான தலித்துகளும்

வறுமைக் கோட்டுக்குக் கீழ் வாழும் ஏழைகளும் பரிதாபகரமான மற்றும் கொடுமையான (cruel) வாழ்க்கை வாழ்ந்து வருகின்றனர். இந்துவாதிகள் யாராவது தங்களுக்கு எதிராக இழைக்கப்பட்ட மோசமான அநீதிகளுக்கு எதிராக, முற்போக்கான நடவடிக்கைகள் எதையும் எடுத்திருக்கிறார்களா?

இரக்கமின்றிச் சுரண்டப்பட்டவர்களும், சமூக மற்றும் பொருளாதாரச் சமத்துவமின்மை மற்றும் அநீதியை சகித்துக் கொண்டவர்களும் ஆன மக்கள், தங்களது தாய்நாட்டின் மீது அன்பு செலுத்த வேண்டும் என்று இந்துவாதிகள் எதிர்பார்க்கிறார்களா? அவர்கள் இந்து மதம் மற்றும் கலாச்சாரத்திற்கு விசுவாசமாக இருக்க வேண்டும் என்றும் தேசத்திற்காக தங்களைத் தியாகம் செய்ய வேண்டும் என்றும் எதிர்பார்க்கப்படுகிறது. அவர்களின் தேசம் எது? அவர்களின் மதம் மற்றும் கலாச்சாரம் எது? இந்துவாதிகளின் மதம் அல்லது கலாச்சாரம் தான் அவர்களது தேசமா? அப்படியானால் இதர சாதிகள் மற்றும் மதங்களைச் சார்ந்தவர்களின் கதி தான் என்ன? அவர்கள் இந்துவாதிகளின் மதம் மற்றும் சாதியை மதிக்கவும் நேசிக்கவும் வேண்டும் என்று எதிர்பார்க்கப்படுகிறதா?

இந்துவாதிகள் அடிமைப்படுத்துவதில் மட்டுமே ஆர்வம் காட்டுகிறார்கள் என்பது வெளிப்படையாகத் தெரிகிறது. அடிநாதமாக இருக்கும் கோரிக்கை இதுதான்: மற்றவர்கள் தாங்கள் அடிமைப்படுத்தப் படுவதை ஏற்றுக்கொள்ள வேண்டும், ஏனெனில் இந்துவாதிகள் அதைத் தீவிரமாக விரும்புகிறார்கள். வறிய மற்றும் வறுமையில் உழலும் சமூகங்கள் இந்துவாதிகள் விரும்புவது போன்று தாம் அடிமைப்படுத்தப் படுவதை ஏற்றுக்கொள்வார்களா? ஆனால் ஆம் என்று சொல்லலாம், உண்மையிலேயே நமது வரலாற்றில் மதத்தின் பெயரால் இது நடந்தது. இருப்பினும், சுதந்திரம் மற்றும் சமத்துவம் ஆகியவற்றின் மதிப்புகள் அடிக்கோடிட்டுக் காட்டப்பட்டுள்ள இருபதாம் [மற்றும் இருபத்தியோராம்] நூற்றாண்டுகளில் இது தொடர்ந்து நடக்க முடியாது. இருப்பினும் நாம் எச்சரிக்கையாகவும் தயாராகவும் இருக்க வேண்டும். வேறு வார்த்தைகளில் சொல்வதானால், அத்தகைய அடிமைத்தனம் மீண்டும் ஏற்படாமல் பார்த்துக் கொள்ள நாம் கவனமாக இருக்க வேண்டும்.

கோல்வால்கர் தனது 'சிந்தனைக் கொத்து' நூலில் முஸ்லிம்கள், கிறித்துவர்கள் மற்றும் கம்யூனிஸ்டுகள் என்ற தனது மூன்று எதிரிகளைத் திட்டவட்டமாக அடையாளம் காட்டுகிறார்.

அவர்களை எதிரிகளாக்க் கருதுவதற்கு அவர் தரும் காரணங்கள் வெவ்வேறானவை. இருப்பினும், ஒரு அம்சம் இந்த மூன்றுக்கும் பொதுவானது ஆக இருக்கிறது – அவை ஒவ்வொன்றுமே பிராமண மேலாதிக்கத்திற்கு எதிரானது. மதக் கண்ணோட்டத்தில் இருந்து பார்த்தால், முஸ்லிம்களும் கிறிஸ்தவர்களும் அதனை சமூக சமத்துவத்திற்கான ஒரு கருவி என்று கருதுகின்றனர். அதேசமயம் கம்யூனிஸ்டுகள் மதம் என்பது சுரண்டலுக்கான ஒரு கருவி என்று நம்புகிறார்கள். எனவே, எந்த ஒரு வர்க்கத்தின் மேலாதிக்கமும் இல்லாத வர்க்க பேதமற்ற சமூகத்தை அமைக்க வேண்டும் என்று கம்யூனிஸ்டுகள் விரும்புகிறார்கள்.

முஸ்லிம்களும் கிறிஸ்தவர்களும் உண்மையில் மதவாத அரசியலில் ஈடுபட்டிருக்கிறார்கள் என்றால், அதனை நிச்சயம் கண்டிக்க வேண்டும். இருப்பினும், மதத்தைப் பரப்புவது, மத மாற்றத்தைத் திணிப்பது ஆகியவை அதன் உண்மையான பொருளில் மதச்செயல்கள் கிடையாது. அவை சந்தேகத்திற்கு இடமின்றி அரசியல் செயல்பாடுகளே ஆகும். ஆகவே, இக்கால இந்துவாதிகளில் பலர் சாதிய உயர்வையும் வர்க்க மேலாதிக்கத்தையும் நிலைநிறுத்துவதற்காக அரசியலில் ஈடுபட்டுள்ளதைப் போலவே – அது நாசகரமானது மட்டுமின்றி, சமூக விரோதமானதும் கூட – அதே வகையான அரசியலைக் கடைப்பிடிக்கும் முஸ்லிம்களும் கிறித்துவர்களும் கூட நாசகரமானவர்களும் சமூக விரோதிகளும் ஆவர்.

கோல்வால்கர் சோசலிஸ்டுகளையும் கம்யூனிஸ்டுகளையும் எந்த விதத்திலும் வேறுபடுத்திப் பார்க்கவே இல்லை. தனது வசதிக்காக இருவரையுமே அவர் கம்யூனிஸ்டுகள் என்று அழைத்தார். கம்யூனிச எதிர்ப்பு நிலைப்பாட்டை மேற்கொள்வது என்பது ஆர்.எஸ்.எஸ்.ஸின் ராஜதந்திர நடவடிக்கை ஆகும், பணக்காரர்களிடம் இருந்து உதவி பெறுவதை அது எளிமையாக்குகிறது. கம்யூனிஸ்டுகளையும் சோசலிஸ்டுகளையும் பயனற்றவர்களாக ஆக்குவதற்கு ஆர்.எஸ்.எஸ் ஒரு போர்த்தந்திரமிக்க திட்டத்தைக் கொண்டுள்ளது. இதனால் செல்வந்தர்களை மதச் சடங்குகள் மற்றும் அமானுஷ்ய நடைமுறைகள் (occult practices) ஆகியவற்றின் விடுபட முடியாத சுழலில் சிக்க வைத்து, மதத்தின் பெயரால் பெருமளவிலான நன்கொடைகள் தருமாறு செய்ய

முடியும். அதன் மூலம் அவர்கள் தங்கள் சாதிய இலக்குகளைப் பாதுகாத்துக் கொள்ள முடியும்.

இதனை மதம் சார்ந்தது என்று கருத முடியாது, இது முற்றிலும் அரசியல் நடவடிக்கையே ஆகும். எனவே, ஆர்.எஸ்.எஸ்.ஸை கலாச்சார அமைப்பு என்று கருத முடியாது. அது ஒரு அரசியல் அமைப்புதான் என்பது வெளிப்படையாகும். எனவே நாம் ஆர். எஸ்.எஸ் அமைப்பைப் பல்வேறு முனைகளில் தீரத்துடன் எதிர்கொள்ள வேண்டும்.

❑

6

அழுத்தக் குழு அரசியல்

மதவாத தேசியத்தை நம்புகிற, அரை இராணுவம் போலச் செயல்படுகிற ஆர்.எஸ்.எஸ் போன்ற ஒரு அமைப்பின் தேவை தான் என்ன? ஆர்.எஸ்.எஸ் உருவாக்கப்பட்ட காலத்தின் பின்னணியில் இந்தக் கேள்வியை நாம் ஆராய வேண்டும். பேராசிரியர் நரஹர் குருந்த்கர் ஷிவ்ராத்ரா என்ற தலைப்பிலான வகுப்புவாதம் மற்றும் மதச்சார்பின்மை குறித்த கட்டுரைத் தொகுப்பு மூலமாகவும், பேராசிரியர் வசந்த் பபட் மனுஸ் (மார்ச் 12-25, 1977) என்ற நூல் மூலமாகவும் இதனை விளக்க முயற்சி செய்துள்ளனர்.

ஆர்.எஸ்.எஸ் நிறுவனராகிய கேசவ் பலிராம் ஹெட்கேவர், சுதந்திரத்திற்கு முந்தைய கால இந்து புரட்சிகர இயக்கங்களுக்குள் ஊடுருவியதை கோல்வால்கர் நினைவு கூர்ந்தார். அது தவிர, அவர் காங்கிரசு இயக்கத்திலும் இணைந்து கொண்டார். ஹெட்கேவர் அந்த இரண்டு இயக்கங்களின் ஏராளமான அனுபவத்தையும் சேகரித்துக் கொண்டார். அந்த இயக்கங்களின் தவறுகளையும் குறைபாடுகளையும் தாண்டி வெளிவரும் விதமாக, அவற்றில் இல்லாதிருந்த நோக்கங்களை இணைத்துக் கொள்ளக் கூடிய ஒரு தனித்துவமான அமைப்பை நிறுவ வேண்டும் என்று அவர் நினைத்தார். எனவேதான் அவர் ஆர்.எஸ்.எஸ்.ஸை நிறுவினார். இந்து அமைப்புகளின் தீவிரவாதப் பாதை, காங்கிரசின் மிதவாதப் பாதை ஆகிய இரண்டுமே அவரால் ஏற்றுக் கொள்ள முடியாதவையாக இருந்தன. தனது கொள்கைகளைப் பின்பற்றி, தனது வாழ்க்கை லட்சியத்தை (mission) நோக்கிச் செலுத்தக் கூடிய புதிய அமைப்பு ஒன்றைத் துவங்க வேண்டும் என்று அவர் உணர்ந்தார்.

அதற்கான தேவை உணரப்படும் போது ஒரு புதிய அமைப்பை உருவாக்க நினைப்பதில் தவறில்லை. ஆனால் ஹெட்கேவர் 1925க்கு முந்தைய இந்துச் சமுதாயத்துடன் எத்தகைய வேறுபாடுகளைக் கொண்டிருந்தார்? அது போதுமான அளவு விவாதிக்கப் படுவது கிடையாது. இந்துவாதிகளின் அரசியலை உற்று நோக்கும் போது இந்து மகாசபையின் விநாயக் தாமோதர் சாவர்கர் முதல் ஆர்.எஸ்.எஸ்.ஸின் தற்போதைய தலைவர்வரை ஒட்டுமொத்தக் கூட்டத்தையும் ஒரே குழுவாக மதிப்பிடுவது

தவறானதாக இருக்கும். இல்லையெனில் அவர்களது ராஜதந்திர சூழ்ச்சிகளையும் நுண்ணிய வேறுபாடுகளையும் கண்டறிவது கடினமாகும்.

அனைத்து இந்து அமைப்புகளின் கருத்தியல் ஒன்றே தான் என்பதில் சந்தேகம் இல்லை. ஆனால் அரசியலில் அவை பயன்படுத்தும் மூலோபாயம் மற்றும் தந்திரோபாயம் (tactics and strategies) அவர்களுக்கு இடையில் ஏராளமான வேறுபாடுகள் இருப்பது போலக் காட்டுகின்றன. இந்துவாத அமைப்புகளின் கருத்துகளாக இருந்தவை எவை? 1885இல் இந்திய தேசிய காங்கிரஸ் உருவாக்கப்பட்ட காலத்தில் அவற்றின் தடத்தை நாம் அறியலாம். ஆர்.எஸ்.எஸ் மற்றும் இந்து மகாசபையின் அரசியலைப் புரிந்துகொள்ள வேண்டுமானால், பால கங்காதர திலகரின் அரசியலைப் – குறிப்பாக, காந்தி காங்கிரசின் தலைமைப் பொறுப்பை ஏற்றுக்கொள்வதற்கு முந்தைய 1895 முதல் 1920 வரையிலான காலகட்டத்தின் அரசியலை – புரிந்து கொள்ள வேண்டும். திலகர், சாவர்கர், ஹெட்கேவர், கோல்வால்கர் மற்றும் ஆர்.எஸ்.எஸ்.ஸின் தற்போதைய தலைவர் தேவரஸ் (இந்த நூல் முதலில் மராத்தி மொழியில் 1978 ஆம் ஆண்டு வெளியான போது அவர் ஆர்.எஸ்.எஸ் தலைவராக இருந்தார் – மொழிபெயர்ப்பாளர்) ஆகியோரது அரசியலின் அடிப்படைக் கொள்கைகள் அநேகமாக ஒன்றே தான். இருப்பினும், ஒவ்வொரு தலைவரும் பயன்படுத்தும் செயல்திட்டங்கள் (strategies) வேறுபட்டவை, அவற்றுக்கு இடையில் பல முரண்பாடுகள் இருந்தன.

1920ஆம் ஆண்டுக்குப் பிறகு காங்கிரசில் ஒரு மாற்றம் ஏற்பட்டது. ஜவஹர்லால் நேரு காங்கிரஸ் கட்சியின் உயர்மட்டத் தலைமையை நோக்கி நகர்ந்து கொண்டிருந்தார். அதேசமயம், காங்கிரசு கட்சியின் தேசிய வீச்சு (national reach) காரணமாக சுதந்திரப் போராட்டத்தில் பங்கு பெற்ற பணக்கார முதலாளிகள், காங்கிரஸ் கட்சியுடன் ஆன தங்களது உறவு தங்களது சுயநலனுக்குக் குறுக்கே நிற்பதாக உணர்ந்தனர். நேரு மூலமாக காங்கிரசுக் கட்சிக்குள் சோசலிசக் கருத்துகள் நுழையத் தொடங்கிய பின்னர், முதலாளித்துவ வர்க்கம் அவருக்கு எதிராகத் திரும்பியது, அதற்கு மாற்று ஒன்றை உருவாக்குவது பற்றி சிந்திக்கத் தொடங்கியது. தேசிய அரசியலில் சர்தார் வல்லபபாய் படேலின் தோற்றம், நேருவுடன் அவரது அதிகாரப் போராட்டம் ஆகியவை முதலாளித்துவவாதிகளின் ஆதரவைப் பெற்றது. சுதந்திரா கட்சி மற்றும் ஜன சங்கம் ஆகியவை ஒரே நோக்கத்துடன் – நேருவின்

சோசலிஸ்ட் காங்கிரசுக்கு மாற்று ஒன்றை அளிக்க வேண்டும் என்ற நோக்கத்துடன் – உருவாக்கப்பட்டன.

19ஆம் நூற்றாண்டில் மகாத்மா ஜோதிராவ் பூலேவின் புரட்சிகரக் கருத்துகள் மூலமாக தாராளவாதக் கருத்தியல் (Liberal ideology) இந்திய அரசியலில் நுழைந்தது. பின்னர், மகாதேவ் கோவிந்த் ரானடே அதனை ஓரளவு முன்னெடுத்துச் சென்றார். அதே காலகட்டத்தில், தங்களுக்குச் சாதகமற்றவை ஆகவும் விரும்பத்தகாதவை ஆகவும் இருந்த தாராளக் கருத்துகளின் வளர்ச்சிக்குப் பதிலளிக்கும் விதமாக இந்துவாத அமைப்புகளும் தோன்றின. ராஜரிஷி ஷாஹு மகாராஜ் கோலாப்பூரில் பிராமணரல்லாத குழந்தைகளுக்கான பள்ளிகளைத் துவங்கி அவர்களின் கல்விக்கு வகை செய்தது, பிராமணரல்லாதவர்கள் இயக்கங்களின் உருவாக்கத்திற்கு உத்வேகம் அளித்தது, அவை சூறாவளி போலக் கிளம்பத் தொடங்கின. அதன் விளைவாக, பிராமணர்கள் மீது அவமதிப்பும், வெறுப்பும் வளர்ந்தது. சோசலிசச் சித்தாந்தத்தின் பரவல் மற்றும் அதன் சமத்துவக் கொள்கை ஆகியவை இந்துவாதிகளுக்குத் தீங்கு விளைவிப்பதாக இருந்தன. அதனால் அவர்கள் கவலை அடைந்தனர் என்றபோதிலும், அவற்றைப் பரவ விடாமல் தடுப்பதும், புரட்சிகர அமைப்புகளை உருவாக்குவதும் இந்துவாதிகளுக்குக் கடினமாக இருந்தது. பணக்கார வர்க்கம் மற்றும் இந்துவாதிகள் ஆகிய இருவருமே மக்களின் மாறிவரும் மனநிலையை எதிர்கொண்டனர். அது அவர்களுக்கு மனச்சோர்வு ஏற்படுத்தும் ஒரு சூழ்நிலையை உருவாக்கியது. அவர்கள் தங்களது குறுகிய நலன்கள் (vested interests) ஆபத்தில் இருப்பதைத் தெளிவாக உணர்ந்தனர்.

1935ஆம் ஆண்டு இந்திய அரசுச் சட்டம் பிரிட்டிஷ் இந்தியாவில் தனிநபர்கள் சொத்து வைத்திருக்கும் உரிமையைப் பெற்றுத் தந்தது. சுதந்திரத்திற்குப் பிறகு, அது சில திருத்தங்களுடன் சொத்துரிமையானது அடிப்படை உரிமை என்னும் வகையில் இந்திய அரசியல் சட்டத்தின் 31வது பிரிவில் சேர்க்கப்பட்டது. 1935ஆம் ஆண்டு சட்டப் பிரிவுகள் பணக்காரர்களுக்கான கருவியாக ஆகியது, அவர்களது அரசியல் அதைச் சுற்றியே அமைந்தது. அரசியல் நிர்ணய சபை விவாதங்களின்போது, இந்தச் சட்டப் பிரிவை விரும்பாத காங்கிரசில் இருந்த சோசலிஸ்ட்களுக்கும், அது தேவை என்று வலியுறுத்திய படேல் தலைமையிலான குழுவுக்கும் இடையில் கருத்து வேறுபாடுகள் இருந்தன. ஒரு சோசலிச எதிர்ப்பு இயக்கம் உருவாகி வருவது தெளிவாகத்

தெரிந்தது. காங்கிரசில் நடைபெற்ற நிகழ்வுகள், ஆர்.எஸ்.எஸ் மற்றும் இந்துவாதக் குழுக்கள் இந்தக் கோஷ்டிக்கு ஆதரவாக இருந்தன என்பதைத் தெளிவுபடுத்துகின்றன. ஆர்.எஸ்.எஸ் மற்றும் இதர இந்துவாதிகளின் அரசியலைப் பற்றி விவாதிக்கும் போது இதைப் புறக்கணிக்க முடியாது. ஆர்.எஸ்.எஸ், இந்து மகாசபை மற்றும் இதர அமைப்புகள் எந்த மதவாத இசங்களோடும் தொடர்புடையவை அல்ல. ஆனால், அவை சோசலிசச் சிந்தனைக்கு எதிரானவை ஆகும். அவை அழுத்தக் குழுக்கள் ஆகச் செயல்படுகின்றன, மேலும் அவை செல்வந்தர்களைக் கொண்டவை ஆகும். இந்துவாதிகளுக்கும் செல்வந்தர்களுக்கும் இடையில் நிறுவப்பட்ட பிணைப்புகளே, ஆர்.எஸ்.எஸ்.ஸின் அதிகரித்து வரும் சக்தி மற்றும் அதன் வெறியுணர்வு (aggression) ஆகியவற்றுக்குக் காரணமாகும்.

காந்தியைக் கொன்ற நாதுராம் கோட்சே ஆர்.எஸ்.எஸ் உடன் தொடர்புடையவனாக இருந்தானா இல்லையா என்பது விவாதத்திற்குரிய கேள்வியாக இருக்கலாம். ஆனால் இந்துத்துவா/ இந்துவாதக் கருத்தியல் மற்றும் அதன் லட்சியங்கள் ஆகியவற்றின் மீது அவனுக்கு இருந்த விசுவாச உணர்வு (allegiance) சந்தேகத்திற்கு இடமில்லாதது. ஆர்.எஸ்.எஸ் மீதான அவனது விசுவாசத்தையும் அர்ப்பணிப்பையும் சந்தேகிக்கும் எவரையும் பற்றி நான் எங்குமே படிக்கவில்லை. நாதுராம் கோட்சேவின் அரசியல் பயணம் குறித்து, அவனது இளைய சகோதரன் கோபால் கோட்சே எழுதிய 'பஞ்சவன்ன கொடிஞ்சே பலி' (ஐம்பத்தைந்து கோடிகளின் பலியாடு) என்ற புத்தகத்தில் குறிப்பிடப் பட்டுள்ளது. அவனுக்கு நிதியுதவி அளித்தவர்களை அந்தப் புத்தகம் பட்டியலிடுகிறது, பிர்லா குடும்ப வாரிசான தொழிலதிபர் ஜுகல் கிஷோர் பிர்லா (அவனது இளைய சகோதரன் கன்ஷியாம் தாஸ் பிர்லா காந்தியின் கொடையாளியாக இருந்தார்) போன்றவர்கள் இதில் அடங்கும். சாவர்க்கரின் வாழ்க்கை வரலாற்றாசிரியர் தனஞ்சய் கீர், சாவர்க்கரது உரைகளின் உள்ளடக்கங்களை கூட பிர்லா தீர்மானிப்பார் என்று பதிவு செய்துள்ளார். பணக்கார வர்க்கத்திற்கும் இந்துவாதிகளுக்கும் இடையில் வலுவான தொடர்புகள் இருந்தன என்பது இந்த எடுத்துக்காட்டுகளிலிருந்து தெளிவாகிறது.

இந்து மகாசபை இந்துவாதிகளின் முக்கியமான அரசியல் அமைப்பு ஆகும். இந்து மகாசபை இந்துக் கலாச்சாரத்தைப் பராமரிப்பது மற்றும் பாதுகாப்பது ஆகியவற்றுக்காவே

சுயராஜ்ஜியம் என்னும் கருத்தாக்கத்தை முன்மொழிந்தது. இந்தக் கருத்தியலோடு தான் இந்து மகாசபை சுதந்திரத்திற்கு முந்தைய கால அரசியலில் குதித்தது. கருத்தியல் நம்பிக்கைகளைப் பொருத்த வரையில், கோல்வால்கர் மற்றும் சாவர்கருக்கு இடையில் அதிக வேறுபாடுகள் இருக்கவில்லை. கோல்வால்கர் தனது நூலில், இந்து மதம் குறித்த சாவர்க்கரின் எழுத்துக்களைப் பாராட்டுகிறார். இந்த இரண்டு இந்துவாதிகளும் பல்வேறு விசயங்களில் ஒத்த கருத்துகளைக் கொண்டிருந்தனர், எடுத்துக்காட்டாகப் பெண்கள் குறித்த விசயம். கோல்வால்கர் சிறுவர்களும் சிறுமிகளும் ஒருவரோடு ஒருவர் பழகுவதை எதிர்த்தார், ஏனெனில் அது சிறுவர்களை அவர்களது நோக்கத்தில் இருந்து திசை திருப்புகிறது, அது தேசத்திற்கு ஆபத்தானது என்று அவர் நம்பினார். அவர் கூறினார்:

“இளைஞர்கள் சிற்றின்பம் (sensuality) மற்றும் பெண்மைத்தன்மை (effiminacy) ஆகியவற்றுக்கு ஆட்பட்டு விட்ட எந்த ஒரு தேசமும், தப்பிப் பிழைக்கும் என்று நம்ப முடியாது. அது சீரழிவு மற்றும் நாசம் ஆகியவற்றுக்கான நிச்சயமான அடையாளம் ஆகும்”.

ஒரு முறை சாவர்க்கர் நாக்பூரில் ஆற்றிய உரையில், பெண்களுக்கு அளித்த அறிவுரை ஆர்வமூட்டக் கூடியது. வீட்டு வேலைகளைக் கவனிப்பது, குழந்தைகளை கவனித்துக் கொள்வது ஆகியவற்றோடு அவர்களது கடமைகள் முடிந்து விடுகிறது என்று அவர் பெண்களுக்குச் சொன்னார்.

எனவே, கோல்வால்கர் மற்றும் சாவர்கர் ஆகிய இருவருமே பல விசயங்களில் ஒத்த சிந்தனை கொண்டிருந்தனர் என்ற போதிலும், இருவரது அமைப்புகளுக்கும் இடையில் அத்தனை பெரிய இடைவெளி இருந்தது ஏன் என்ற வியப்பு ஏற்படுகிறது. சாவர்கர் பணியாற்றிய பகுதிகளில் ஒரு ஆர்.எஸ்.எஸ் கிளை கூடத் துவங்கப்படவில்லை. ஓரிரு தலைவர்கள் தவிர, ஆர்.எஸ்.எஸ் தொண்டர்களில் பெரும்பாலானவர்கள் காங்கிரசுக்கு ஆதரவாக வாக்களித்தனர், மேலும் ரகசியமாக இந்து மகாசபையை எதிர்த்தனர். 1946ஆம் ஆண்டு நடைபெற்ற இந்திய பிராந்தியத் தேர்தல்களில் இந்து மகாசபையின் தோல்வியானது, அப்போது உடல்நலமின்றி இருந்த சாவர்கரை அதிர்ச்சி அடைய வைத்தது. அக்கட்சி அனைத்துத் தொகுதிகளிலும் தோல்வி அடைந்தது, அந்தத் தோல்வி சாவர்கரைக் கடுமையாகப் பாதித்தது. தனஞ்செய் கீர் சாவர்கர் வாழ்க்கை வரலாற்று நூலில் இதைப் பற்றிக்

குறிப்பிட்டு இருக்கிறார். ஆர்.எஸ்.எஸ் மற்றும் இந்து மகாசபை இடையேயான வேறுபாடுகள் யாவை? அரசியல் அதிகாரம் தொடர்பாக அவர்கள் மோதலில் ஈடுபட்டு இருந்தார்களா? அல்லது தங்களது நோக்கங்களை அடைவதற்காக அவர்கள் கடைப்பிடித்த வழிமுறைகள் மற்றும் தந்திரோபாயங்கள் குறித்து (tactics) வேறுபாடுகள் இருந்தனவா? இரண்டு அமைப்புகளுக்கும் இடையில் ஏற்பட்ட பிளவுக்கு இந்த இரண்டுமே அடிப்படைக் காரணங்களாக இருந்திருக்கலாம் என்று தோன்றுகிறது.

இந்து மகாசபை ஒரு இந்துவாத அமைப்பு ஆக இருந்தது என்ற போதிலும், முதன்மையாக அது ஒரு அரசியல் கட்சியாக இருந்தது. மதக் கருத்தியலை அடிப்படையாகக் கொண்ட ஒரு அரசியல் கட்சி, அதன் குறுகிய வெறியைக் (chauvinism) குறைத்து, கொள்கைகளை நடைமுறை மட்டத்தில் மிதப்படுத்தி, சில அரசியல் சமரசங்களைச் செய்து கொள்ள வேண்டி இருக்கும். மிகுந்த கட்டுப்பாடு உடைய செயல்பாட்டாளர்களைக் கொண்டது உள்ளிட்ட அனைத்து அரசியல் கட்சிகளைப் பொறுத்த வரையிலும் இது உண்மையாகும். இந்து மகாசபை - குறிப்பாக 1937ஆம் ஆண்டு சாவர்கர் அதன் தலைவராகப் பொறுப்பேற்றுக் கொண்ட பிறகு - அத்தகைய பல அரசியல் சமரசங்களுக்குத் தயாராகி வந்தது. சாவர்கர் தனது உரைகளில் இந்துவாத மொழியில் பேசுவார், ஆனால் சில சமயங்களில் பொதுவான உலக மதம் (universal world religion) குறித்தும் பேசுவார். சுதந்திரத்திற்குப் பிறகு, புதிய தேசிய அரசு அனைவருக்கும் சொந்தமானது என்ற பாசாங்கின்கீழ், அவர் டாக்டர் சியாம பிரசாத் முகர்ஜியை நேருவின் மந்திரிசபையில் சேர அனுமதித்தார். அது மட்டுமல்ல. 1937ஆம் ஆண்டு நடைபெற்ற இந்து மகாசபையின் நாசிக் மாநாட்டில், காங்கிரஸ் கட்சி தனது தேசிய நிலையைத் தக்கவைத்துக் கொண்டு, முஸ்லிம் லீக்குடன் விவாதங்கள் நடத்தும் பொறுப்பை இந்து மகாசபையிடம் ஒப்படைக்க வேண்டும் என்று தீர்மானம் இயற்றப்பட்டது. இவ்வாறு காங்கிரசின் தேசியவாதப் பங்கை ஒப்புக் கொள்வதன் (acknowledging) மூலம் இந்து மகாசபை தனது நிலைப்பாட்டில் சமசரம் செய்து கொண்டது.

இதுபோன்று பல எடுத்துக்காட்டுகள் உள்ளன.

ஒரு அரசியல் கட்சியாகச் செயல்பட்ட இந்து மகாசபை அத்தகைய சமரசங்களைத் தேவையானவை ஆக ஏற்றுக் கொண்டது. ஆனால் அந்தச் சமசரங்கள் கோல்வால்கர் மற்றும் நாதுராம் கோட்சே ஆகியோருக்கு வியப்பை அளித்தன. அவர்கள்

இந்து மகாசபை குறித்து ஏமாற்றம் அடைந்தனர். எனவே, டாக்டர் சியாமா பிரசாத் முகர்ஜி இந்து மகாசபைத் தலைவரான போது, அந்த அமைப்பு காங்கிரசின் அடிமையாகி விட்டது என்று கோட்சே குறிப்பிட்டான். கோல்வால்கரும் இதே போன்று இந்து மகாசபையைக் கண்டித்தார்:

"இலக்கியங்கள் மற்றும் செய்தித்தாள்களில் இந்துச் சிந்தனை குறித்து வெறுமனே பிரச்சாரம் செய்வது நம்மை எங்கும் இட்டுச் செல்லாது. எடுத்துக்காட்டாக, வீர சாவர்கர் அவர்கள் 'இந்துத்துவம்' என்னும் மிகச் சிறப்பான நூலை எழுதினார், மேலும் இந்து மகாசபை பரிசுத்தமான இந்து தேசியக் கருத்தியலின் அடிப்படையில் தன்னை அமைத்துக் கொண்டது. ஆனால் ஒரு முறை முஸ்லிம் லீக்குடன் பேச்சு வார்த்தை நடத்துவதன் மூலம் காங்கிரஸ் கட்சி தனது தேசிய நிலைப்பாட்டை விட்டுக் கொடுக்கக் கூடாது, அதற்கு பதிலாக அந்த வேலையை இந்து மகாசபையிடம் விட்டு விட வேண்டும் என்றொரு தீர்மானம் இயற்றியது. இதன் பொருள் என்ன? காங்கிரசின் கலப்பு தேசியமே (hybrid nationalism) தூய்மையான வகையைச் சேர்ந்தது, அதே சமயம் இந்து மகாசபை வெறித்தனமான வகுப்புவாத, தேச விரோத முஸ்லிம் லீக்கின் இந்து எதிரணியைக் குறிக்கிறது என்பதே இதற்குப் பொருளாகும். இந்த விசித்திரமான வக்கிரம் எவ்வாறு தோன்றியது? ஏனென்றால், கனவில் கூட 'ஆம், இது இந்து தேசம்' என்று உடனடியாகவும் உறுதிபடவும் தன்னிச்சையாகச் சொல்லக் கூடிய ஆழமாக வேரூன்றிய நம்பிக்கை இருக்கவில்லை என்பதே இதற்குக் காரணம்".

கோட்சே மற்றும் கோல்வால்கரின் கருத்துகளுக்கு இடையிலான ஒற்றுமை வியக்க வைக்கிறது. ஒரு அரசியல் கட்சி செய்து கொள்ள வேண்டிய சமசரங்கள் மற்றும் அதன் உள் முரண்பாடுகள் காரணமாக ஒரு அரசியல் கட்சி இந்துவாத அரசியலை செயல்முறைப்படுத்துவது கடினமானது என்பதையே இது காட்டுகிறது. எனவேதான், இந்திய அரசியலில் மேலாதிக்கம் செலுத்த முயற்சிக்கிற ஹெட்கேவர் மற்றும் கோல்வால்கர் கருத்துகள் குறித்து கவனம் செலுத்துவது முக்கியமாகிறது.

ஆகவே, இந்த விசயத்தில் கோல்வால்கர் மற்றும் ஹெட்கேவர் ஆகியோருடைய கருத்துகள் முக்கியமானவை ஆகும். அரசியலில் இருந்து விலகி இருந்து, இந்திய அரசியலில் ஒரு அழுத்தக் குழுவைப் போலச் செயல்படும் ஒரு இந்துவாத அமைப்பை நிறுவ வேண்டிய தேவையை அவர்கள் உணர்ந்தனர். இவ்வாறு, ஆர்.எஸ்.எஸ் சமூக மாற்றத்தை உருவாக்குவதில் வெற்றி

பெற்றுவிட்டதாகச் சொல்லிக் கொண்டே வசதியாக அரசியல் லாபத்தையும் பெற்றுக் கொண்டது, அதே சமயம் தன்னை ஒரு கலாச்சார அமைப்பு என்று சொல்லி அரசியலில் இருந்து விலக்கி வைத்துக் கொண்டது. இந்த நிலைப்பாடு ஆர்.எஸ்.எஸ்.ஸுக்கு வசதியானதாக இருந்தது, ஏனென்றால் அது தன்னை உண்மையான அரசியலில் இருந்து அன்னியப் படுத்திக் கொள்ளவும் சமரசங்கள் செய்வதைத் தவிர்க்கவும் உதவியது. இன்றும் கூட, ஆர்.எஸ்.எஸ் தனது இரட்டை நிலைப்பாட்டை மாற்றிக் கொள்ளவில்லை. இது 1977 தேர்தல்களில் வெற்றி பெற்றதாகக் கூறிக் கொண்டது, ஆனால் தான் ஒரு முழுமையான கலாச்சார அமைப்பே தவிர ஒரு அரசியல் அமைப்பு அல்ல என்று கூறி அதில் தனது பங்கை மறுத்தது. ஆர்.எஸ்.எஸ்.ஸின் இந்த இரட்டைப் பேச்சு, அறிவார்ந்த (discerning) இந்திய மக்கள் அறியாதது அல்ல.

ஆர்.எஸ்.எஸ் அமைப்பு இந்திய அரசியலில் ஒரு அழுத்தக் குழுவாக எவ்வாறு செயல்பட முடியும் என்பது குறித்து கோல்வால்கர் மற்றும் ஹெட்கேவர் ஆகியோர் ஆழமாகச் சிந்தித்து இருக்க வேண்டும். கோல்வால்கர் ஆர்.எஸ்.எஸ்.ஸை அனைத்து அரசியல் கட்சிகளையும் சேர்ந்த இளம் செயல்பாட்டாளர்களை ஒருங்கிணைக்கக்கூடிய ஒரு அமைப்பாகக் கருதினார். ஆர்.எஸ்.எஸ்.ஸின் செயல்பாட்டாளர் என்பவர் இந்துத்துவக் கொள்கைகளைத் தீவிரமாகப் பின்பற்றுபவராக இருக்க வேண்டும். இருப்பினும் அவர் எந்த ஒரு அரசியல் அமைப்பு அல்லது கட்சியிலும் செயல்படலாம். இது கோல்வால்கரின் தாராளவாத அணுகுமுறையாக இருந்தது. இது இந்திய அரசியலில் ஆர்.எஸ்.எஸ் பரவலான வீச்சு பெற வேண்டும் என்பதற்கான அவரது திட்டத்தைக் காட்டுகிறது. ஆனால் இந்தத் திட்டம் கைகூடுவதற்கு காங்கிரஸ் அனுமதிக்கவில்லை, அதன் விளைவாக ஆர்.எஸ்.எஸ் ஒரு மாபெரும் அமைப்பாக வளர முடியவில்லை. 1937ஆம் ஆண்டுத் தேர்தல்களில் எட்டு மாகாணங்களில் வெற்றி பெற்று அங்கு தனது அரசுகளை அமைத்த பின்னர், காங்கிரஸ் தன்னை ஒரு மூடப்பட்ட அரசியல் அமைப்பாக மாற்றிக் கொண்டது. அது காங்கிரஸ் செயல்பாட்டாளர்கள் ஆர்.எஸ்.எஸ்.ஸின் நடவடிக்கைகளில் பங்கேற்பதைக் கடுமையாகத் தடை செய்தது. இதுகுறித்து கோல்வால்கர் பின்வருமாறு கூறினார்:

“1937ஆம் ஆண்டின் தொடக்கத்தில் காங்கிரஸ் கட்சி அரசியல் அதிகாரத்தைச் சுவைக்கத் தொடங்கிய போதே தற்போதைய வக்கிரப் போக்கு தொடங்கி விட்டது. ஆனால், 1937இல் காங்கிரஸ் கட்சி பல மாகாணங்களில் அமைச்சரவை அமைத்த பின்பு தன்னை

ஒரு அரசியல் ஓட்டுக்குள் சுருக்கிக் கொண்டது, ஆர்.எஸ்.எஸ் நடவடிக்கைகளில் பங்கு பெறுவதில் இருந்து தனது உறுப்பினர்களைத் தடை செய்தது, நமது அரசியல் அரங்கில் 'அரசியல் தீண்டாமை' என்ற புதிய விஷத்தை அறிமுகப்படுத்தியது".

காங்கிரஸ் ஆர்.எஸ்.எஸ்ஸை ஒரு 'தீண்டத்தகாத அமைப்பு' ஆக ஆக்கியது என்ற கோல்வால்கரின் புலம்பல், அவரது ஏமாற்ற உணர்வை வெளிப்படுத்துகிறது.

கோல்வால்கரின் 'சிந்தனைக் கொத்து' நூலை வாசித்தால், இரண்டு தருணங்களில் அவர் சாவர்க்கரைப் பெயர் குறிப்பிடாமல் கடுமையாக விமரிசிப்பதைக் காணலாம். முதல் முறை, இந்து மகாசபையின் சார்பில் சாவர்க்கர் செய்து கொண்ட அரசியல் சமரசங்கள் பற்றிக் குறிப்பிடுகிறார். அவர் சாவர்க்கரைப் 'பிற்போக்குவாத இந்து' என்றும் அவரது இந்துயிசத்தை 'எதிர்மறை இந்துயிசம்' என்றும் குறிப்பிடுகிறார்:

"ஆனால் கெடுவாய்ப்பாக நம்மைச் சுற்றிலும் நாம் காண்பது என்ன? சிலர் உறுதியான நம்பிக்கை (conviction) காரணமாக அல்லாமல் எதிர்வினை உணர்வு (reaction) காரணமாக இந்துக்களாக இருக்கிறார்கள். எடுத்துக்காட்டாக, பசுவதைத் தடைக்கு ஆதரவாக நடைபெற்ற கையெழுத்து இயக்கத்தின் ஒரு பகுதியாக நமது தொண்டர்கள் ஒரு முறை நன்கறியப்பட்ட ஒரு இந்துத் தலைவரை அணுகினார்கள். ஆனால், அவர் அளித்த பதிலைக் கேட்டு அவர்கள் அதிர்ச்சி அடைந்தனர். பயனற்ற கால்நடைகளைக் கொல்வதைத் தடுப்பதால் என்ன பயன்? அவை மடியட்டும். அதனால் என்ன? அதற்கும் மேலாக, ஒவ்வொரு விலங்கும் மற்ற விலங்கைப் போலவே நல்லது தான். இருப்பினும் பசுக்களைக் கொல்வதில் முஸ்லிம்கள் தீவிரம் காட்டுவதால் இதனை ஒரு பிரச்சினை ஆக்க வேண்டும். அதனால் நான் கையெழுத்து இடுகிறேன்" என்றார். இது எதைக் காட்டுகிறது? பசுவானது பல காலமாக இந்துக்களின் பக்தியின் சின்னமாக இருக்கிறது என்பதற்காக நாம் பசுவைக் காப்பாற்ற வேண்டியது இல்லை, மாறாக முஸ்லிம்கள் அதைக் கொல்கிறார்கள் என்பதற்காக! இது எதிர்வினை உணர்வு (reaction) காரணமாகத் தோன்றிய இந்துயிசம், ஒரு வகையான எதிர்மறை இந்துயிசம் ஆகும்".

பசுவதை மற்றும் மாட்டிறைச்சி உண்பது ஆகியவைபற்றி சாவர்கரின் கண்ணோட்டம் குறித்து கோல்வால்கர் பின்வருமாறு எழுதுகிறார்:

“பசுவதை எதிர்ப்புப் போராட்டத்தின் போது எனக்குக் கிடைத்த, கண்களைத் திறக்கும் விதமான நிகழ்வு ஒன்றைப் பற்றிக் குறிப்பிட வேண்டும். பெரும் நற்பெயரும், ஞானமும் உடையவரும் தீவிர தேசபக்தர் என்று அறியப்பட்டவரும் ஆன இந்து தலைவர் ஒருவரைச் சந்தித்தேன். நாங்கள் இருவரும் பேசிக் கொண்டிருந்த போது, ‘ஒரு இந்து மாட்டிறைச்சி சாப்பிடுவதில் என்ன தீமை இருக்கிறது’ என்று மிகச் சாதாரணமாகக் கேட்டார். நான் மிகுந்த மரியாதை வைத்திருந்த அவரிடம் இருந்து அத்தகைய சொற்களைக் கேட்டதால் நான் அதிர்ச்சி அடைந்தேன். மிகக் கீழான இந்து கூட நினைத்துப் பார்க்க நடுங்கும் ஒரு கருத்தை அவர் சொல்வதற்கு என்ன காரணமாக இருந்திக்க வேண்டும்? முஸ்லிம்கள் மற்றும் அவர்களது தீய பழக்கங்கள் குறித்து தொடர்ந்து சிந்தித்து வந்தது அவர் மனதில் ஆழமான தாக்கத்தை ஏற்படுத்தியது, அரசியல் ரீதியாக அவர் இந்துவாக இருப்பினும் கலாச்சார ரீதியாக அவரை முஸ்லிமாக மாற்றி விட்டது என்பதே இதற்குக் காரணம்.... இத்தகைய எதிர்வினை உணர்வு (reaction) நிறைந்த சூழல் தான் ஆர்.எஸ்.எஸ்.ஸையும் மக்கள் அதே பார்வையுடன் பார்ப்பதற்குக் காரணமாக இருக்கிறது”

சாவர்கர் மீதான கோல்வால்கரின் விமரிசனத்தில் காணப்படும் கடுமையை, சாவர்கரை எதிர்க்கும் யாரிடமும் காண முடியாது. இருப்பினும், அத்தகைய நிலைப்பாடுகளை மேற்கொள்ளுமாறு சாவர்கர் ஏன் நிர்பந்திக்கப் பட்டார் என்பது பற்றி எந்த ஒரு ஆர்.எஸ்.எஸ் தொண்டரும் சிந்திக்கவே இல்லை. ஆர்.எஸ்.எஸ் அரசியல் சமரசங்களுக்கு அடிபணிவதில்லை என்பது ஓரளவுக்கு உண்மைதான், அது உண்மையான அரசியலில் இருந்து விலகி இருக்கிறது. அதனை உண்மை என்றே வைத்துக் கொண்டாலும், ஜனசங்கம் மற்றும் அகில பாரதீய வித்யார்த்தி பரிஷத் ஆகியவை ஆர்.எஸ்.எஸ் நாட்டுக்கு அளித்த கொடைகள் என்று அதன் தலைவர்கள் வலியுறுத்திச் சொல்லுகிறார்கள்! எனவே, இறுதியாக ஆர்.எஸ்.எஸ்.ஸை ஜனசங்கத்துடன் தொடர்புபடுத்துவதன் மூலம் நாட்டின் அரசியலில் பங்கெடுப்பதை ஆர்.எஸ்.எஸ் ஒப்புக் கொள்வதாக ஆகாதா? ஆர்.எஸ்.எஸ் அரசியல் சமரசங்களுக்காக சாவர்கரை விமரிசித்தது போன்றே, அத்தகைய அரசியல் சமரசங்களுக்காக ஜன சங்கத்தை விமரிசிக்குமா?

ஆர்.எஸ்.எஸ் தலைமை என்பது ஹெட்கேவரின் தலைமையே ஆகும். ஷிவ்ராத்ரா நூலில், ஹெட்கேவர், கோல்வால்கர் மற்றும் தற்போதைய ஆர்.எஸ்.எஸ் தலைவர் ஆகியோர் குறித்து பேராசிரியர் நரஹர் குருந்த்கர் பின்வருமாறு எழுதுகிறார் :

"அவர்கள் (ஹெட்கேவர், கோல்வால்கர் மற்றும் தேவரஸ்) யாரும் ஒரு மடாதிபதி ஆகவோ அல்லது பீடாதிபதியாகவோ மாறுவதற்குத் தேவையான பயிற்சியோ அல்லது கல்வியோ - அதாவது பண்டைய வேதநூல்களில் பயிற்சியோ அல்லது கல்வியோ - பெறவில்லை என்பது உண்மைதான். இந்த அமைப்பு பாரம்பரிய மதத்தில் நம்பிக்கை உடையவர்களின் அமைப்பு அல்ல. பாரம்பரிய மற்றும் பழமைவாத மதஉணர்வு கொண்ட மக்களுக்கு ஆர்.எஸ்.எஸ்இல் இடம் தர முடியாது. ஆர்.எஸ்.எஸ் அமைப்பு கிராமத் திருவிழாக்களில் பங்கேற்பதில்லை, அதனைப் பின்பற்றுபவர்களை யக்ஞம் போன்ற சடங்குகளைச் செய்யும்படி ஊக்குவிப்பதும் கிடையாது. ஆர்.எஸ்.எஸ்.ஸில் உள்ள இளம் செயல்பாட்டாளர்கள் தவம் செய்வதற்காக இமயமலைக்குப் போகும்படி அறிவுறுத்தப் படுவதோ, சாதுவாக மாறுவதற்கு கடுமையான யோகாசனப் பயிற்சிகள் மேற்கொள்வதற்கு ஊக்குவிக்கப்படுவதோ கிடையாது. அந்த அமைப்பு குடுமி வளர்த்தல், பூணூல் அணிதல், ஏகாதசி, வைஸ்வதேவ, சிரார்த்தம் போன்ற சடங்குகளை அனுசரிக்க வேண்டும் என்று வலியுறுத்துவது கிடையாது. அது படித்த, நவீன இளைஞர்களின் அமைப்பு ஆகும். அவர்கள் இந்து தேசத்தைக் காப்பாற்றும் உறுதிமொழி ஏற்க வேண்டி கோல்வால்கரைச் சுற்றிக் கூடி இருக்கிறார்கள்"

ஆர்.எஸ்.எஸ் பற்றி பேராசிரியர் குருந்த்கர் சொல்வது ஓரளவு உண்மை தான். அது கிராமத் திருவிழாக்கள், யக்ஞங்கள், பூணூல் அணிவித்தல் மற்றும் குடுமி வளர்த்தல் (shendi) ஆகியவற்றை ஏற்பாடு செய்வது கிடையாது, சந்த்யா மற்றும் ஏகாதசி போன்ற சடங்குகளைப் பின்பற்றுவது கிடையாது. இருப்பினும், இந்தச் சடங்குகள் எல்லாம் புனிதமானவை, அவற்றை மத உணர்வுடன் பின்பற்ற வேண்டும் என்ற நம்பிக்கை ஆர்.எஸ்.எஸ் செயல்பாட்டாளர்கள் அனைவரிடமும் நிறைந்திருக்கிறது. எனவே, ஆர்.எஸ்.எஸ் பட்வா, குருபூஜை, ரக்ஷா பந்தன், விஜயதசமி, மகர சங்கராந்தி போன்ற பண்டிகைகளின் முக்கியத்துவத்தை வலியுறுத்துகிறது, அவற்றை 'தேசியப் பண்டிகைகள்' என்று குறிப்பிடுகிறது. கோல்வால்கர் பின்வருமாறு எழுதுகிறார் :

"குரு பூஜா (ஆஷாட பூர்ணிமா) தினம் என்பது காலம்காலமாக மாணவர்கள் ஆசிரியருக்கு மரியாதை செலுத்தும் நாளாகும்..... ரக்சா பந்தன் (ஸ்ராவண பவுர்ணமி) நாம் பொதுவான தாய்மண்ணின் மைந்தர்கள் என்பதை நினைவுபடுத்துகிறது. அன்றைய தினம் சகோதரத்துவத்தின் அடையாளமாக ராக்கிக்

கயிறு கட்டுகிறோம். விஜயதசமி (அஸ்வின சுக்ல தசமி) என்பது தீய சக்திகளுக்கு எதிராக நாம் பெற்ற மாபெரும் வெற்றிகளை மீண்டும் நினைவுபடுத்துகிறது.... இருட்டில் இருந்து வெளிச்சத்தை நோக்கிய இயற்கை மாற்றத்தைக் குறிக்கும் மகர சங்கராந்தி, சுயநலம் என்னும் இருளில் இருந்து தேசிய உணர்வு என்னும் வெளிச்சத்திற்கு வரவேண்டும் என்றும் செய்தியைக் கொண்டுள்ளது"

இந்தப் பண்டிகைகள் தனிமனிதப் பண்பு மற்றும் ஒத்திசைவு (character and cohesion) ஆகியவற்றை ஊட்டுவது மற்றும் தேசிய உணர்வைத் தட்டியெழுப்பும் நோக்கத்தோடு கொண்டாடப்படுகின்றன என்பதை கோல்வால்கர் ஒப்புக் கொள்கிறார். இருப்பினும் இந்த மதச் சடங்குகளை அனுசரிப்பது தினசரி வாழ்க்கையில் இயலாத ஒன்றாக இருக்கிறது. எனவே, மக்கள் அவற்றை விட்டுவிட முனைகிறார்கள், காலமாற்றத்துடன் கூடவே பழக்கவழக்கங்களும் மரபுகளும் கூட மாறுகின்றன. ஆனால் இந்த இரண்டும் ஒன்றல்ல. அத்தகைய மதச்சடங்குகளை அனுசரிப்பது அன்றாட வாழ்வில் ஏராளமான நேரத்தை எடுத்துக் கொள்கிறது, அவை அதிக செலவு வைப்பவை ஆகவும் உள்ளன என்ற போதிலும், இளைஞர்களிடையே அது போன்ற பழக்க வழக்கங்கள் மற்றும் மரபுகள் ஆகியவைகள் குறித்து குறிப்பிடத்தக்க அளவு ஈர்ப்பை உருவாக்குவதில் கோல்வால்கர் வெற்றி பெற்றுள்ளார். அவர் இளைஞர்கள் தொடர்ச்சியாகப் பழமைவாதக் கருத்தியலை நோக்கி நகர்வதை ஊக்குவித்தார் (motivated). ஆனால் கோல்வால்கர் நால்வர்ணக் கோட்பாட்டை அதற்காகவே ஏற்றுக்கொண்டதாக நான் நினைக்கவில்லை.

இந்தியா முழுவதிலும் உள்ள சமூகங்கள், நல்லொழுக்கத்துடனும் உறுதியுடனும் ஆன்மிகவாதத்தை நம்புகின்றன. நால்வர்ண அமைப்பை நம்புகிற மனம் ஒரு பாரம்பரிய இந்து மனம் ஆகும். அத்தகைய இந்துக்களை நீங்கள் எண்ணத் தொடங்கினால், ஒட்டுமொத்த இந்திய மக்கள் அனைவரையும் அந்தப் பட்டியலில் சேர்க்க வேண்டும். வர்ண அமைப்பை ஆர்.எஸ்.எஸ் ஏற்றுக் கொள்வது, அதன் மீது அன்பும் பாசமும் கொண்டுள்ளதால் அல்ல, மாறாக அதன் கொடியின் கீழ் முடிந்த அளவு அதிக எண்ணிக்கையிலான கிராமப்புற மக்களை ஒன்று சேர்ப்பதற்காகத் தான் என்ற குருந்த்கரின் பகுப்பாய்வு எனக்கு ஏற்புடையதல்ல.

இந்தியாவில் பிரிட்டிஷ் வருகைக்குப் பிறகு நமது மக்கள் மனங்களில் ஜனநாயக விருப்பங்கள் தூண்டப்பட்டன. 1937ஆம்

ஆண்டுத் தேர்தல்களில் பல்வேறு சாதிகள் ஜனநாயக சக்திகளை ஆதரித்தன என்பதே இதற்குக் காரணமாகும். ஜனநாயக விருப்பங்களின் அறிகுறிகள் தெளிவாகத் தெரிந்தன. இந்தியர்கள் பொதுவாக மதவியல் எண்ணம் கொண்டவர்களாக இருக்கக் கூடும் என்றாலும் அதே சமயம் அரசியல் அதிகாரத்துக்கான தேடலில் இந்த மதவாத மனம் ஆனது சாதி மற்றும் சாதி அமைப்பின் தாக்கத்திற்கு உள்ளாகிறது. பகுஜன் சமூகங்கள் அரசியல் அதிகாரத்தைப் பெறுவதற்கு பிராமண ஆதிக்கத்தை உணர்வுபூர்வமாக எதிர்த்தன. இது மகாராஷ்டிரத்தைப் பொருத்த வரையில் மட்டுமின்றி, தமிழ்நாடு மற்றும் ஆந்திரப் பிரதேசத்தைப் பொருத்த வரையிலும் கூட உண்மையாக இருந்தது. தென்னிந்தியாவை விட வட இந்தியாவில் இது சற்றே குறைந்த அளவுக்கு நடைபெற்றது என்று சொல்வது சாத்தியமே.

இதற்குப் பின்னரும் கூட, இந்திய மக்கள் தொகையில் பெரும்பான்மையினர் இந்துக்கள் என்ற போதிலும், இந்து மகாசபையையோ ஆர்.எஸ்.எஸ்.ஸையோ ஆதரிக்கவோ அதற்கு உதவி செய்யவோ இல்லை. அந்த நேரத்தில் நடைபெற்ற மாற்றம் தரும் அரசியல் நிகழ்வுகளால் மத உணர்வு கொண்ட இந்தியர்களின் மன உணர்வு பாதிக்கப்பட்டது என்பதே இதற்குக் காரணம் ஆகும். இருப்பினும், இந்திய மக்கள் மனதில் ஏற்பட்ட இத்தகைய மாற்றங்கள் சாதியவாதத்தை மேலும் சக்திவாய்ந்ததாக மாற்றுவதற்கும் ஓரளவு காரணமாக இருந்தன.

இந்தியாவின் கிராமப்புற மக்களை ஆர்.எஸ்.எஸ்.ஸுக்கு ஆதரவான பிராமணர்களுக்கு எதிராக மாற்றிய அரசியல் உபாயங்களை குருந்த்கர் கணக்கில் எடுத்துக் கொள்ளவில்லை. எனவே, அவர் வெகுளித்தனமாக மத எண்ணம் கொண்ட கிராமப்புற சமூகம் ஆர்.எஸ்.எஸ் பதாகையின் கீழ் ஒன்று சேரக்கூடும் என்று ஒரு தவறான விளக்கத்தை அளிக்கிறார். குருந்த்கர் தனது பகுப்பாய்வில் ஆர்.எஸ்.எஸ்.ஸின் தந்திரோபாயங்களை tactics) கிராமப்புற மக்களைக் கணக்கில் எடுத்து கொள்கிறார் என்றாலும், இன்றைய கிராமப்புற இந்தியாவில் உள்ள மக்கள் சாதியைப் பற்றி அதிகம் அறிந்திருக்கிறார்கள், அவர்கள் நகர்ப்புற மக்களை விட அதிகமாக பிராமணியத்திற்கு எதிரானவர்கள் என்ற உண்மையை அவர் புறக்கணித்து விடுகிறார். கிராமப்புற மக்களை அப்பாவிகள் என்று குருந்த்கர் கற்பனை செய்தார், கோல்வால்கர் அவ்வாறு செய்யவில்லை. இந்து மகாசபையை அழிக்கக்கூடியது எது

என்பதை கோல்வால்கர் தெளிவாக அறிந்திருந்தார், ஜன சங்கத்தின் வரம்புகளையும் அவர் அறிந்திருந்தார்.

நால்வருண முறையைத் தழுவும் அதே சமயம், பிராமண எதிர்ப்பு உடைய கிராமப்புற மக்களை ஆர்.எஸ்.எஸ் செல்வாக்கின் கீழ் கொண்டு வருவதைப் பற்றி கோல்வால்கர் நினைக்கவில்லை என்று எனக்குத் தோன்றுகிறது. உயர்வகுப்புகள் ஆர்.எஸ்.எஸ் பதாகையின் கீழ் திரண்டு விடும் என்று அவர் உறுதியாக நம்பினார். அவரது கணிப்பு பெருமளவிற்கு உண்மையாகியது. இன்று ஆர்.எஸ்.எஸ்.ஸின் கீழ் அணிதிரளும் இளைஞர்கள் சமூகத்தின் உயர் அடுக்கைச் சேர்ந்தவர்கள் ஆக உள்ளனர், மீதமுள்ளவர்கள் ஆர்.எஸ்.எஸ்.ஸின் உண்மை முகத்தைப் பற்றி அறிந்திருக்கவில்லை. ஆர்.எஸ்.எஸ் அமைப்பு நாடு முழுவதும் பரவ வேண்டும் (proliferate) என்று கோல்வால்கர் விரும்பவில்லை என்று நான் நினைக்கிறேன். மத எண்ணம் கொண்ட கிராமப்புற மக்களை ஆர்.எஸ்.எஸ்.ஸின் கீழ் கொண்டு வருவதற்காகவும் அவர் நால் வர்ண முறையை ஆதரிக்கவில்லை. உண்மையில் பெருமளவிலான இந்துக்கள் ஆர்.எஸ்.எஸ்.ஸில் சேர்வதை அவர் விரும்பவில்லை. அதற்குமாறாக, அவரது நால்வருண முறை கொள்கையானது, குறிப்பிட்ட எண்ணிக்கையிலான பிராமண இளைஞர்களை ஆர்.எஸ்.எஸ்.ஸுக்குள் ஈர்ப்பதற்கான ஒரு மூலோபாய நடவடிக்கை (strategic move) ஆகவே இருந்தது. அந்த இலக்கை அடைந்து விட முடியும் என்று அவர் நம்பிக்கை கொண்டிருந்தார், அதன் காரணமாகவே அவர் நால்வர்ண முறையை உளப்பூர்வமாக (consciously) ஏற்றுக் கொண்டார்.

இந்துக்களை அணிதிரட்டும் போக்கில் நால்வருண அமைப்பு ஒரு தடைக்கல்லாக இருக்கவில்லை, மாறாக ஆர்.எஸ்.எஸ்.ஸின் மூலோபாயத்தில் (strategy) ஒரு நடைமுறைக் கருவியாக இருந்தது. ஒன்று திரட்டப்பட வேண்டியவர்கள் மட்டுமே ஆர்.எஸ்.எஸ்.ஸின் வளையத்திற்குள் வந்தனர், மற்றவர்கள் வெளியே எறியப்பட்டனர் என்பது வெளிப்படையாகும். தேர்ந்தெடுக்கப்பட்ட ஒரு சிலர் மட்டுமே இந்திய அரசியலில் விரும்பிய தாக்கத்தை ஏற்படுத்துவார்கள் என்று கோல்வால்கர் மற்றும் ஹெட்கேவர் ஆகியோர் நம்பினர். அவர்களது கொள்கை ஒரு குறிப்பிட்ட அளவுக்குப் பலனளித்தது. தங்கள் அமைப்பு வலிமையும் ஆக்ரோஷம் உடையதுமாக மாற வேண்டிய தேவை இருக்கும் போது தங்கள் வலிமையைப் பயன்படுத்திக் கொள்ளவும் முடியும் என்பதை அவர்கள் அறிந்திருந்தனர். கோல்வால்கரின் இந்தக்

கனவு இன்னும் நனவாகவில்லை. [இருப்பினும் இந்த நூலை மொழிபெயர்ப்பு செய்யும் நேரத்தில் நரேந்திர மோதியின் அரசு ஆட்சிக்கு வந்து விட்டது, கோல்வால்கரின் கனவு நனவாகி விட்டது என்று ஒருவர் கூறலாம் – ஆங்கில மொழிபெயர்ப்பாளர்]. கோல்வால்கர் ஜனநாயகம் மற்றும் தனிமனித சுதந்திரம் ஆகியவற்றைக் கேலி செய்துள்ளார், அதே நேரத்தில் சமூக விரோதக் கொள்கைகளையும் முன்வைத்தார். ஒரு வகையில் ஒரு வகையில் இது ஒரு பாசிசப் போக்கு ஆகும்.

இன்று ஆர்.எஸ்.எஸ் பல இளைஞர்களைக் கொண்டுள்ளது, ஆனால் அது முற்றிலும் இந்துவாதிகளின் குழு என்று கருதுவது தவறாகும். அதன் பெரும்பான்மையான உறுப்பினர்கள் பிற்போக்குவாதிகளும் எதிர்மறையாளர்களும் ஆவர். இது இந்திய அரசியலில் நமது அரசியல்வாதிகள் கடைப்பிடித்த முஸ்லிம்கள் குறித்த தவறான கொள்கைகளின் விளைவாகும். அதன் ஒரு பகுதி, தேசியம் குறித்து நமது நாட்டு சோசலிஸ்டுகள் மற்றும் கம்யூனிஸ்டுகள் ஆகியோர் கொண்டிருந்த குழப்பமான கருத்து மற்றும் அதற்கு அளித்த விளக்கங்கள் ஆகியவை காரணமாக ஏற்பட்டது ஆகும். அரசியல் கட்சிகள் உறுதியான கொள்கைகளைப் பின்பற்றி, தீர்மானகரமான திட்டங்களை உளப்பூர்வமாக செயல்படுத்தினால், ஆர்.எஸ்.எஸ்.ஸில் திரண்டு நிற்கும் இந்தக் குழு தானாகவே மறைந்து விடும். பின்னர் இந்துவாதிகள் மட்டுமே அதில் மீதம் இருப்பார்கள்.

கோல்வால்கர் தனது விவாதங்களில் காந்தியையும் வினோபா பாவே அவர்களையும் ஒப்பிடுவது வழக்கம். மேலோட்டமாகப் பார்த்தால், காந்தி, வினோபா பாவே மற்றும் கோல்வால்கர் ஆகியோருக்கு இடையில் நல்ல ஒற்றுமை இருப்பது போலத் தோன்றுகிறது. ஆனால், மதவியல் மனோபாவம் கொண்ட அரசியல் தொடர்புடையவர்கள் மற்றும் மதத்தை அரசியலாக்குபவர்கள் என்ற இரு வகையினங்களின் அடிப்படையில் மதிப்பிட்டால், அவர்களுக்கு இடையிலான வேறுபாடுகளை நாம் உணரலாம். மகாதேவ் கோவிந்த ரானடே, மகாத்மா காந்தி, மவுலானா ஆசாத் மற்றும் ஜெயபிரகாஷ் நாராயணன் ஆகியோரை முதல் வகையைச் சேர்ந்தவர்கள் என்றும், சியாமா பிரசாத் முகர்ஜி, சாவர்கர், ஜின்னா மற்றும் கோல்வால்கர் ஆகியோரை இரண்டாம் வகையைச் சேர்ந்தவர்கள் என்றும் கருத வேண்டும். அரசியலில் ஈடுபடும் மதஉணர்வு கொண்டவர்களுக்கும், மதம் சார்ந்த அரசியலைப் பின்பற்றுபவர்களுக்கும் இடையில் வேறுபாடு

இருக்கிறது. மதத்தின் அடிப்படையில் ஆட்சி செய்ய முற்படுபவர்கள் சாதி அரசியல் என்னும் பொறியில் சிக்கிக் கொள்கிறார்கள். இந்த விவாதத்தில் காந்தி மற்றும் ஜின்னாவுக்கு இடையிலான ஒரு ஒப்பீடு முக்கியமானதாகும், காந்தி மத உணர்வு கொண்ட அரசியல்வாதியாக இருந்தார், அதே சமயம் ஜின்னா அரசியலுக்காக மதத்தைப் பயன்படுத்தினார்.

சுதந்திரத்திற்குப் பின்னர் ஆர்.எஸ்.எஸ்.ஸில் பல மாற்றங்களை நாம் காணலாம். ஆனால் அவை மேலோட்டமானவை மற்றும் ஆர்.எஸ்.எஸ்.ஸின் மூலோபாயத்தின் (strategy) ஒரு பகுதி மட்டுமே. கோல்வால்கர் தேசியக் கொடியை ஏற்றுக் கொள்ளவில்லை. கொடியின் மூவர்ணத் தொகுப்பு அவருக்கு ஏற்புடையதாக கிடையாது. இதுகுறித்து நிபுணர்கள் அளித்த விளக்கங்களை அவர் நிராகரிக்கிறார், கொடியில் இடம் பெற்றுள்ள வண்ணப் பட்டைகள், வெறுமனே பிரெஞ்சுக் கொடியைப் (அவை சுதந்திரம், சமத்துவம் மற்றும் சகோதரத்துவம் ஆகியவற்றை குறிக்கின்றன) பிரதிபலிப்பது மட்டுமே ஆகும் என்றார். அவர் பின்வருமாறு குறிப்பிடுகிறார்:

“இது தூய்மையான ஆரோக்கியமான தேசியப் பார்வை என்று யாராவது கூற முடியுமா? இது ஒரு அரசியல்வாதியின் ஒட்டு வேலை, அப்போதைய அரசியல் சூழலுக்கு ஏற்றது மட்டுமே. அது நமது தேசிய வரலாறு மற்றும் மரபுகளின் அடிப்படையில் அமைந்த உண்மை அல்லது தேசியப் பார்வை ஆகியவற்றால் ஊக்கம் பெற்றது இல்லை. அதே கொடி ஒரு சில மாறுதல்களுடன் புகழ்மிக்க வரலாறு கொண்ட நமது தேசியக் கொடியாக ஏற்கப்பட்டுள்ளது. அப்படியானால் நமக்கென்று கொடி எதுவும் இருக்கவில்லையா? இத்தனை ஆயிரம் ஆண்டுகளாக நமக்கு தேசியச் சின்னம் எதுவும் இருக்கவில்லையா? நிச்சயமாக இருந்தது என்பதில் சந்தேகம் இல்லை. பிறகு ஏன் நமது மனதில் இந்த வெறுமை, வெற்றிடம் சூழ்ந்துள்ளது”

1977ஆம் ஆண்டு இந்திரா காந்தி இந்திய அரசியல் அமைப்புச் சட்டத்திற்கு 42வது திருத்தம் ஒன்றைக் கொண்டு வந்தார். அந்தத் திருத்தச் சட்டத்தின் மூலம் பறிக்கப்பட்ட தனிநபர் அடிப்படை உரிமைகளை மீட்டெடுப்பது ஒரு முக்கியப் பிரச்சினையாக ஆகியது. ஆனால், அரசியல் சட்டத்தில் இந்தியத் தன்மை உடையது எதுவும் இல்லை என்று சொன்ன கோல்வால்கர், அதை ஏற்றுக் கொள்ளவில்லை. அவர் பின்வருமாறு கூறுகிறார் :

“நமது அரசியல் சட்டம் பல்வேறு மேற்கத்திய நாடுகளின் அரசியல் சட்டப் பிரிவுகளை ஒட்டுப் போட்டு உருவாக்கிய

சிக்கலானதும், ஒருமைத்தன்மை அற்றதும் ஆகும். அதில் நம்முடையது என்று சொல்லக் கூடியது முற்றிலும் எதுவுமில்லை. அதன் வழிகாட்டும் நெறிகளில் நமது தேசிய லட்சியம், நமது வாழ்க்கையின் முக்கியக் குறிக்கோள் ஆகியவை குறித்து ஒரு வார்த்தையாவது சொல்லப்பட்டிருக்கிறதா? இல்லை. ஐக்கிய நாடுகள் சபையின் சாசனத்தில் இருந்து அல்லது தற்போது முடங்கி விட்ட உலகநாடுகள் சங்கத்தின் சாசனத்தில் இருந்து எடுக்கப்பட்ட சில முடமான கொள்கைகள் மற்றும் அமெரிக்க அல்லது பிரிட்டிஷ் அரசியல் சட்டத்தின் சிறப்பம்சங்கள் ஆகியவை வெறும் தாறுமாறான குவியலாகத் திரட்டி வைக்கப்பட்டுள்ளன"

தேசியக் கொடி மற்றும் அரசியல் சட்டம் ஆகியவை குறித்து கோல்வால்கர் கூறியதை வாசித்த பின்பு, இளம் தலித் எழுத்தாளர் ராஜா தாலே, சாதனா என்ற பத்திரிகையில் வெளியான தனது கட்டுரையில் தேசியக் கொடி பற்றி எழுதியது குறித்து எழுப்பப்பட்ட சர்ச்சை எனது நினைவுக்கு வருகிறது. தேசியக் கொடி மற்றும் அரசியல் சட்டம் ஆகியவற்றை கோல்வால்கர் அங்கீகரிக்கவில்லை என்ற போதிலும், அச்சமயத்தில் அதன் தொண்டர்கள் மேற்கண்ட பத்திரிகையின் ஆசிரியர் குழுவில் இருந்த ஸ்ரீதர் மாதவ் ஜோஷி, யதுநாத் தட்டே மற்றும் அனில் அவாசத் ஆகியோருக்குத் தொந்தரவு கொடுத்தனர். இரண்டாம் சுதந்திரம் என்று அவர்கள் குறிப்பிட்ட 1977ஆம் ஆண்டுத் தேர்தலுக்குப் பிறகு நிகழ்த்திய உரைகளில், அரசியல் சட்டத்தின் கீழ் உறுதி செய்யப்பட்டுள்ள அடிப்படை உரிமைகளைப் பாதுகாப்பதற்காக ஆர்.எஸ்.எஸ் விடாமுயற்சியுடன் போராடியது என்று கூறினர். ஆனால் அது உண்மையல்ல. ஆர்.எஸ்.எஸ் தேசியக் கொடி மற்றும் அரசியல் சட்டம் ஆகியவற்றுக்கு விசுவாசமுடையதா? இந்தக் கேள்விக்கு தேவரஸ் பதிலளிக்க வேண்டும் (இந்த நூல் வெளியிடப்பட்ட போது தேவரஸ் ஆர்.எஸ்.எஸ் தலைவராக இருந்தார் – மொழிபெயர்ப்பாளர்).

கோல்வால்கர் ஒரு வேதவாதி ஆக இருந்தார், வேதக் கலாச்சாரத்தைப் புதுப்பிப்பதற்காகத் தனது வாழ்நாள் முழுவதையும் செலவிட்டார். தேசியக்கொடி மற்றும் அரசியல் சட்டம் ஆகியவற்றை வெளிநாடுகளின் தேசியக் கொடி மற்றும் அரசியல் சட்டம் ஆகியவற்றின் பிரதிபலிப்பு என்று வர்ணித்ததன் மூலம், ஒரு வகையில் அவர் போலி தேசிய வளைத்திற்குள் தன்னைத் தானே சிக்க வைத்துக் கொண்டார். அனைத்து திசைகளில் இருந்தும் நல்ல சிந்தனைகள் நம்மை வந்து சேரட்டும் என்ற ரிக்

வேத வழிபாட்டுப் பாடல், வேதவாதியான கோல்வால்கரைச் சென்றடையவில்லை என்பது வியப்புக்கு உரியதே. அவர் அன்னியர்கள் மற்றும் வெளிநாட்டவர்களிடம் இருந்து எதையும் ஏற்றுக் கொள்ளவில்லை என்பது உண்மையா? இல்லை, தனது கருத்தியலுக்கு வசதியானதாக இருந்த வெளிநாட்டுக் கருத்துகளை அவர் ஏற்றுக் கொண்டார், அவற்றைத் தனது சிந்தனைகளில் சேர்த்துக் கொண்டார். அவரது உள்நோக்குப் பார்வைகள் (insights), உரைகள் மற்றும் எழுத்துகள் ஆகியவற்றில் இருந்து இது வெளிப்படையாகத் தெரிகிறது. அரசியல் சட்டத்திற்கு எதிரான தனது வாதத்திற்கு வலுக் கூட்டுவதற்காக, தியோடர் ஷேய் என்பவர் எழுதிய *'The Legacy of Lokamanya'* நூலில் இருந்து மேற்கோள்களைக் கையாண்டார். ஷேய் ஒரு அன்னியர், வெளிநாட்டுச் சிந்தனையாளர், ஆனால் கோல்வால்கரின் சொற்பொழிவில் வருவதற்கு அவர் அனுமதிக்கப் படுகிறார், ஏனென்றால் அந்த மேற்கோள் கோல்வால்கரின் வாதத்திற்குப் பயனுள்ளதாக இருக்கிறது:

"தியோடர் ஷேய் என்பவர் தான் எழுதிய லோகமான்யரின் மரபு என்ற நூலில் "(அரசியல் சட்ட) முகப்புரையில் ஸ்வராஜ்ஜியம் மற்றும் தர்மராஜ்ஜியம் ஆகிய கருத்தாக்கங்கள், வாழ்வின் நோக்கத்தை அரசின் நோக்கத்துடன் ஒருங்கிணைத்தல் போன்றவை பற்றி குறிப்பு கூட இல்லை. வேறு வார்த்தைகளில் கூறுவதானால், இந்திய அரசியல் சட்டத்தில் இந்தியக் கோட்பாடுகள் மற்றும் அல்லது அரசியல் தத்துவம் ஆகியவற்றின் பிரதிபலிப்பு இல்லை."

அடிப்படை உரிமைகள் போன்ற கருத்தாக்கங்களை அமெரிக்க அரசியல் சட்டத்தில் இருந்தும், அரசியல்சட்டத்தின் முன்னுரையை பிரெஞ்சுப் புரட்சியில் இருந்தும் இறக்குமதி செய்தமைக்காக அரசியல் சட்ட நிபுணர்களை விமரிசனம் செய்கிறார் கோல்வால்கர். இது அபத்தம் ஆகும்! நான் ஏற்கனவே குறிப்பிட்டது போல, ஆர்.எஸ்.எஸ் மதநம்பிக்கை சார்ந்த அரசியலில் ஈடுபட்டுள்ளது. மறைபொருளாக்க் கூறப்படுவதை அறிந்தால் (if you read between the lines), இந்து மதத்தை விட இந்து அரசியலையே ஆர்.எஸ்.எஸ் அதிகம் விரும்புகிறது என்பதை நீங்கள் கவனிக்கலாம்.

ஆர்.எஸ்.எஸ்.ஸின் முந்தைய தலைவர்களுடன் ஒப்பிடும் போது தற்போதைய தலைவர் தேவரஸ் அதிகத் தாராளவாதியும் பரந்த கண்ணோட்டமும் உடைய நபர் ஆவார் என்று சொல்லப்படுகிறது. மே 8, 1974 அன்று பூனே நகரில் நடத்தப்பட்ட வருடாந்திர வசந்த் சொற்பொழிவுத் தொடரின் பகுதியாக 'சமூக

சமத்துவமும் இந்து அமைப்புகளும்' என்ற தலைப்பில் நிகழ்த்திய உரையின் மூலம் அவர் தனது கருத்துகள் சிலவற்றைத் தெரிவித்தார். தேவரசின் உரை ஒரு நாசூக்கான செயல்தந்திரம் (diplomatic tactics) என்று தனிப்பட்ட முறையில் நான் கருதுகிறேன், எனவே அதை கவனத்தில் எடுத்துக் கொள்ள வேண்டும் என்று நான் நினைக்கவில்லை. மனுஸ் (மார்ச் 12 முதல் 25, 1975) என்னும் மராத்தி பத்திரிகையில் இது குறித்து ராம் பாபட் விரிவாக எழுதி இருக்கிறார்.

அந்த உரையானது, கோல்வால்கர் வகுத்தளித்த பாதையில் இருந்து முற்றிலுமாக விலகிச் செல்கிறது அல்லது அவரது கருத்துகளை தீவிரமாக முன்னெடுத்துச் செல்வது போன்றதொரு மாயையை உருவாக்க முயற்சி செய்கிறது. எனவே, அந்த உரையில் முன்வைக்கப்படும் கருத்துகள் அடிப்படையில் ஆர்.எஸ்.எஸ் உடைய கருத்துகள் தான் என்று நான் கருதுகிறேன். எனவே ஆர்.எஸ்.எஸ் மாறி வருகிறது என்பது உண்மையல்ல. ஆர்.எஸ்.எஸ்.ஸின் பாத்திரம் முற்றிலுமாக மாறி விட்டது என்று தேவரஸ் வாதிடுகிறார் என்றால், அதனுடைய முந்தைய தலைவர்கள் முன்வைத்த கருத்தியல் தவறானது என்பதை அது குறிக்கிறதா? தேவரஸ் இந்த மாற்றத்தை உரக்கவும் வெளிப்படையாகவும் தெரியப்படுத்த வேண்டும். நடைமுறை அளவில், புதியதைக் கொண்டு பழையதை மாற்றுவதற்கு எப்போதுமே சிறிது இடம் உண்டு. நெருக்கடி நிலைக்குப் பிந்தைய காலகட்டத்தில் எனக்குத் தெரிந்த வரையில் தேவரஸ் அளித்த பல்வேறு நேர்காணல்கள், ஆர்.எஸ்.எஸ் எந்த அடிப்படையான மாற்றங்களுக்கும் உள்ளாகி இருப்பதற்கான அறிகுறிகள் எதையும் காட்டவில்லை. நெருக்கடி நிலைக்கு முந்தைய காலத்தில் (மே 1974) ஆர்.எஸ்.எஸ்.ஸின் கருத்தியல் பாத்திரம் குறித்து அவர் ஆற்றிய உரையை நாம் கருத்தில் கொள்ள வேண்டும். அப்போதைய அரசியல் நிலைமைகள் காரணமாக, அது வேறுபட்ட ஒரு தொனியைக் கொண்டிருந்தது, எந்த ஆபத்தையும் வரவழைத்துக் கொள்ள தேவரஸ் விரும்பவில்லை. தற்போது அவரது நேர்காணல்கள் ஆர்.எஸ்.எஸ்.ஸின் அதே தந்திரோபாயத்தை வெளிக்காட்டுகிறது.

தேவரஸ்சின் அணுகுமுறையில் ஏற்பட்ட மாற்றங்களைவிட அவர் எதிர்கொண்ட சிரமங்களைப் பற்றிப் பேசுவது மிகவும் பொருத்தமானதாக இருக்கும். கோல்வால்கருடைய ஆளுமையின் தாக்கமே, தேவரஸ் எதிர்கொண்ட தலையாய பிரச்சினையாக இருந்தது. கோல்வால்கர் கூற்றுப்படி, அரசின் கொள்கைகளை

எதிர்த்தவர்கள் மற்றும் கம்யூனிஸ்டுகள் – அவர்கள் முஸ்லிம்களை ஆதரிக்கிறார்கள் என்பதால் – ஆகியோர் உண்மையான ஆர்.எஸ்.எஸ் தொண்டர்கள் (சுயம்சேவக்குகள்) கிடையாது. ஆர்.எஸ்.எஸ் உறுப்பினர்களில் இருந்து பொறுக்கி எடுக்கப்பட்ட, நன்கு ஒழுங்கமைக்கப்பட்ட மற்றும் ஆர்.எஸ்.எஸ்.ஸின் வெறிமிகுந்த கருவாக இருக்கும் ஒரு சிலர் மட்டுமே, அதன் உண்மையான தொண்டர்கள் ஆவர். ஆர்.எஸ்.எஸ்.ஸுக்குள் புதிய கொள்கைகளை அறிமுகப்படுத்துவதில் ஒருவேளை வெற்றி அடைவது சாத்தியமே, ஆனால் கோல்வால்கருடைய தாக்கத்தின் கீழ் உள்ள இளைஞர்களை மாற்றுவதில் அவர் வெற்றியடையாமல் போகலாம்.

கோல்வால்கர் இளம் பிரச்சாரகர்களுக்குப் பயிற்சி அளித்த முறையே தேவரஸ் எதிர்கொண்ட இரண்டாவது சிரமம் ஆக இருந்தது. சோசலிசம் மற்றும் ஜனநாயகத்தை எதிர்ப்பதற்கும், நால்வருணக் கருத்தியலைத் தழுவிக் கொள்வதற்கும் கோல்வால்கர் அவர்களுக்குக் கற்றுக் கொடுத்தார். அவர் நன்கு அறியப்பட்ட ஒரு முறையை இரவல் பெற்றார், அதைப் பற்றித் தனது நூலில் அவர் விரிவாகப் பேசுகிறார்:

“இதர நாடுகளின் அரசியல் மற்றும் இதர அமைப்புகளைக் காப்பி அடிப்பது நமது பிரச்சினைகளைத் தீர்த்து விடும், அனைத்தையும் உள்ளடக்கிய தேசிய புத்துணர்ச்சியைக் கொண்டு வரும் என்று எதிர்பார்ப்பது பயனற்றது. நமது நோய் மிகவும் ஆழமானது, மற்றும் அதற்கு இன்னும் தீவிரமான சிகிச்சை தேவைப்படுகிறது. இந்த அடிப்படை நோயை ஒழித்துக் கட்டுவதற்காகத்தான், புத்துயிர் ஊட்டப்பட்ட மற்றும் ஒருங்கிணைந்த தேசிய வாழ்க்கையைக் கட்டியெழுப்புவதற்குத் தேவையான தியாக உணர்வு, கட்டுப்பாடு, தேசபக்தி போன்ற பண்புகளை தினசரி ஊட்டும் தினசரிப் பயிற்சி முறையை உருவாக்கியது ஆர்.எஸ்.எஸ். எனவே தான், ஷாகாவில் (ஆர்.எஸ்.எஸ்.ஸின் தினசரி பயிற்சிக் கிளை – மொழிபெயர்ப்பாளர்) தினமும் தவறாமல் ஒன்று கூடுவோம் என்று நாம் சொல்கிறோம். ஒரு குறிப்பிட்ட கருத்து ஒரு குறிப்பிட்ட நேரத்தில் தவறாமல் திரும்பத் திரும்பச் சொல்லப்பட்டால், அது நம்முடைய ஆழ்மனதில் ஆழமாகச் சென்று நமது பண்பின் பிரிக்க முடியாத பகுதியாக மாறும் என்பது பொதுவான அனுபவம். எனவே தான் ஒழுங்குத்தன்மை (regularity) மற்றும் நேரம் தவறாமை ஆகியவற்றை ஆர்.எஸ்.எஸ் இடைவிடாது வலியுறுத்துகிறது”.

தனது கண்ணோட்டத்தை விளக்குவதற்கும், வாதத்திற்கு வலுச்சேர்ப்பதற்கும் அவர் ஒரு கதை சொல்கிறார். அந்தக் கதையை இங்கே மேற்கோள் காட்டுவது பொருத்தமாக இருக்கும்:

"ஒரு பணக்காரன் பிற்பகல் நேரத்தில் அதன் குளிர்ந்த நிழலில் உட்கார்ந்து கொள்வதற்காகத் தனது அழகான தோட்டத்திற்குச் செல்வது வழக்கம். ஒரு நாள் அங்கு வந்த ஒரு மயில், தன் அழகான இறகுகளை பரப்பியவாறு ஒரு மரத்தின் மீது அமர்ந்தது. இந்த மயில் தினமும் இந்த நேரத்தில் வந்தால் எப்படி இருக்கும் என்று அவன் எண்ணினான். கொஞ்சம் அபின் கலந்த உணவுப் பொருட்களைத் தயாரித்து, மயிலின் முன்பு வீசினான். அவற்றைச் சாப்பிட்ட மயில் மிகவும் மகிழ்ச்சி அடைந்தது. அந்த மகிழ்ச்சியான உணர்வை நினைவில் வைத்துக் கொண்ட மயில் அடுத்த நாளும் அங்கே வந்தது, அந்த மனிதன் இன்னும் கொஞ்சம் அபின் கலந்த உணவு அளித்தான். இறுதியில் அதற்கு மிகவும் பழகிப் போன பறவை, அபின் இல்லாமலும் கூட அந்த நேரத்தில் தவறாமல் வருவதை வழக்கமாகக் கொண்டு விட்டது".

சோசலிசத்தையும் ஜனநாயகத்தையும் எதிர்ப்பதற்கு ஆர்.எஸ்.எஸ் அமைப்பு மதத்தையும் கலாச்சார அகங்காரத்தையும் எவ்வாறு ஒரு போதைப்பொருள் போலப் பயன்படுத்துகிறது என்பதை கோல்வால்கரின் கதை வெளிப்படுத்துகிறது. இந்தக் கதையானது சமூக சுரண்டலை நியாயப்படுத்தற்கான ஒரு தெளிவான எடுத்துக்காட்டு ஆகும். இது சமூகத்தில் சமூக-பொருளாதார அடிமைப்படுத்தலின் (subjugation) தொடர்ச்சியை வலியுறுத்துகிறது. சுரண்டப்பட்டவர்கள் தங்கள் மீதான சுரண்டலை எதிர்க்கக் கூடாது, எனவே அவர்களை அறியாமை மற்றும் அடிமைத்தனச் சூழலில் அமிழ்த்திவைத்திருக்கும் பொருட்டு அவர்களுக்கு தினந்தோறும் அபின் கொடுப்பதே நோக்கமாக இருக்க வேண்டும். கார்ல் மார்க்ஸ் மதம் என்பதை இதே போன்ற சொற்களில் தான் வரையறுத்தார்.

ஆர்.எஸ்.ஸின் இளம் தன்னார்வலர்களை அமைதிப்படுத்துவதற்காக, அதன் தலைவர்களது உரைகளின் மூலம் கருத்துகள் வழங்கப்படுகின்றன. ஆனால் இன்று அவர்கள் அமைதி அடைந்திருக்கிறார்களா? ஆர்.எஸ்.எஸ்.ஸின் இன்றைய உச்சபட்சத் தலைவர் (sarsangchalak) புதிய தன்னார்வலர்களை எவ்வாறு ஈர்க்க முடியும், பழையவர்களை எவ்வாறு அசைக்க முடியும்? அவர்களுக்குப் புத்துணர்ச்சி ஊட்டவும் அவர்கள்

மனதுக்கு எழுச்சி தரவும் அவர் எத்தகைய வழிமுறைகளைப் பயன்படுத்த முடியும்? புதியது பழைய மருந்துகளின் மூலம் தான் புதுப்பிக்கப்படுகிறது என்று ஒரு பழமொழி உண்டு. ஆர்.எஸ்.எஸ் குறித்த விசயத்திலும் – அது மாறக்கூடும் என்ற நம்பிக்கை இல்லை என்ற வகையில் - இது தான் உண்மையாகும். கடந்த ஐம்பது ஆண்டுகளில் ஆர்.எஸ்.எஸ்.ஸின் வளர்ச்சி மேன்மேலும் சிக்கலானதாகி விட்டது. ஆர்.எஸ்.எஸ் மாறவேண்டும் என்று நம்பி அதன் தலைவர் புதிய மாற்றங்களைப் புகுத்தினால், அவரது முயற்சிகள் வரவேற்கப் படுகின்றன. எப்படி இருப்பினும், புதிய கொள்கைகள் ஒரு மாற்றத்தை உருவாக்காது, மேலும் அதன் தலைவர் முற்றிலும் தனித்து விடப்படுவார்.

ஆர்.எஸ்.எஸ் மாறும் என்று எதிர்பார்ப்பது முற்றிலும் சாத்தியமற்றது, ஏனெனில் அது ஒரு அரசியல் அமைப்போ அல்லது மத அமைப்போ கிடையாது. அது மதத்திற்கான ஒரு அமைப்பாக இருந்தால், மதம் குறித்து முறையாக விளக்குவதன் மூலம் மதநம்பிக்கை உடைய நபரின் மனதில் தாக்கத்தை ஏற்படுத்த முடியும். அதைப் போலவே, அரசியல் அமைப்புகளிலும் அடிப்படை மாறுதல்களைக் கொண்டு வருவது சாத்தியமே. ஆனால் ஆர்.எஸ்.எஸ்.ஸின் மதவியல் மற்றும் அரசியல் தன்மையானது ஒரு வெளித்தோற்றம் மட்டுமே - அதன் உட்புறத் தத்துவமானது சுரண்டல் மற்றும் வன்முறையில் வேரூன்றியுள்ளது. எனவே தான், ஆர்.எஸ்.எஸ் ஒரு அரசியல் கட்சியாகவோ அல்லது மதக்குழுவாகவோ அல்லாமல் ஒரு அரசியல் அழுத்தக் குழுவாக மாறுவதைத் தேர்ந்தெடுத்தது. ஆர்.எஸ்.எஸ் ஒரு அழுத்தக் குழு மட்டுமே என்பதால் தேசியக் கொடி, அரசியல் சட்டம், ஜனநாயகம் மற்றும் சோசலிசம் ஆகியவற்றை ஏற்க மறுப்புத் தெரிவிக்க முடியும்.

அதே சமயம், அது பண்டைய இந்தியாவின் வரலாற்றைத் துணைக்கு அழைத்துக் கொள்ளலாம், தனது குறிக்கோள்களை முன்னெடுத்துச் செல்வதற்காக பழையவை அனைத்தும் இந்தியாவின் நலன்களுக்கு உகந்தவை என்று கூறலாம். ஆனால், நால்வருணம் மற்றும் வர்க்க சுரண்டலை வெளிப்படையாக ஊக்குவிக்க முடியாது என்பதால், அது அரசியலில் ஈடுபட வேண்டி உள்ளது. இதுவே அதன் மிகப் பெரிய தடைக்கல் ஆகும். அடிப்படையில் ஜனநாயகத்திற்கு எதிரானதாக இருக்கும் ஆர்.எஸ். எஸ், தேர்தல் அரசியலில் பங்கேற்பது கிடையாது, மேலும் ஒரு

அரசியல் அழுத்தக் குழுவாக இருக்க விரும்புகிறது. அது தேர்தல் அரசியலைத் தவிர்ப்பதற்காக, ஒரு கலாச்சார அமைப்பாக இருப்பது போன்றதொரு போலி முகப்பை (façade) அணிந்து கொள்கிறது. எனவே, ஆர்.எஸ்.எஸ்.ஸின் கருத்துகளை ஒரு சித்தாந்தம் என்பதாக இல்லாமல் ஒரு போக்கு (tendency) ஆகக் கருதுவது பொருத்தமானது. ஒரு போக்கு என்பது மாற முடியாது, ஏனெனில் இது சொந்த நலன்களின் (vested interest) விளைவாகும். இந்த நடத்தைப் போக்கை உடைத்தெறிய வேண்டுமானால், சொந்த நலன்களை வீழ்த்த வேண்டும் (strike down).

ஆர்.எஸ்.எஸ்.ஸில் முஸ்லிம்களைச் சேர்த்துக் கொள்வது பற்றி தற்போது பேசப்படுகிறது. தேவரஸ் இந்த விசயத்தில் ஆர்வம் காட்டினார், ஆனால் அது ஆர்.எஸ்.எஸ்.ஸின் ஒரு ராஜதந்திர செயல்திட்டம் ஆகும். இந்து அல்லாதவர்களை இந்து அமைப்புக்குள் சேர்த்துக் கொள்வது இன்றைய காலகட்டத்தின் தேவை ஆகும். 1945 ஆம் ஆண்டில், இந்து அல்லாதவர்களை இந்து மகாசபாவில் சேர்த்துக் கொள்ள வேண்டும் என்ற கோரிக்கை எழுந்த போது, சாவர்கர் அந்தக் கோரிக்கையை கடுமையாக எதிர்த்தார், அதற்கு ஒரு கருத்தியல் விளக்கத்தை அளித்தார். இந்தியாவில் உள்ள ஒவ்வொரு அரசியல் பிரச்சினையும் மத ரீதியானது, ஒவ்வொரு மதப் பிரச்சினையும் அரசியல் ரீதியானது என்றார் அவர். மதவாத அரசியல் செய்தவர்களுக்கு சாவர்கர் இந்த சூத்திரத்தை வகுத்தளித்தார்.

ஆர்.எஸ்.எஸ் மற்றும் இந்துமகாசபை ஆகியவற்றின் அரசியல் செயல்தந்திரங்களுக்கு இடையில் வேறுபாடுகள் உள்ளன. ஆனால் அவற்றின் உள்ளடக்கம் மற்றும் மனநிலை (spirit) ஆகியவற்றில் அதிக வேறுபாடுகள் இல்லை. எனவே, ஆர்.எஸ்.எஸ் முஸ்லிம்களைச் சேர்த்துக் கொள்ளும் என்று நான் எதிர்பார்க்கவில்லை. சாவர்கரின் கொள்கைகள் ஆர்.எஸ்.எஸ்.ஸிற்கு எந்த அளவு பொருந்துமோ அதே அளவுக்கு அடிப்படைவாத முஸ்லிம் அமைப்புகளுக்கும் பொருந்தும். அது மதவாத அரசியல் நடத்துவதற்கு அவர்களுக்கு உதவி செய்கிறது. இந்து அல்லாதவர்களை ஆர்.எஸ்.எஸ்.ஸுக்குள் சேர்த்துக் கொள்வது என்பது அதன் வீழ்ச்சியைக் குறிக்கும், ஏனெனில் அதன் மையக் கொள்கையை அது பாதித்து விடும்.

மறுபுறத்தில், இஸ்லாமிய அரசியல் செய்வதில் ஈடுபட்டிருப்பவர்களும் இதே பிரச்சினையை எதிர்கொள்வார்கள்.

இருபுறங்களில் இருந்தும் எந்தவொரு பெரிய முயற்சியும் மேற்கொள்ளப் படுவது சாத்தியமில்லை என்று எனக்குத் தோன்றுகிறது. இதற்கிடையில், சோசலிச மற்றும் ஜனநாயக சக்திகள் நடக்க முடியாதவைகள் நடக்கும் என்று நம்புகின்றன. அப்படி நடக்கும்போது அவர்களைத் தழுவிக் கொள்வதற்கு கரங்களை விரித்துக் காத்திருக்கின்றன, இந்த அமைப்புகள் தமக்குள்ளே ஜனநாயகப் போக்குகள் முளைக்க அனுமதிக்கும் என்று அப்பாவியாக நினைக்கிறார்கள்.

ஆர்.எஸ்.எஸ்.ஸின் அரசியல் தலைமை மற்றும் முஸ்லிம் வகுப்புவாத சக்திகளை விவாதங்களின்மூலம் மேம்படுத்த முடியாது. தங்களது குழுக்களின் கொள்கைகளைத் தீர்மானிப்பதில் அவர்கள் எச்சரிக்கையாகவும் கவனமாகவும் இருக்கிறார்கள். வகுப்புவாத அரசியலை அழிப்பதற்கு நீங்கள் ஒழுங்கமைக்கப்பட்ட முயற்சிகளை மேற்கொள்ள வேண்டும். அத்தகைய நிலைமைகளில் நம்பவைத்தல் (convincing) தூண்டுதல் அல்லது ஆலோசனை அளித்தல் (counseling) போன்றவை எந்தப் பலனையும் தராது' – பேராசிரியர் குருந்த்கரின் இந்த ஆலோசனை மிகப் பொருத்தமானதும் (apt), உகந்ததும் (appropriate) ஆகும்.

❑

www.ingramcontent.com/pod-product-compliance
Lightning Source LLC
LaVergne TN
LVHW100246051026
849517LV00006B/2006
* 9 7 8 9 3 9 5 7 7 6 4 7 9 *